வாசிக்காத எழுத்து

பா.செயப்பிரகாசம்

டிஸ்கவரி பப்ளிகேஷன்ஸ்
எண்: 9, பிளாட் எண்: 1080A, ரோஹிணி பிளாட்ஸ்
முனுசாமி சாலை, கே.கே.நகர் மேற்கு,
சென்னை - 600 078. பேச: 99404 46650

வெளியீட்டு எண்: 0314

வாசிக்காத எழுத்து (சிறுகதை)
ஆசிரியர்: பா.செயப்பிரகாசம்©
Vaasikkaatha Eluthu (Short Story)
Author: Paa.Jeyapirakasam©
Print in India
1st Edition : Feb - 2024
ISBN No : 978-81-19541-51-5
Pages - 182

Publisher • *Sales Rights*

Discovery Publications
No. 9, Plot,1080A, Rohini Flats,
Munusamy Salai,
K.K.Nagar West, Chennai - 78.
Tamilnadu, India.
Mobile: +91 99404 46650

Discovery Book Palace (P) Ltd
No. 1055-B, Munusamy Salai,
K.K.Nagar West,
Chennai-600 078.
Ph: (044) 4855 7525
Mobile: +91 87545 07070

discoverybookpalace@gmail.com / www.discoverybookpalace.com

இந்த நூலில் பிரசுரமாகியுள்ள எந்த ஒரு பகுதியையும் எழுத்துபூர்வமான முன்அனுமதி பெறாமல் எடுத்தாள்வதோ, மறுபிரசுரம் செய்வதோ, மொழியாக்கம் செய்வதோ, ஊடகங்களில் மறுபதிப்புச் செய்வதோ, காப்புரிமைச் சட்டப்படி தடை செய்யப்பட்டுள்ளது. இந்த நூலிலிருந்து சில பகுதிகளை மேற்கோள்காட்டி நூல்அறிமுகம் செய்யலாம்.

உங்கள் மொபைல் போனிலிருந்து ஸ்கேன் செய்து 'டிஸ்கவரி புக் பேலஸ்' மொபைல் ஆப்பை டவுன்லோடு செய்து, புத்தகங்களை வாங்குங்கள்.

Scan and download

நன்றி:

காக்கைச் சிறகினிலே,
உயிர் எழுத்து,
செம்மலர்,
கணையாழி,
கண்ணாமூச்சி"

பா.செயப்பிரகாசம்

இயற் பெயர்: பா.செயப்பிரகாசம்
புனை பெயர்: சூரியதீபன்
தோற்றம்: 7 டிசம்பர் 1941, இராமச்சந்திராபுரம் (விளாத்திகுளம் அருகில்)
மறைவு: 23 அக்டோபர் 2022, விளாத்திகுளம்
உடல் தானம்: 25 அக்டோபர் 2022, தூத்துக்குடி மருத்துவமனை

  தமிழ்ச் சிறுகதைகளின் நெடும்பயண வரலாற்றில் கரிசல் பூமியின் பங்கு மகத்தானது. தமிழுக்குப் புது வடிவம் தந்த மகாகவி பாரதியின் ஜீவன் கலந்து கிடக்கும் பூமி அது. எட்டயபுரம் பாரதியில் தொடங்கிய தமிழ்ச் சிறுகதைகளின் செழுப்பம், நெல்லை புதுமைப்பித்தனில் நடந்து, கரிசல் சீமையின் இடைசெவல் கி.ராஜநாராயணனில் நிறைவாகி, இன்றும் வழிந்தோடுகிறது.

  கரிசல் இலக்கியம் என்னும் வட்டார மொழி நடையின் முன்னத்தி ஏர் கி.ரா உழுத மண்ணில் பா.செயப்பிரகாசமும் உழுது வெள்ளாமை கண்டார். காய்ந்த கரிசல் மண்ணின் பசுமையான எழுத்து அணிவகுப்பில் பா.செயப்பிரகாசம், மற்றொரு தவிர்க்க முடியாத பெயர். படைப்பும், செயல்பாடும் சமூக அக்கறை சார்ந்தே வெளிப்படுவதில் கவனம் கொண்டவர். எல்லா முகமும் அழிந்தும், சப்பழிந்தும் கிடக்கிற இக்கால கட்டத்தில் சமூகத்தின் மனச்சாட்சியாக இயங்கும் ஒரு கலைஞனின் உண்மையான முகம் கொண்டு இருக்கிறார்.

  இன்றைய சமகால உலகறிவு என்பது

"ஏதேனும் ஒன்றைப் பற்றி முழுமையாக அறிந்திருத்தல்,

எல்லாவற்றைப் பற்றியும் ஏதேனும் அறிந்திருத்தல்"

என்னும் வழியில் அறிவுச் சேகர ஆற்றலாக ஒவ்வொரு படைப்பாளிக்கும் கைவசப்பட வேண்டும். அவ்வாறில்லாத சூழலில், அது அவருடைய போதமையாய் வெளிப்படும்.

பா.செ சமகாலப் படைப்புக் கலைஞன், சமூக விஞ்ஞானியாக தனக்குள்ளும், தன்னைச் சுற்றியும் நிகழ்கிறவைகளைக் காண வேண்டும் என்ற கருத்தில் ஆழமும், அகலிப்பும் உடையவர். கவித்துமான மொழியில் இவரது தொடக்ககாலக் கதைகள் அமைந்த போதும், பின்னர் மக்களின் மொழியும் கருத்தும் பின்னிப் பிணைந்து இவர் கதைகளில் வெளிப்பட்டன.

கல்லூரியில் புகுமுக வகுப்பில் சிறப்புத் தமிழ் எடுத்து படித்தார். இளங்கலை (தமிழ்), முதுகலை பட்டம் (தமிழ்), மதுரைத் தியாகராசர் கல்லூரியில் பெற்றார். அவ்வை நடராசன், ஔவை துரைசாமி, பேராசிரியர் இலக்குவனார், அ.கி.பரந்தாமனார் போன்றோர் இவருடைய ஆசிரியர்களாய் இருந்தனர்.

மாணவப் பருவத்தில் 1965ஆம் ஆண்டில் நடைபெற்ற இந்தி எதிர்ப்புப் போராட்டத்தில் பங்கேற்ற மாணவர். அதனால் இந்தியப் பாதுகாப்பு சட்டத்தின் கீழ் (DEFENSE OF INDIA RULES) கைதாகி பாளையங்கோட்டைச் சிறையில் மூன்று மாதங்கள் சிறையிருந்த பத்து மாணவர் தலைவர்களில் ஒருவர்.

கல்லூரி நாட்களிலிருந்து சிறந்த பேச்சாளர். பல இலக்கிய மேடைகளிலும், கருத்தரங்குகளிலும், அரசியல் அரங்குகளிலும் இவரது சொற்பொழிவுகள் நிகழ்ந்துள்ளன.

பா.செயப்பிரகாசம் 1968 முதல் 1971 வரை மதுரை வஃபு வாரியக் கல்லூரியில் விரிவுரையாளர். 1971இல் சேலத்தில் மக்கள் தொடர்பு அலுவலராப் பணியில் சேர்ந்து 1999 வரை தமிழ்நாடு அரசின் செய்தி மக்கள் தொடர்புத் துறைப் பணியாற்றி, இணை இயக்குநராகப் ஓய்வு பெற்றார்.

'குற்றம்' என்ற முதல் சிறுகதை 1971 மே மாதம் தாமரை இதழில் வெளியானது. பள்ளிப் படிப்பில் மனதில் ஆழமாய்த் தைத்த சம்பவம் ஒன்றின் இக்கதை மூலம் எழுதப்பட்டது. 'பட்ட மரங்களும் பூப்பூக்கும்' என்ற அவர் முதல் கட்டுரை 'கார்க்கி'யில் வந்தது.

பா.செயப்பிரகாசத்தின் 51 ஆண்டு (1971 - 2022) கால படைப்பில் இதுவரை எழுதிய 143 சிறுகதைகளில் 129 சிறுகதைகள் 13 தொகுதிகளாக வெளியிடப்பட்டுள்ளன. இதுவரை பா.செயப்பிரகாசத்தின் கட்டுரைத் தொகுப்புகள் 18, கவிதை தொகுப்புகள் 2, நாவல்கள் 2, மொழி பெயர்ப்பு நூல்கள் 2, தொகுப்பாளராய் 15 நூல்கள் வெளிவந்துள்ளன.

பா.செயப்பிரகாசம் அக்டோபர் 2022 மறைவுக்கு முன்பாக கீழ்க்கண்ட மூன்று புத்தகங்கள் வெளியிட முயற்சி மேற்கொண்டிருந்தார்.

1. உச்சி வெயில் - நாவல் (செப்டம்பர் 2023 வெளியிடப்பட்டது)

2. மனஓசை கவிதை தொகுப்பு (ஜூன் 2023 வெளியிடப்பட்டது)

3. வாசிக்காத எழுத்து - பா.செ.வின் சிறுகதைகள் தொகுப்பு (இப்போது தங்கள் கைகளில்)

தாமரை, கணையாழி, கார்க்கி, வானம்பாடி, தினமணி, புதிய பார்வை, தீராநதி, கதைசொல்லி, ஆனந்த விகடன், ஜூனியர் விகடன், காலச்சுவடு, அம்ருதா, நற்றிணை, உயிர்மை, நந்தன், சதங்கை, இந்தியா டுடே, தமிழ் நேயம், மனஓசை, நிலவளம், காக்கை சிறகினிலே, உயிர் எழுத்து, கண்ணாமூச்சி, மானுடம், தளம் போன்ற இதழ்களில் இவரது படைப்புக்கள் (கவிதை, கதை, கட்டுரை, உருவகக் கதைகள்) வெளிவந்துள்ளன. கீற்று, பொங்கு தமிழ் போன்ற இணைய இதழ்களில் படைப்புக்கள் வெளிவந்துள்ளன.

'மனஓசை' என்ற கலை இலக்கிய மாத இதழின் ஆசிரியர் குழுவில் இருந்தார். 1981 முதல் 1991 வரை வெளியான மனஓசை இதழ், பத்து ஆண்டுகள் தமிழிலக்கிய உலகில் முன் மாதிரிப் பதிவுகளை உருவாக்கியது. ஏற்கனவே இயங்குகிற சமூக நீரோட்டத்துடன் செல்லாமல் "கலை இலக்கியம் யாவும் மக்களுக்கே" என எதிர்க் கருத்தியலை வைத்து நடை போட்ட இதழ்.

அவரது சிறுகதைத் தொகுப்புகளில் ஒன்றான 'காடு', மதுரை காமராஜர் பல்கலைக்கழகத்தால் இளங்கலைப் பாடத்திற்கான பாடப் புத்தகமாக பரிந்துரைக்கப்பட்டது. இவரது மகன் சிறுக்கதை 12ஆம் வகுப்பு தமிழ் பாட புத்தகத்தில் இடம் பெற்றுள்ளது. சில பல்கலைக் கழகங்களில் இவரது தொகுதி பாடமாக வைக்கப் பெற்றது.

இவர் கதைகள், கட்டுரைகள், கவிதைகள் இந்தி, தெலுங்கு, ஆங்கிலம், பிரஞ்சு ஆகிய மொழிகளில் மொழி பெயர்க்கப்பட்டு பல்வேறு பத்திரிகைகளில் வெளியிடப்பட்டுள்ளன. ஆங்கிலதில்

இவர் கதைகள் மொழி பெயர்க்கப்பட்டு *'Invitation to Darkness'* என்ற கதை தொகுப்பு 2019ல் வெளியிடப்பட்டது. *Along with the Sun* என்ற ஆங்கில புத்தகத்தில் 'தாலியில் பூச்சூடியவர்கள்' சிறுகதையும், *Orion Bird Book* என்ற நிறுவனம் ஆங்கிலத்தில் வெளியிட்ட *"An Anthology of Tamil Stories - Modern Tamil Stories - A Writer's Workshop"* தொகுப்பில் இவரது கரிசலின் இருள்கள் என்ற சிறுகதை மொழியாக்கம் செய்யப் பெற்று இடம் பெற்றுள்ளது.

பா.செயப்பிரகாசம் தமிழ்ப் படைப்பாளிகள் முன்னணி - என்னும் அமைப்பின் செயலாளராக இருந்தார். 2008ல் ஈழத்தின் மீதான யுத்தம் உச்சத்திலிருந்த வேளையில் அரசியல் ஆய்வாளர் மு.திருநாவுக்கரசு (ஈழம்) எழுதி வெளிவந்த "இந்தியாவைத் தொடர்ந்து தோற்கடிக்கும் இலங்கையின் இராசதந்திரம்" என்னும் சிறு வெளியீடு பத்தாயிரம் படிகள், தமிழ்ப் படைப்பாளிகள் முன்னணி சார்பில் இவரது முயற்சியில் மறுபதிப்பு செய்து, இலவசமாக தமிழக முழுவதும் விநியோகம் செய்யப் பட்டது.

மு.திருநாவுக்கரசு எழுதி 1985ல் வெளியான "தமிழீழ விடுதலைப் போராட்டமும் இந்தியாவும்" என்னும் நூலும் தமிழ்ப் படைப்பாளிகள் முன்னணி சார்பில் மறுபதிப்புச் செய்து, அனைவருக்கும் சென்று சேரும் நோக்கில் ரூ.10 என குறைவு விலையில் அச்சிட்டு விநியோகிக்கப்பட்டது. இந்நூலின் மறுபதிப்பில் உள்ள முன்னுரை இவர் எழுதியது.

தமிழீழ அரசியல் பிரிவுப் பொறுப்பாளர் சுப.தமிழ்ச்செல்வன் 2007ல் இலங்கை விமானப்படையின் குண்டு வீச்சில் கொல்லப்பட்டதற்கு கண்டணம் தெரிவித்து சென்னையில் நடைபெற்ற பேரணியயில் கலந்து கொண்டதால் கைதாகி, பழ.நெடுமாறன், வை.கோ, பெ.மணியரசன், தியாகு ஆகியோருடன் சென்னை 'புழல்' சிறையிலிருந்தவர்.

2002 ஈழத்தில் 'அமைதி ஒப்பந்த காலம்' போது 19-22 அக்டோபரில் யாழ் வீரசிங்கம் மண்டபத்தில் விடுதலைப் புலிகளின் முன்னெடுப்பில் நான்கு நாட்கள் நடைபெற்ற "மானுடத்தின் தமிழ்க்கூடல் மாநாட்டில்" பங்கேற்றார். கவிஞர் இன்குலாப், ஓவியர் மருது, திரை இயக்குநர் புகழேந்தி, விடுதலைச் சிறுத்தைகளின் தலைவர் தொல்.திருமாவளவன், எழுத்தாளர் பா.செயப்பிரகாசம் - என 'சரிவிகித உணவுக் கலவை போல்' ஐவர் பங்கேற்ற அந்நிகழ்வில்

ஒவ்வொரு நாள் நிறைவிலும் ஒருவர் உரையாற்றினர். மூன்றாம் நாள் நிகழ்வில் இவருடைய உரை நிகழ்ந்தது. 'மானுடத்தின் தமிழ்க்கூடல்' மாநாட்டின் தொடர்ச்சியாய் ஈழத்தில் பத்து நாட்கள் மேற்கொண்ட பயண அனுபவங்களின் தொகுப்பாக "ஈழக் கதவுகள்" என்னும் நூல் வெளியானது.

பல்கலைக்கழகங்களில் பல மாணவர்கள் இவரது படைப்புகளை ஆய்வு மேற்கொண்டு பட்டம் பெற்றுள்ளனர்.

1. பா.ஜெயப்பிரகாசம் சிறுகதைகள் காட்டும் கரிசல்காட்டு மக்களின் வாழ்வியல் (மனோமணியம் சுந்தரனார் பல்கலைகழகம் - மார்ச் 2007)
2. பா.செயப்பிரகாசம் கதைகளில் மண்ணும் மக்களும் (2004)
3. பா.செயப்பிரகாசம் படைப்புகளில் சமூகச் சிந்தனைகள் (சென்னைப் பல்கலைக்கழகம் - ஆகஸ்ட் 2022)
4. 'ஒரு ஜெருசலேம்' சிறுகதைத் தொகுப்பு காட்டும் சமுதாயம் (மனோமணியம் சுந்தரனார் பல்கலைகழகம் - ஏப்ரல் 2017)
5. பள்ளிக்கூடம் நாவல் - பன்முகப்பார்வை (திருச்சிராப்பள்ளி பாரதிதாசன் பல்கலைகழகம் - மே 2018)
6. பா.செயப்பிரகாசம் சிறுகதைகளில் சமுதாயம் (மனோமணியம் சுந்தரனார் பல்கலைகழகம் - 2024)

பா.செயப்பிரகாசம் தன் 81வது வயதில், 23 அக்டோபர் 2022 அன்று விளாத்திகுளத்தில் காலமானார். தன் மறைவுக்குப் பின் எவ்வித சடங்கு சம்பிரதாயங்களும் மேற்கொள்ளாமல் தன் உடலை மருத்துவக் கல்லூரி மாணவர்களின் ஆய்வுக்காக ஒப்படைக்கவேண்டும் என்று உறவினர்களிடமும் நண்பர்களிடமும் முன்னதாகத் தெரிவித்திருந்தார். அதனடிப்படையில் அக்டோபர் 25 அன்று நண்பகல் 12 மணியளவில் இரங்கல் கூட்டம் நடத்தப்பட்டு அதன்பின் அவர் உடல் தூத்துக்குடி அரசு மருத்துவக் கல்லூரியிடம் ஒப்படைக்கப்பட்டது.

(பா.செ வலைத்தளங்கள்: www.jeyapirakasam.com, www.suriyadeepan.com)

அணிந்துரை

முதலும் முடிவுமாக ஓர் இலக்கியப் படைப்பு என்பது எதைத் தனக்கான ஆதார சக்தியாகக் கொண்டு நிலை நிற்கிறது என்று பார்த்தால், அது தனக்கேயான ஒரு தனித்த மொழியைக் கண்டடைந்து கொள்வதில்தான் என்று உறுதியாகச் சொல்லிவிடலாம். கடலுக்குள் தனக்கான மீனை வலை வீசிப் பிடிக்கத் தெரியாதவர் எப்படி மீனவராகத் தொடர முடியாதோ அது போலத்தான் எல்லோருக்கும் பொதுவான ஒரு மொழிக் கடலுக்குள் தனக்கான மொழி ஒன்று இருப்பதைக் கண்டடையாதவர்களால் இலக்கியப் படைப்பு வெளியில் நிலைத்திருக்க முடியாது.

சமூகப் போராளி, எழுத்தாளர் பா.செயப்பிரகாசம் (1941 - 2022) தனது இலக்கியப் படைப்பிற்கான இந்தத் தனித்த மொழி எனும் மூலப்பொருளைத் தனது மண் சார்ந்த வட்டாரத்து மக்களின் வாய்மொழியில் இருந்தும் உடல் அசைப்புக்களில் இருந்தும் பண்பாட்டு வழக்காறுகளிலிருந்தும் மண் தரும் விளைச்சல்களில் இருந்தும் அழுகை, சிரிப்பு, கோபம் முதலிய உணர்ச்சிக் கொந்தளிப்புகளில் இருந்தும் தோண்டி வடிவமைத்துள்ளார். இதைத் தனது கதைமாந்தர் மூலம் தானே ஓரிடத்தில் இவ்வாறு பதிவு செய்துள்ளார்:

"தாவரங்கள் பிராணவாயுவை உட்கொண்டு பச்சையத்தைக் காப்பாற்றிக் கொள்ளுதல் போல் இளங்குமரன் வட்டாரத்திற்கே உரிய சொல்லாடலில் தன்னை வளப்படுத்திக் கொண்டு போனான்" (ப.120)

ஓர் எழுத்தாளனுக்கு எது உயிர் மூச்சு என்பதை இதைவிட அழகாக யாரும் வெளிப்படுத்தி விட முடியாது. பா.செயப்பிரகாசம் மதுரை தியாகராசர் கல்லூரியில் படிக்கிற காலத்திலேயே எழுத்தின் கமுக்கம் என்பது என்ன என்பதையும் கூடவே வாழ்க்கை என்பது ஒரு போராட்டம்தான் என்பதையும் ஊகித்துக் கொண்டவராக விளங்கியுள்ளார்.

❖❖❖

அவரது சிறுகதைகள் மனித வாழ்வின் பெருங்கதைகளாக வாசிக்க வாசிக்க வளர்ந்து கொண்டே போகின்றன. கதை எழுதுதல் என்பது நிகழ்ச்சிகளை முன் பின்னாக அடுக்கி வைப்பதல்ல; நிகழ்ச்சிகளுக்கு உள்ளே வினை புரியும் மானுட சமூகத்தின், தனி மனித உள்ளத்தின் அழகையும் அசிங்கத்தையும் அன்பையும் வன்மத்தையும் நினைவுகளையும் கனவுகளையும் காமத்தையும் காதலையும் தனக்கென வாய்த்த மொழியால் பிடித்து இழுத்து வந்து வாசகர் இதயத்திற்குள் செலுத்தி ஓட விடுவதாகும். செயப்பிரகாசம் அதைச் செய்தார். அதனால் இலக்கிய வெளியில் தனக்கென ஒரு இடத்தைப் பிடித்தார். 1971 தொடங்கி (தாமரை இதழில் "குற்றம்" என்ற கதை) இறக்கும் வரை (2022) அவர் 143 சிறுகதைகள் எழுதியுள்ளார். அவற்றுள் 129 சிறுகதைகள் ஏற்கனவே 13 தொகுதிகளாக அவர் இருக்கும் போதே வெளியிடப்பட்டுள்ளன. இந்தத் தொகுப்பில் உள்ள 14 கதைகளையும் சேர்த்தால் 143 கதைகள் ஆகின்றன.

அவர் இறப்பதற்குள் மூன்று நூல்களை வெளியிட்டு விட வேண்டுமென்று முயற்சி செய்தார். அவற்றுள் அவர் இறப்பிற்குப் பிறகு அவர் ஆசிரியராக இருந்து பத்து ஆண்டுகள் (1981 - 1991) நடத்திய "மனஓசை" இதழில் வந்த கவிதைகளின் தொகுப்பு அவர் மகனார் சூரியதீபன் முயற்சியில் சூன் 2023இல் வெளிவந்துவிட்டது. "உச்சிவெயில்" என்ற நாவல், அவர் மைத்துனர் மருத்துவர் வெங்கட்ராமன் அவர்கள் முன்னெடுப்பில் செப்டம்பர் 2023 அன்று தோழர் தமிழ்ச்செல்வன், பேரா க.பஞ்சாங்கம் ஆகியோரால் வெளியிடப்பட்டு விட்டது. விட்டுப்போன "வாசிக்காத எழுத்து" என்ற இந்தச் சிறுகதைத் தொகுப்பு, அவர் மகனார் சூரியதீபன் முயற்சியில் இப்பொழுது வெளிவருகிறது. அவரது ஆசை நிறைவேறிவிட்டது; மகிழ்ச்சியாக இருக்கிறது.

❖ ❖ ❖

அற்புதமான 13 சிறுகதைகளும் ஒரு மொழிபெயர்ப்புக் கதையும் அடங்கிய இந்தத் தொகுப்பிற்கு முகவுரை எழுதித் தருமாறு சூரியதீபன் வேண்டிக்கொண்டார். நான் பெரிதும் அன்பும் மரியாதையும் கொண்டிருக்கும் ஒரு மகத்தான எழுத்தாளரின் வாழும் கதைகளுக்கு அவர் மறைந்த ஒரு காலத்தில் முகவுரை எழுதுதல் என்பதே புது அனுபவமாகவும் ஒருவிதமான மிதமான மனக்கிளர்ச்சிக் கொடுப்பதாகவும் இருப்பதை உணர்கிறேன். சூரியதீபனுக்கு நன்றி.

❖ ❖ ❖

இந்தத் தொகுப்பில் உள்ள ஒன்று இரண்டு கதைகளைத் தவிர மற்ற கதைகள் எல்லாம் உயிர் எழுத்து, கண்ணாமூச்சி, கணையாழி, செம்மலர் ஆகிய இதழ்களில் வெளிவந்தவைகளாகும். 2019 - 2022 ஆகிய ஆண்டுகளுக்கு இடைப்பட்ட காலத்தில் எழுதியுள்ளார். அதாவது 80 வயதை நெருங்குகிற ஒரு காலகட்டத்தில் இவ்வளவு தீவிரமாகப் படைப்பு இயக்கத்தில் இயங்கியுள்ளார் என்பதை அறியும்போது பெரிய அளவில் வியப்பில் மூழ்கினேன். அதே நேரத்தில் இப்படைப்புகளில் 80 வயதின் மனநிலைக்கு ஏற்பத் தன் சிறுவர் பருவ காலத்துப் பள்ளிக்கூட நினைவுகளுக்குள் பெரிதும் பயணித்தவாறு, அந்தப் பயணத்தில் தன்னை மறந்து லயித்தவாறு ஆர்வத்தோடு நுட்பமாக "ஞாபகக் கிணற்றின் மேல் தளத்தின் கண்ணாடி அலைகளை அகற்றி ஆழத்துக்குள் பாய்ந்து" இந்தக் கதைகளைப் படைத்துள்ளார் என்றும் அறிய முடிகிறது. "வாசிக்காத எழுத்து" என்று இத்தொகுப்பில் உள்ள அற்புதமான கதையும் அப்படிப்பட்ட ஒரு கதைதான். அந்தக் கதையில் இப்படி ஓரிடத்தில் எழுதுகிறார்:

"என்னைப் பிடிச்சிருவியா பாக்குறேன் என்று ஓடிக்கொண்டிருக்கும் நாணயத்தின் ஓட்டத்தைத் துரத்தித் துரத்தி ஓடி, வாழ்க்கை ஒரு நாள் நம்மிடமிருந்து ஓடிவிடும் காலம் நெருங்கிக் கொண்டிருக்கிறது. பணமும் அங்கீகாரப் புகழும் ஒரே எடையளவானவைதான். ஓரிடத்தில் நிறுத்தி நின்று நிதானித்துச் திசை பார்க்க வேண்டும்; அடையாளம் பார்த்துப் பிடித்துக் கொண்ட அந்த இடம்தான், பள்ளிக்கால சினேகிதிகளை, சேத்தாளிகளைச் சென்று சந்தித்துப் பழம் நினைவுகளில் எருமை, நீரில் முங்குவது போல முங்கி எழும் இடம்." (ப.133)

டிசம்பர் 2020இல் இந்தக் கதை கணையாழியில் வெளிவந்துள்ளது. மேற்கண்டவாறு பள்ளிக்கால சினேகங்களைத் தேடி அலையும் பணி ஓய்வு பெற்ற வயதான ஒருவரின் கதைதான் இதுவும். படாதபாடுபட்டு எட்டாம் வகுப்பு வரைத் தன்னோடு படித்த துளசி நாயகி என்ற வயதான அம்மாவைக் கண்டடைகிறார். அந்த அம்மாவின் கதைகள் கண்ணீரை வரவழைக்கின்றன. சாயந்திரம் ஆகிவிட்டதால் அந்த ஓவியர் ரத்தினவேல் திரும்பி, வந்த திசை நோக்கி நடக்கத் தொடங்குகிறார். அப்பொழுது கதை சொல்லி எழுதுகிறார்:

"பால்யகாலத் தோழி அமர்ந்திருந்த அந்த (வகுப்பு) அறை, அந்தச் சிரிப்பு சாயங்கால வெயிலின் புஞ்சையாய் நெஞ்சில் தகதகத்துக் கொண்டிருந்தது"

நினைவுகள் அழிவதில்லை என்பதுதான் எவ்வளவு ஒரு கனமான உண்மையாக மனித வாழ்வில் தொடர்கிறது.

தன் பள்ளிப்பருவத் தோழியிடம் சொல்லிவைத்தது போல் தன் தோழியை ஓவியமாக வரையவோ அல்லது ஒரு புகைப்படம் எடுத்துக் கொள்ளவோ சொல்லிவைத்த நாளில் திரும்பி வருகிறார். ஆனால் வீடு பூட்டி இருந்தது. சின்ன மகன் ஊருக்குத் திருநெல்வேலிக்குப் போய்விட்டதாக அறிந்து கொண்டார். கதை சொல்லி இப்படி முடிக்கிறார்:

"ஐம்பத்திநான்கு வருசங்களுக்கு முந்திய நினைவுகளின் குடையை ஏந்தி ரத்தினவேல் வீட்டு வாசலில் யோசிப்புடன் நின்றார்.

"பள்ளிக்கூடம் போயிருவாளா பாக்குறேன்"

பள்ளிக்குப் போகும் பாதையில் ருத்திர மூர்த்தியாய் மறித்து நின்ற அண்ணன். அந்த அண்ணன் மறிப்பிலிருந்து தப்பிக்க அப்போது இந்தத் தங்கச்சிக்குத் துணிச்சல் இருந்தது. ஆணின் கீழே அழுத்தப்பட்ட பெண் வாழ்க்கையின் மற்றொரு முக்கியமான பக்கத்தை வாசிக்கத் தவறிப் போனார் துளசிநாயகி."

ஆணாதிக்கச் சமூகத்தின் அதிகாரக் கட்டுமானம் முதுமையிலும் முனை மழுங்காத அளவிற்கு எவ்வளவு நுட்பமாகப் பின்னப் பட்டிருக்கிறது என்பதை மிக மேன்மையான முறையில் எடுத்துரைக் கிறது இந்தக் கதை.

இதே போன்ற ஒன்றுதான் "உறுமி" என்ற கதையும். இளம் பருவத்தில் தங்களிடம் அரும்பும் காதல் உணர்வைச் சாதியின் வேறுபாட்டு உணர்வினால் சமூகத்திற்குப் பயந்து மறைத்துக் கொண்டாலும், அது மறையாமல் எவ்வாறு யாரோ ஒருவனுக்கு வாக்கப்பட்டுக் குழந்தை குட்டிகள் பெற்று பேரப்பிள்ளைகள் கண்டு விட்ட காலத்திலும் இளமையாகவே உள்ளுக்குள் உறைந்து கிடக்கிறது என்பதை நுட்பமாக எடுத்துரைக்கிறது. "எட்டாம் வகுப்பு", "ஒரு பூங்கா", "கடிதங்களின் கதை" முதலிய கதைகளும் இப்படி அமுக்கி வைக்கப்பட்ட காதல் உணர்வுகளைத்தான் மேன்மையான முறையில் சொல்லிச்செல்கிறது."கருக்கிருட்டு மழை" என்ற கதை முதலாளி, தொழிலாளி என்ற வேறுபாடு எதுவும் இல்லாமல் காமம் திரளும் பொழுது பாலியல் மீறல்கள் நடப்பது சாதாரணமாகி விடுகின்றன என்ற செய்தியை முன்வைக்கிறது.

"கொரோனா" - கதை வீட்டுக்கு வாழ வந்த ஒரு மருமகளின் மனிதாபிமானமற்ற நடத்தையியலைச் சித்தரிப்பதற்குக் கொரோனா காலப்பின்புலத்தைப் பயன்படுத்திக்கொள்கிறது.

இந்தத் தொகுப்பில் குறிப்பிடத்தக்க வடிவமைதி சிறந்த ஒரு கதை "அதிகாரம்" என்ற கதையாகும். காவல்துறையின் ஆணவம் குறித்தும் அட்டூழியம் குறித்தும் அவர் நிறைய எழுதி இருக்கிறார். இந்தக் கதையில் ஒரு காவல் அதிகாரியின் அதிகார முகத்தில் மாட்டிக் கொண்ட ஒரு வளமான சோதிடரின் வாழ்க்கை பின்னப்பட்டுள்ள பாங்கு நல்லதொரு வாசிப்பனுவமாக இருக்கிறது.

இன்னும் டாஸ் மார்க், சாராயக்கடை, மணல் குவாரி ஆகிய தற்காலச் சமூக நிகழ்வுகளும் கதைக்குள் கொண்டுவரப்பட்டுள்ளன.

மேலும் தாழ்த்தப்பட்ட குடிப் பின்புலத்தில் சொல்லப்படும் "மனுசி" கதையில் பா.செயப்பிரகாசத்தின் நாட்டுப்புறம் சார்ந்த கலைகள் குறித்த அறிதலும் புரிதலும் வாசகர் வியக்கும் அளவிற்கு அமைந்துள்ளன. "வாழைப்பூ" என்ற கதை பூப்படையாத ஒரு பெண்ணின் அவலத்தை எடுத்துரைக்கிறது.

இத்தகைய நுட்பமான விதவிதமான எடுத்துரைப்புகள் அழகியல் உருவம் பெறுவது கதை சொல்லியின் கரிசல் காட்டு மொழி சார்ந்த தனித்தொரு மொழி வாகுதான். கரிசல் இலக்கியத்தின் முன்னத்தி ஏர் என்று கொண்டாடப்படும் கி.ராவின் மொழியிலிருந்து வேறான ஒரு மொழியை பா.செயப்பிரகாசம் கண்டுகொண்டார். தான் படித்த முறையான தமிழ்க் கல்வி தந்த மொழி, தான் கற்ற மார்க்சிய தத்துவம் தந்த மொழி, இடதுசாரி இலக்கியங்கள் தந்த மொழி, நடைமுறையில் கலந்து கொண்ட போராட்ட வாழ்வு தந்த மொழி, அனைத்திற்கும் மேலாக அவருக்குள்ளே இருக்கும் அழகியல் ஆராதனை செய்யும் ஒரு கவிஞனின் மொழி - இவை எல்லாம் சேர்ந்து தனித்தொரு மொழி வளமிக்க ஆளுமையாக அவரை வளர்த்தெடுத்து விட்டன எனக் கருதலாம். அவர் மொழிவாகை அறிய ஒன்றிரண்டை மட்டும் இந்த இடத்தில் எடுத்துக்காட்டலாம்:

பொய்லான் - இறந்துவிட்டான் அந்தத் துக்கத்திலிருந்து வெளியே வர நாளாகும். இதுதான் செய்தி. இதைக் கதைசொல்லியின் மொழி இப்படி எழுதுகிறது:

"அனைவரையும் அனாதையாக்கி அவலச் சக்கரத்தின் கால்களில் மாட்டி விட்டுப் போன பொய்லான் இழப்பால் தாழ்த்தப்பட்ட குடி துயரப் பெருக்கில் மூழ்கியது;

வடியாத துயர நீரோடையின் வண்டல் மண் பொதுமலிலிருந்து கால் பெயர்க்க அவர்களுக்கு நாளெடுக்கும்" (ப.120)

இப்படித் தனது கரிசல் வட்டாரம் சார்ந்த கருப்பொருட்களாலான உவமம், உருவகம், படிமம் முதலியவற்றால் செறிந்து கிடப்பது இவரது மொழி.

இன்னுமொரு மொழி நடை:

"குறி சொல்பவன் தேர்ந்த உளவியல் நிபுணனாக இருக்க வேண்டும் என்பதை அக்கணங்கள் மெய்ப்பிக்கின்றன. வந்தவர்கள் தங்கள் கணப்புச் சட்டியில் இருக்கும் கொதிப்பை வார்த்தைகளில் அகப்பை அகப்பையாய் எடுத்துக் கொட்டுவார்கள். பிறகு, பிறகு என்ற சொல்லால் அவர்களிடமிருந்து கறந்து கொண்டே, அவன் எதிர்பார்த்த முதல் - கையில் கிடைத்தாகிவிட்டதும் பேசத் தொடங்குவான்" (ப.88).

இத்தகைய வித்தியாசமான மொழிநடையும் புதுப்புது வட்டார உவமைகளும் (கொடுக்காப்புளி உதடுகள் (152), கைரேகை போன்ற அம்மாவின் எண்ணங்கள் (154) பழமொழிகளும் (குமரி ஒரு பிள்ளை, கோடி ஒரு வெள்ளை (147) சேர்ந்து எடுத்துரைக்கும் எந்த ஒரு பொருளும் அழகுப் பொருளாக வடிவமெடுத்து வாசகர்களுக்குள் பரவி விடுகிறது.

இறுதியாக, இந்தத் தொகுப்பை வாசித்து முடித்த கணத்தில் எனக்குள் தோன்றிய ஒரு உணர்வைப் பதிவு செய்து இந்த முகவுரையை முடிப்பது பொருத்தமாக இருக்கும் என்று கருதுகிறேன். அதாவது தனது முதிர்ந்த வயதில் மிகச் செம்மையாக அழகியல் ததும்ப ஒவ்வொரு மொழியாடலையும் அமைக்க வேண்டும் என்று பெரிதும் மெனக்கிட்டு இந்தக் கதைகளைப் படைத்துள்ளார் என்று நான் உணர நேர்ந்தது. கூடவே இன்னும் சில ஆண்டுகளாவது இருந்திருந்தால் அவருக்குள் இருந்து பலப் பல அற்புதப் படைப்புகள் புறப்பட்டுக் கிளம்பி இருக்குமே என்ற எண்ணமும் தோன்றி வருத்தியது. நன்றி. வணக்கம்.

க.பஞ்சாங்கம், எழுத்தாளர்
புதுச்சேரி - 605008
09.12.2023

உள்ளே

1.	உறுமி	19
2.	எட்டாம் வகுப்பு	32
3.	ஒரு பூங்கா	39
4.	கடிதங்களின் கதை	46
5.	கருக்கிருட்டு மழை	57
6.	கொரோனா	76
7.	அதிகாரம்	86
8.	பங்குருப் பூக்களின் தேன்	98
9.	மதுக்குடம்	106
10.	மனுசி	117
11.	வாசிக்காத எழுத்து	129
12.	வாழைப் பூ	150
13.	வெளியேற்றம்	163
14.	ஒரு ரயில் நிறையக் கதைகள்	177

உறுமி

-1-

15 நாட்கள் முன்னர் பள்ளி ஆசிரியர்கள் மத்தியில் ஒரு பரபரப்பு; பரபரப்பு எனச் சொல்லுதற்கில்லை. நிச்சயமாய் அதொரு எழுச்சி. தமிழ் ஐயா, ஓவிய ஆசிரியர், உடற்பயிற்சி ஆசிரியர், கைத்தொழில் வாத்தியார் என்ற நால்வர் ஆண்டு விழாவுக்குப் பொறுப்பு. மாணவர் மத்தியில் ஆண்டு விழா தொடர்பான எழுச்சியை உண்டு பண்ணியிருந்தனர்.

கைத்தொழில் படிக்க மாணவ மாணவியருக்குச் சுத்தமாய் விருப்பம் அத்துப் போனது. வேறொரு திசையில் பயணப்பட்டு நின்றனர் பிள்ளைகள். மனிதர் எத்திசையோ அத்திசையில் தனது பயணத்தையும் மாற்றிக்கொள்பவன் புத்திசாலி. புத்திசாலிக் கைத்தொழில் வாத்தியார்; அவரும் கதைசொல்லியாய் ஆகி, வேறொரு திசைப் பயணம் போய்க்கொண்டிருந்தார். நிறைய திரைப்படங்கள், குறிப்பாகத் ஆங்கிலப் படங்களின் கதைகள் வாய்க்கால் வாய்க்காலாய்ப் பிரிந்து பாய்ந்தன. கதைசொல்லி வாத்தியார் உண்டு பண்ணி வைத்திருந்த பரபரப்பும் மோகமும் கொண்ட இந்தத் திரைப் பின்னணி காரணம்.

நடப்புத் திரையுலகில் வெற்றிக்கொடி நாட்டி வரும் இளம் இயக்குனர், இசை அமைப்பாளர் ஆகிய இருவரும் பள்ளி ஆண்டு விழாவுக்கு வருகை தருகிறார்கள். இரு திரைப்புள்ளிகளும் நாட்டுப்புறக் கலை நிகழ்ச்சிகளில் திளைத்து மூழ்கி முத்தெடுக்கப் போகிறார்கள். நாட்டார் கலைக் கிட்டங்கிகளைத் திறப்புச் செய்து எவ்வளவு எடுத்துக் கொண்டு போகவுள்ளார்கள்? அவர்கள் அளந்து எடுக்கிற நாழி எது? எந்தச் சந்தையில் போய்க் கொட்டி வணிகம் செய்யவிருக்கின்றனர்?

பொறுப்பெடுத்துக் கொண்ட வாத்திமார்களுக்குச் சிலப் பல பலனுண்டு. வருகிற திரைப் பிரபலங்களுக்கு நெருக்கமாகி

சினிமாவுக்குள் கால் பதிக்க வேண்டுமென்னும் ஆசை, செயல்பாடுகளில் பெருக்கெடுத்தது.

பெண்பிள்ளைகளுக்கு ஒப்பனை தேவையிருக்கவில்லை; அவரவர் வீட்டிலிருந்து சிங்காரித்த தேவதைகளாய் இறங்கியிருந்தனர். கும்மி கோலாட்டம் அவர்கள் கலைகள். பையன்கள் ஆடல் பாடல்.

மேடைக்குப் பின்னுள்ள தென்னந்தட்டி மறைப்பில், பையன்கள் ஒயிலாட்டம், தேவராட்டம், வில்லுப்பாட்டு, உடுக்கடிப்பாட்டு. தேவராட்டம் தயாரிப்பு நடந்து கொண்டிருந்தது. ஒத்திகையும் அலங்காரமுமாய் பத்துப் பேர்.

பார்வதியும் சிவகாமியும் லேசாய்ப் பந்தலுக்குள் கள்ளப் பார்வை பார்த்தவர்கள் பிரமித்துப் போயினர். தனி வரிசையாய் தயாராகிக் கொண்டிருந்தவர்களில் மெல்லீஸு வட்டக் கழுத்து மல் ஜிப்பா, தார்ப்பாய்ச்சிக் கட்டு, தலையில் முண்டாசு, நாடக மேடை ராஜபார்ட் தோற்றுப் போவான். தலையில் கிரீடத்தில் சொருகியிருப்பானே, அது போல் தோகை; ஆறடியில் போய் மலர்ந்த சூரியகாந்திப் பூவாய் பிரகாசித்தான் அமரன் என்ற அமரநாதன்.

இளைய ஜமீந்தாரை எதிரில் தரிசித்தனர்.

பருவக் கதகதப்பில் கால்பதித்து நிற்கும் பெண்களின் இதயசிட்டிகைகள் காமம் கனியும் கங்குகளாய் மாறிவிட்டிருந்தன.

திரும்பிய பார்வதி, எதிரில் வந்த முருக வேணியின் கையைத் தட்டி அதிசயிப்பைக் கடத்தினாள், "போய்ப் பாரு, ஜிகுஜிகுன்னு ஜொலிக்காரு," ஒன் ஆளு என்று அடையாளப் படுத்திச் சொல்லாதது தான் மீதி.

முருகவேணி எதிர்பாராத ஒன்று அது. எதிரே நின்ற இளைய ஜமீன்தார் அவளை அதிர்ச்சியுள் உறைய வைத்திருந்தான். அவளோட

பிரியக்காரனின் உடை அலங்கரிப்பு அத்தாசமாய்த் தூக்கிக் கிறக்கத்தில் சாய்த்தது.

உறுமிக்காரப் பரம்பரையின் உடற்கட்டு என எவரும் சொல்ல இயலாது. சொன்னால் பிழையாய்ப் போகும். அமரனின் அப்பன் வேம்பையன் போலவே, மனைவியும் நல்ல எலுமிச்சை நிறத்தில் கரும்புக்கட்டுப் போல் வாகாக இருந்தாள். அவள் ஜமீந்தார் பூபதி என்பவர் வீட்டில் சமையல்காரியாக இருந்தவள். அவளுக்கெனத் தனிப் பக்குவமான சமையல் முறை உண்டு. ஒவ்வொரு நாக்குக்கும் ஒரு சுவையுண்டு என்பதை அறிந்து, அவளாகவே அனுபவப்பட்டுக் கொண்ட சமையல் கலையை முழுசாகப் படைத்தாள். ஜமீந்தார் அவள் பக்கம் திரும்பியிருந்தார்.

ஜமீந்தார் பரம்பரையின் உடற்கட்டு அது.

அது என்ன ஜமீந்தார் தோளில் உறுமி?

தோளில் குறுக்காக வாரை மாட்டி உறுமியைச் சுமந்துகொண்டு நின்ற அமரன் வெள்ளந்தியாய் அவளிடம் கேட்டான் “நல்லா இருக்கா?”

முருகவேணியின் கண்கள் சிவப்பு ரூபம் கொண்டன.

“அது எதுக்குக் கழுத்தில? கழட்டு” சீறினாள் முருகவேணி.

தலைக்கு மேல் வாரைக் கழற்றி உறுமியைக் கையில் பிடித்து “நல்லா இல்லையா?” விழித்தான்.

“அது ஒன்னுதான் கொறச்சல்”

அவர்களுக்கிடையில் சிறு தர்க்கம் ஆரம்பமானது. அந்தத் தறுணம் எவ்வகையிலும் நிம்மதி தருவதாய் அமையவில்லை.

வார்களும் தோலும் கொண்டு செய்யப்பட்ட உறுமியில்லை. அதைச் சுமக்கிறவன் பெயர் உறுமிக்காரன். உறுமிக்காரப் பையன் அவன்.

உறுமியை அவர்கள் அப்படிக் கீழிறக்கம் செய்து சொல்வதில்லை; தேவதுந்துபி என வானுலகிலுள்ள தேவர்கள் விரும்பிய இசைக்கருவி அது.

தேவராட்டக் குழுவில் அமரன் வாத்தியார் : முன்னோடும் கிளி. தேவதுந்துபி என அழைக்கப்படும் கருவி இசைப்பாளன். அணியினருடன் வண்ண வண்ணச் சீருடை, வெள்ளை வெயிலாய் ஒரே நிற வேட்டி, தார்ப்பாய்ச்சிக் கட்டு, தலையில் ஒன்னுபோல வெள்ளை

முண்டாசு, கைச் சுண்டுவிரலில் முடிச்சிட்ட கைக்குட்டை வீசி, இடுப்பு நெளிய அசைந்து அசைந்து, மான் கூட்டம் அலைவது போல் ஆடி அசைகையில் உயிர் பறிக்கப்படும். ஓடைக்கரை சரிவில் படிந்த வண்டல் மண் படிவு போல சாய்வு : பொதுமிப் பொதுமி மேலேழும் ஈர மண் போல் எழுதல். மயில் போலப் பறத்தல். மெதுமெதுவாக, துரித கதி என இருசீராய் அடவுகளுக்கு ஏற்றபடித் தேவராட்டம் நிகழ்த்தும் பத்துப் பேர் அணி தயார்.

ஆட்ட அடவுகளைத் தீர்மனிப்பது தேவதுந்துபி இசை.

"சொன்னாக் கேளு, உறுமி வேணாம். நம்ம ஊர்ச் சனம் அத்தனையும் ஒன்னைய இந்தக் கோலத்தில யாய்யா காணனும்"

'யய்யா' என்பது அவர்களுக்கிடையில் தொத்திக் கொள்ளும் பிரிய வார்த்தை.

அவன் அறியாமல் கேட்டான் "ஊர் என்ன நினைக்கும்?"

"உறுமிக்காரன் மகனுக்கு அந்த வேசமே கெடைச்சிருக்கு பாத்தியா'ன்னு எதுக்களிப்பாங்க"

"நல்லது தான, அவங்க சொல்லுறதில என்ன தப்பு?"

"நீ தான் மெச்சிக்கீறனும்" சிடுசிடுத்துப் பார்த்தாள்.

கலை நிகழ்வுகளுக்குப் பொறுப்பான கைத்தொழில் ஆசிரியர் சத்தம் பலமாய்க் கேட்குதே என உள்ளே வந்து எட்டிப் பார்த்தார். அவர் கண்ணில் பட்டவை ஆக்ரோஷமான இரண்டு சண்டைச் சேவல்கள். இது அவர்களுக்கிடையே வேற ஏதோ விவகாரம் போல எண்ணியவராய்த் திரும்பி நடந்தார்.

முருகவேணிக்கு இப்போது ஒரு விவரம் தெரியவேண்டி இருந்தது. தெரிந்து கொண்டால், அதன் தாத்பரியத்தை அவனுக்கு விளக்கியுரைத்து அவன் புரிந்து கொண்டால், நிலைமை சீராகிவிடும்.

"நா ஒன்னு தெரிஞ்சிக்கீறலாமா?"

ஏறிட்டான் அமரன். கலைக் குழுவில் ஆடும் ஒவ்வொரு மாணவன் பெயரும் முருகவேணி கேட்டாள்.

"ராகவன்"

"என்ன சாதி?"

அவன் பதில் சொன்னான்.

"அடுத்து?"

"தேவநாதன்"

"என்ன சாதி?" பதில் வந்தது.

"பெறகு?"

"சீத்தாராமன்"

"என்ன சாதி?" பதில் கிடைத்தது.

பத்துப் பேரின் பெயரும் சாதியும் கோர்த்துக்கொண்டு வேணி

"இத்தனை பேரில ஒருத்தராச்சும் உறுமி சுமக்க வந்தாங்களா?"

இளக்காரமும் கேலியுமாய் வந்தது கேள்வி.

"அவங்களுக்கு அந்த அடி வராதே?"

மேச்சாதிப் பையன்களின் அணிவரிசையைக் காட்டினாள்.

"அவங்களுக்கு வராதா? உறுமி தட்டுறது கத்துக்கிட்டா தானா தெரிஞ்சிட்டுப் போகும். அது பெரிய வித்தையில்ல. அவங்க யாரும் வரமாட்டாங்க. அத்தனையும் மேச்சாதி வீட்டுப் பிள்ளைங்க" ரகசியமாய்க் கிசுகிசுத்தாள்.

அவள் உபதேசிப்பதைக் கேட்கும் விருப்பமின்மையின் முகச் சுளிப்பு அமரனில் வெளிப்பட்டது. எல்லோருக்கும் மத்தியில் கேள்வி கேட்டு, தன்னை அவமானப்படுத்துவதாய் உணர்ந்தான். இந்த முக்கியமான அரங்கேற்ற நேரத்தில் அவளுடைய வாதம் மட்டுமில்லை, அமரனுக்கு அவளும் ஒரு பொருட்டில்லை.

எவ்வளவுதான் பிரியக்காரியாக இருந்தபோதும் எல்லோர் மத்தியிலும் இப்படியா கேள்விகள்? எரிச்சல் பொங்கிட சடக்கெனக் கேட்டான்,

"இப்ப நா அதைச் சொமந்தா ஒனக்கென்ன?"

அவன் கைகள் வாரை எடுத்து தோள்களில் குறுக்காய் மாட்டின; வயிற்றுப் பிள்ளையாய் உறுமி அணைந்து தொங்கியது.

அவனுடைய பதிலில் வேணி அலமந்து நின்றாள். அதிர்ச்சியும் திகைப்புமாய் அவனைக் கொஞ்சப் பொழுது பார்த்தாள். சிதைந்து போன தன்னை நிராதரவாய் ஆக்கிவிட்டது போல் உணர்ந்தாள். கண்களில் கொப்புளிக்கக் காத்துக் கொண்டிருந்தது வெதுவெதுப்பு நீர். திரும்பி நடந்தவள், சட்டென்று நின்று கொதிபானை முகம் மறைத்து, இருகை கூப்பிச் சொல்வாள் "நீ நல்லா இருய்யா".

-2-

“அங்ஙன ஒன்னும் காணலயே, யாரைத் தேடுறீங்க?”

பள்ளிக்கூடத்தில் முருகவேணியின் பார்வை போன திசையில் தன் பார்வை பதித்து அமரன் கேட்டான்.

“நா யாரையும் தேடலை”

‘குபுக்’கென்று பிஞ்சுகளுக்குத் தாய் நாயின் வாயிலிருந்து விழும் இரையைப் போன்று குமிந்தது பதில். எனினும் குடலுக்குள் ஒட்டியிருக்கும் ஒன்றிரண்டு பருக்கை போல, சொல்லாத மிச்சமாய் “யாரையோ ஏன் தேடனும்” என்ற குணக்கம் முகத்தில் தொக்கியது.

“எம் பெண்டுகளெல்லாம் போய் அடைஞ்சாச்சான்னு பாக்குறேன்”

அது 11-ஆம் வகுப்பின் தொடக்கம். விளையாட்டுக்கு நேரத்துக்கு அந்தப் பெண் பிள்ளைகள் தயாராகிக் கொண்டிருந்த பிற்பகல் வேளை.

சின்னப் புஞ்சிரிப்பு உதிர்த்த அமரன், வகுப்புப் பிள்ளைகள் மீதிருந்த பாசம் தாளாமல் அங்குமிங்கும் ஆரப்பாட்டம் நடத்திக்கொண்டிருந்த முருகவேணியின் விழி உருண்டைகளைக் கண்ணுற்றான். வகுப்புக்குத் தலைவிக்கான மவுசும் கெடுபுடியும் பண்ணாத முருகவேணியின் அணுக்கமும் ஈர வார்த்தையும் அனைத்து மாணவியரின் இளமனசுகளுக்குத் தோதாய் ஒட்டிக்கொள்ளப் பசை.

“ஓ… நீங்க சட்டாம்பிள்ளையா?”

தலைவணக்கம் செய்தான் அமரன். பகடி செய்கிற பாவனை அந்த பவ்வியம். அடிப்பது போல கையைத் தூக்கினாள். அக்குளில் நனைந்த ரவிக்கையில் பிசுபிசுத்தது வேர்வை ஈரம்.

வகுப்புத் தலைமையைச் சட்டாம்பிள்ளை எனச் சொல்லிக்காட்டிய கேலியில், கோபம் கொப்பளிக்கப் பார்த்தாள். கண்ணின் கோலி உருண்டைகளை உருட்டி நாக்கைத் துருத்தினாள். ஆயினும் கேலி அனாதையாகப் போய்விடவில்லை. அரியோடிய கண்களில் குளுச்சியான பார்வைக்குக் கேலி விதையிட்டது. பொய்க்கோபத்தை விரட்டிவிட்டு, விழிப்பார்வையை சாந்தம் அடைய வைத்து அர்த்தமுள்ள பார்வை பரிமாறினாள். கழுத்து வளைவில் வெட்கம் வெடித்தது. அவர்களுக்கிடையே ஊன்றிக்கொண்டிருந்த பிரியத்தின் ஆணிவேர் கொஞ்சம் கொஞ்சமாய் பூச் சொரியும் செடியாய்ச் செழித்தது.

-3-

"அக்கா, அங்கன வர்றது யாருன்னு பாரேன்"

தங்கை அக்காவினது கைகளைப் பிடித்து நிறுத்தினாள். எதிரில் தொலைவில் தென்பட்ட உருவங்களைக் கண்டபோது வேணிக்குத் திகைப்பு. கண்களைக் கசக்கி வெயில் மினுமினுப்பின் கூச்சத்தைப் போக்கிப் பார்த்த வேளையில், அந்த உருவங்கள் தெளிவாகப் புலப்பட்டன. அது அமரனும், அவனோட அப்பனும்.

பள்ளியில் நெருக்கமாய்ப் பார்த்த, பழகிய நேச முகம் மதுரையின் அக்னி நட்சத்திர வீதியில் காணப்பட்டது. அவர்கள் தோளில் உறுமி!

கைலாசம் மாமாவோட மகனுக்கு இன்னைக்குக் கல்யாணம். "உறுமிச் சத்தம்" இல்லையெனில் அது கல்யாணம் ஆகாது. அது ஊர் வழக்கம். உறுமி தட்ட அச்சாரம் பேசி, அமரனும் அவனப்பனும் ஊரிலிருந்து நேரே கைலாசம் மாமா வீட்டுக்கு வந்து கொண்டிருந்தனர்.

"இந்தக் கோலத்தை நா பாக்கணுமா?"

ஓரம் ஒதுங்கினாள் வேணி. ஏன் இப்படிச் செய்கிறாள் என்று தங்கச்சி அதிசயத்தாள். அக்காவுக்குப் பின்னால் மடமடவென அவளும் ஓடி ஒளிந்தாள். எதிர் வந்தவர்கள் காணாதிருக்க, பின்புறம் தஞ்சம் தந்து காத்தது மாரிமுத்து முடி திருத்தகம்.

கைலாசம் அவளுக்குச் சொந்த மாமா; சொந்த பந்தம் பஸ் பிடித்து, வேணாவெயிலில் அலைந்து வரத்

தேவையில்லாமல் போனது. கைலாசம் தனியாகப் பேருந்து ஏற்பாடு செய்திருந்தார். தன் புத்தியைக் காட்டிய, மதுரை வெய்யிலிலிருந்து மீள, தனி பஸ் கைகொடுத்தது.

ஆனால் அந்த பஸ் "நம்ம ஆட்களுக்கு" மட்டுமே. உறுமிக்காரர் களான அமரனுக்கும் அப்பன் வேம்பையனுக்கும் இடமில்லை.

மதுரைக்குப் பிழைக்க வந்தடைந்த கைலாசம் மாமா தாட்டியமாய், செழிப்பாய்ப் பிழைக்கக் கற்றுக் கொண்டார்.

"கைலாசத்துக்கு வாய்ச்சது அந்தக் கடவுளுக்கே வாச்சிருக்காது" தொழிலாளியான காமாட்சி வெறுப்பாற்றிக் கொண்டாள். ஆலைக்குள்ளும் வெளியிலும் ஒருத்தருக்கொருத்தர் பேசிக்கொள்கிற வேளை கைலாச புராணம் வாசிப்பது வழக்கமானது.

இருபது வருசங்கள் முன் ஊரில் கைலாசம் கையில் சுருட்டிருந்தது; தலையில் முண்டாசுக் கட்டு இருந்தது; முண்டாசுக்குள் முடிச்சுள்ள மூளை கிடந்தது. என்ன சூட்சமம் உள் இயங்குகிறது என்று கண்டறிய முடியாத மர்ம முடிச்சு. வட்டிக்குக் கொடுத்து வாங்கும் லேவாதேவித் தொழில் கொடிகட்டிப் பறந்தது. ஒன்னுக்கு ரெண்டு வட்டி. திருப்பிக் கொடுத்தாலும் மூலக்கடன் அடைபட்டதாக அவரது கணக்கேடு காட்டியதில்லை. ஏறு முகமாக இருக்குமேயன்றி ஒருக்காலமும் வட்டி இறங்கு முகம் கொண்டதில்லை. கடைசிக் காட்சி இல்லாதது ஏலாததுகளின் நிலபுலத்தைச் சுருட்டிக் கொள்வதாய் அமையும். மிராசுதார் என்ற புதிய பெயருடன் வட்டார பெரிய மனுசர்களுள் ஒருவராக உயர்ந்து போனார்.

மதுரைக் கொட்டகைக்குள் காலடி பதித்த இந்த 'சுருட்டு மிராசுதார்' இப்போது சில வருசங்களாய் ஆலை 'மேஸ்திரி'.

திரேகக் கட்டுமானத்திலும் மேலாய் பேச்சுக் கட்டுமானம்.

"மேஸ்திரி வேலைக்கு இவந்தான் சரிப்பட்டு வருவான்" மீனாட்சி ஆலை முதலாளி முடிவெடுத்தார். தொடங்கப்பட்ட காலத்தில் முதலாளி எடுத்த முடிவை கைலாசம் முழுமையாய்க் காப்பாற்றிக் கொடுத்தார்.

"நூற்பாலையில் தொழிலாளிகளை வதக்கி எடுத்து வேலை வாங்க வசமான ஆளாக்கும்"

ஆட்களை மேய்க்கிற தோரணையை நினைத்து நினைத்து முதலாளிக்கு உள்ளூற மகிழ்ச்சி கொப்புளித்தது. முதலாளியென்னும் ஏணியை வசமாகப் பிடித்தபடி மளமளவென உயரத்துக்குப் போய் விட்டார்.

வேறெந்தப் பெரிய மாற்றமும் தோன்றவில்லை. சுருட்டுக்குப் பதிலாய் 'வில்ஸ் ஃபில்டெர்' விரல்களில் ஏற்றம். 'ணங்' என பெருஞ்சத்தம் கொடுக்கிற பணப்பெட்டிக்குப் பதில் உறுமலோ முக்கல் முணகலோ செய்யாத ஒரு அசுரன் வங்கி என்னும் பெயரில் உதித்திருந்தான். ஒவ்வொரு நூற்பாலை உருவாகிடும் வேளையிலும் இது போலக் கூத்திடுகிறவர்களின் கூடாரமான வங்கிகள் கூடவே முளைத்தன. எவராலும் தூக்கிப் போகமுடியாத டிரங்குப் பெட்டி அது. ஆயிரமாகத் தொடங்கி, பத்துப் பத்து ஆயிரமாகப் பெருகி, லட்சங்களாகக் கூடிக்கொண்டு போனது. பெருக்கல் கணக்கு மட்டுமே தெரிந்த, கழித்தல் கணக்கு அறியாத கைலாசத்தின் கால்களின் கீழ் உலகு கிடந்தது. இவர் அந்தச் சொர்க்கத்தில் ஆட்சியாளர்.

தென்வட்டாரத்தில் ஒரு அத்தத்திலிருந்து இன்னொரு அத்தம் வரை ஒரு அறுபது கல் சுற்றளவு அனைத்து விவசாயக் கூலிப் பறவைகளும் அந்த ஆலைக்குள் கூடமைத்தன. அவர்கள் பார்த்த போது, ஆலை நிர்வாகத்தின் பிடரியில் அமர்ந்திருந்தார் கைலாசம்.

'இந்தக் கோலத்தை நா பாக்கணுமா?'

கல்யாண வீட்டு முற்றத்து மரத்தடியில் அமரனும் அப்பனும் இறங்கியிருந்தார்கள். அமைதி தவழும் கடலின் அடியிலிருந்து குமிழிகள் எழுந்து வருவது போல், வேணியின் மனக்கடல் புறு புறுத்தது. அவர்கள் மண இல்லத்தில் காட்சியாவதை அவள் கிஞ்சித்தும் ஒப்பவில்லை. அமரனையும் அவன் அப்பனையும் நேரில் கண்ட மறுகணம் அவள் முகம் சாம்பியது. கண்டு கொள்ளல் வேண்டாமெனச் சாடை செய்தாள்.

காற்றினிலே கீதம் நடக்கும் பாதை உறுமியின் பாதை. பூப்பெய்தல் சடங்கு, திருமணம், கோயில் திருவிழா, சாமி அழைப்பு, வீடு, வீதி என உறுமியின் இசை இழையும். வாசற்படி தாவி வீட்டுக்குள் வரும்; நாத நடைக்கு எவரும் தடை விதிக்க முடியாது. சாம்பிராணிப் புகை போல் வீட்டின் இண்டு இடுக்கு, மூலை முடுக்கெல்லாம் விசிறி வீசிப் நிறைந்து தங்கும். காற்றுச் சிறகுகள் இசையைத் தூக்கிப் போய் எல்லா மனசுகளையும் லகுவாக்கும். சடங்கான பிள்ளையை மறித்த குச்சிலில் எதிரில் அமர்ந்து சேதி சொல்லும் "உனக்குத்தான் இன்னைக்கு நீர் முழுக்காட்டு" மெல்லக் காதில் ஓதி மறையும். இரு காதுகளையும் விரித்து இசையில் சொக்கிப் போய் "ஆ நல்லா இருக்கு, நீ பேசுறது" எனச் சொட்டாங்கு போட்டு மயங்கிச் சரியும் அச்சிறு விழிகள்.

நாதத்துக்குத் தீட்டில்லை; யாதும் வீடுகள், யாதும் ஊர்கள்; கால்களில்லை; உடல் உருவமில்லை. அது காற்று வடிவாய்ப் பயணித்து எங்கும் நுழையும் உரிமை கொண்டது போல, இசையை உண்டாக்குகிறவர் எவரோ அவர்களுக்கு எந்த வீட்டிலும் படியேற உரிமையில்லை. தெலுங்கு பேசும் முருகவேணியினது உயர்சாதி வீடுகளுக்குள் நடமாட உறுமிக்காரர்களுக்கு சுதந்திரம் இல்லை.

வாரைக் கழுத்தில் மாட்டி, வயிற்றுப் பிள்ளையாய் உறுமியைத் தடவித் தடவி இசையால் சாதி வீடுகளில் பணிந்து பணிந்து முதுகு வளைவு போட்டுவிட்டது அப்பன் வேம்பையனுக்கு.

அப்பனோடு மகனையும் கைலாசம் மாமா வீட்டுக் கலயாணத்துக்குக் கூட்டி வந்தது அந்த உறுமி. வேற எந்த விசேடங்களிலும் இரண்டு பேரையும் ஒன்னாய்ப் பார்த்தவளில்லை வேணி. பள்ளிக்கு விடுமுறைக் காலம். வேம்பையன் அமரனையும் இழுத்துக் கொண்டிருக்கிறான்.

பிரியக்காரியான வேணியை மண இல்லத்தில் சந்திப்போமென அமரனும் எதிர்பார்க்கவில்லை.

சிறுபிராயம் முதலே யாராயிருந்தாலும் உள்ளாறக் கூட்டிவந்து ஒன்னுமன்னாய்ப் பழகீறனும் என்கிற மனசு முருகவேணிக்கு. அது சாத்தியப்படாதென கல்யாண வீடு கை கழுவிவிட்டது. தன்னிடம் பேச, நெருங்கி வர முயன்ற அமரனை, கண்ணால் ஒதுக்கினாள். சொற்களை விடக் கண் சைகை எச்சரிகை மணியை அழுத்தமாக அடித்தது.

-4-

"ஏய், உறுமி உறுமி" இந்த 'டமாங்குத்' தொண்டை கைலாசத்தின் தம்பி மாணிக்கத்திற்குரியது. மாணிக்கம் உறுமியை எழுப்பும் அதாட்டியமான குரல். மணப்பெண் அழைப்புக்கு உறுமி போய் வரவேண்டும்.

"இந்தக் கொட்டுக்காரப் பசங்க எங்க போனானுங்க"

மாணிக்கம் கத்தினான். தென்னந்தட்டி மேல் சாய்ந்து கண்ணயர்ந்து களைப்பு ஆற்றிக்கொண்டிருந்த அப்பனும் மகனும் திடுக்கிட்டு விழித்தனர். துயில் நீக்கி அப்பனை, மகனை அந்தச் சத்தச் சாட்டை துயில் நீக்கி எழுப்பிற்று.

"மாணிக்கம் அண்ணே ஒனக்கு மெதுவாவே பேச வராதா?"

ஆலையில் பெண்டுகள் கேட்பார்கள்.

"ஒங்களுக்கு மல்லிகைப் பூச் செண்டு கொண்டு வீசனுமாக்கும்"

சுள்ளென்று பதில் வெடிக்கும்.

ஆலை உள்ளவரை 'பதிலி' என்னும் சொல்லுக்குச் சாவில்லை. நாள்தோறும் ஆலைக்குள் வரும் தொழிலாளிகளில் ஒருவர் வேலைக்கு வரவில்லையென்றால், அந்த இடத்தில் வேலை செய்ய வருபவர் 'பதிலி'. சாகாவரம் பெற்ற சொல். தொழிலாளிகள் வட்டாரத்தில் ஒருத்தருக்கு சுகவீனம், குடும்பச் சிக்கல், நோக்காடு வரவேண்டுமென்று பதிலிகள் ஆசைப்பட்டார்கள். 'மில் கேட்டுக்குள்' தானும் ஒரு தொழிலாளி என்பது போல் மாணிக்கம் தெரியமாட்டான். அவந்தான் இந்தப் பதிலிகளுக்கு வேலை கொடுத்துக் கட்டி மேய்ப்பவன்.

மேஸ்திரி கைலாசத்தின் தம்பி மாணிக்கம் என்ற தோரணை.

ஆலைத் தொழிலாளிக்கு மாதச் சம்பளம், பதிலிக்கு வாரச் சம்பளம். ஒவ்வொரு சனிக்கிழமையும் சம்பளம். எந்தத் தொழிலாளிக்கும் தயவு தாட்சண்யம் காட்டமாட்டான். சம்பளம் வாங்குகிற சனிக்கிழமையில் வட்டியை உருவிக்கொண்ட பிறகு ஆளை வெளியில் விடுவான்.

அப்பனும் மகனும் பல்லில் பச்சைத் தண்ணி விட்டிருக்கமாட்டார்கள். சாப்பிட்டாச்சா; செஞ்சாச்சா என்ற விசாரிப்புமில்லை. களைப்புடன் பந்தக்காலுக்கு அண்டக் கொடுத்து சாய்ந்திருந்தவர்களை,

"வந்ததும் வராததும் சாய்மானம் கேக்குதோ?" என்று மாணிக்கம் விரட்டினான்.

அனைத்துக் காட்சிகளையும் முருகவேணி சன்னல் வழியாக நோக்கிக் கொண்டிருந்தாள். கல்யாணத்தில் அவள் கருத்துச் செலுத்த முடியவில்லை. பரிதாபப்படல் மட்டுமே சாத்தியமாகியிருந்தது.

கல்யாணம் முடிந்த மறுநாள் தயாராய் நின்ற ஊர்க்காரர்கள் ஏறிய வேளையில், வெயிலில் நின்று உறுமியைத் தடவிக் கொடுத்துக் கொண்டிருந்த அமரன் மேல் வேணி பரிதாபப் பார்வை வீசினாள். பேருந்தில் சில இடங்கள் காலியாயிருந்தன.

பக்கத்து இருக்கையில் அமர்ந்திருந்த பெரியம்மாவிடம் சொல்வது போல் மாணிக்கத்திடம் பேசினாள் வேணி. "அவங்களையும் ஏறிக்கீறச் சொல்லலாமே".

மாணிக்கத்தின் வாயில் டஸ், புஸ் என்று சத்தம் பீறிட்டடித்தது.

"வேலியில கெடக்கும் ஓணானை எதுக்கு வேட்டிக்குள்ள விட்டுக்குறது" என்று சொன்னான். பேருந்துக்குக்குள் மாணிக்கத்தின் கட்டளை செயற்பாட்டுக்கு வந்தது.

வெப்புராளம் எடுத்த மனசை மடக்கிக் கொண்டாள் வேணி. பேருந்து புறப்பட்ட போது, கண் கசிவை மறைக்க அவளின் இயலாமை வெளிப்பட்டது.

-5-

மேடையில் தேவராட்டம் ஆரம்பித்த வேளையில் தண்ணீரில் ஊசி நழுவுதல் போல, ஒரு சத்தமில்லாமல் கூட்டம் கட்டுப்பட்டுக் கிடந்தது. நம் வீட்டுப் பிள்ளகள் ஆடுகிறார்கள். பெற்றவர்களுக்குப் பெருமை பிடிபடவில்லை.

"முட்டை ஓதி எறியனும்" என்று பேசிக் கொண்டார்கள். *(கண்ணேறு தச்சிருச்சி என்று செய்கிற சடங்கு)*

'டுர்ருங், டுர்ருங்' - உறுமி இழைப்பில் காலடிகள் அடவு வைத்துப் பெயர்ந்தன; முகங்கள் பாவனை காட்டின. உறுமி இசைத்து கை லேஞ்சி வீசி, ஒரு மயில் போல் ஆடிய அமரன் எல்லார் உயிர் மூச்சையும் நிறுத்தியிருந்தான். ஆட்டத்தில் கண்கள் பதித்திருந்த இசை அமைப்பாளர், இயக்குநர் "என்னமா ஆடுறான்யா" எனத் தன்னறியாது உதிர்த்தனர்.

குழுவின் வாத்தியார் என்னும் கர்வத்தின் சிறு குறிப்பும் அமரனிடம் தென்படவில்லை.

மொத்தக் குழுவினரின் திறன்களையும் ஒருமுகப்படுத்தும் தருணமிது என்பதில் அவன் சிந்தை கொண்டிருந்தான்.

தேவதுந்துபியின் அடிக்குத்தக அடவுகள் மாறின. அடவுகளை மாற்றிக்காட்டுவது அந்த அடி தான். ஒன்னாம் ஆட்டம், இரண்டாம் ஆட்டம் என முப்பது ஆட்டங்கள் வரையிலும் அடவுகளை மாற்றி ஆடிக்காட்டச் சொல்வது அதுதான். வாத்தியார் பேசமாட்டார், உறுமி இசைப்பு பேசும். நீர் மேல் நடப்பது போல், நெருப்புக் கொழுந்துகளைத் தாவுவது போல், காற்றில் படுத்து மிதப்பது போல் ஆட்ட அசைவுகளை மாற்றிச் சீராக்கித் தந்தது தேவதுந்துபியின் இசை.

அமரனின் கவனக் குவிப்பு தன் சக ஆட்டக்காரர்கள் மேல் பதிந்திருந்தது. யாராவது ஒருத்தர் தவறு செய்தால், டக்கென உறுமியுடன் வரிசையில் தாவி ஆடிக்காட்டி அடவுகளைச் சரி

செய்தான். விழி அசைவுகளால் பிழை திருத்தினான். முன்னோடும் கிளி அவன் என அந்த இடமும் தருணமும் பார்வையாளர்களுக்கு உணர்த்தின.

தேவராட்டம் முடிவு பெற்று பிள்ளைகள், பெரியாட்கள் என்றில்லை; முன் வரிசையில் அமர்ந்து சுவைத்துக் கொண்டிருந்த திரை இசைக் கலைஞர், இயக்குநரின் கைதட்டல் ஓயவில்லை. இருவரும் எழுந்து நின்று, இருகைகளாலும் 'தத்தாங்கி' கொட்டிப் பாராட்டைத் தெரிவித்துக் கொண்டிருந்தனர். கைதட்டலைத் தேவராட்ட வாத்தியாரான அமரனும் குழுவினரும் நெஞ்சில் கை வைத்து, தலை வணங்கி ஏற்றனர்.

இசை அமைப்பாளர் அமரனை நோக்கி 'அற்புதம்' என விரல் உயர்த்திக் காட்டினார்.

தன் ஆட்ட லாவண்யத்தைக் கவ்விக் கொள்ளும் இரு கருவிழிகளை அவன் கூட்டத்தில் தேடினான். அந்தக் கருவிழிகள் தொடக்கம் முதலே காணப்படவில்லை. கும்மி, கோலாட்டம், பாட்டு எனக் கலை நிகழ்வுகளில் பங்கேற்ற அத்தனை பெண்பிள்ளைகளும் அங்கிருந்தனர். அந்தப் பெண்ணுரு மாத்திரம் தன் பங்கேற்பு முடிந்து அவையை விட்டு நீங்கியிருந்தது.

(உயிர் எழுத்து - அக்டோபர் 2021).

எட்டாம் வகுப்பு

அரைக்கால் டவுசர்; டவுசர் தெரியும்படிக் கைலியை மேலே தூக்கி மடித்துக் கட்டியிருந்தால் சண்டியர் என்று பேர். மதுரையில் தெருவுக்குத் தெரு சென்ற நூற்றாண்டின் அறுபதுகளில் சண்டியர்கள் உருவாகியிருந்தனர்; எந்த வேலைக்கும் போகாத, எந்த வேலையையும் செய்யும் விருப்பமற்ற, உழைப்பு நல்க மறுக்கிற உதிரிகள்.

ஒரு சண்டியர் மோகன்ராசு உருவில் மீனாட்சிபுரம் என்ற நடுத்தரமான ஊரில் உருவாகியிருந்தான். எட்டாம் வகுப்பில் தோல்வி. படிப்பு முடிக்காமல், நான்கு வருசமாய் ஊர் சுற்றல். அவனது சொத்து தோட்டம், காடு, கரை எனப் பரந்து கிடக்கிறது. வழக்கம் போல கோடையில் கண்மாய் வற்றும். வற்றிக் காய்ந்ததும் களிமண் எடுத்து அவரவர் புஞ்சையில் போட்டுக் கொண்டிருந்தனர் விவசாயிகள். ஒரு நல்ல சம்சாரியெனில், சரள்மண் மூடிய பூமியில் கண்மாய்க் களிமண் வாரி எடுத்துப் போட்டால் அவ்வளவும் தங்கமாகக் காண்பான். மோகன்ராசின் அம்மா, அய்யா தலையில் வண்டுகட்டி, சும்மாடு கூட்டி, அதன் மேல் கெட்டிக் களிமண் நிறைத்த கூடை சுமந்து வேணாத வெயிலில் நிலத்தில் போய்க் கொட்டிக் கொண்டிருந்தனர்.

சண்டியர் அங்குத் தென்படவில்லை. புதிதாய் வாங்கிய ஹெர்குலிஸ் சைக்கிளைத் தொடைகளில் இடுக்கிக் கொண்டு பக்கத்து நகரில் வலம் வந்து கொண்டிருந்தான். சைக்கிளில் ஏறியதும் குதிரையில் உலாவரும் ஒரு மஹாராஜா தோற்றம் வந்துவிடும்.

அவன் பீடி சுண்டவும் பழகி இருந்தான். பீடி சுண்டுகிற அந்த செயலைப் (ஸ்டைல்) பார்த்தால் இறக்குமதி சண்டியர் அல்ல, நிஜமான சண்டியர் என்று கண்ணை மூடி எவரும் சொல்வர்.

-2-

எட்டாம் வகுப்பில் ஒரு விபரீதமான சம்பவம் நடந்தது. வினோதமானது என வேற பெயர் சூட்டி அடையாளப்படுத்திடவியலாது.

வேற வேற வார்த்தைகளிலான அடையாளம் சம்பவத்தின் தீவிரத்தை நீர்த்துப் போகச் செய்யும்.

அது எட்டாம் வகுப்பு வரையான அரசு நடுநிலைப் பள்ளி; எட்டாம் வகுப்பின் மொத்த எண்ணம் 30; பையன்கள் 20, பெண்பிள்ளைகள் 10. இதில் ஏழு பேர் மாசார்பட்டியிலிருந்து படிக்க வந்து சென்றனர். அன்றைக்கு முதல் மூன்று பீரியடுகளுக்கு வகுப்பெடுக்க வேண்டிய ஆசிரியர்கள் மூவர் விடுமுறை. காலை இடைவேளையின் பின் வகுப்பறைக்குள் நுழைந்த பெண்பிள்ளைகள் கரும்பலகையில் எழுதப்பட்டிருந்த வாசகங்கள் கண்டு அதிர்ச்சியுற்றனர். கால்களைச் சுண்டி இழுத்துக் குப்புறக் கவிழ்த்து விட்டது போல் உணர்ந்தனர். கண்கள் அதிர்ச்சியுடன் விரிந்தன.

நாயகி 95% மணிமொழி 85 % அச்சம்மாள் 70% லோகேஸ்வரி 65% காவேரி 50% கன்னியம்மாள் 60% ஞானசவுந்தரி 85% பார்வதி 80% மீதி இரண்டு பேருக்கு மதிப்பெண் போட முடியாதபடிக்குப் பெண்பிள்ளைகளின் வருகை அமைந்தது.

பெண்ணின் உடல் வடிவைக் கொண்டு அழகுக்கு மதிப்பெண் இட்டிருந்தனர் மாணவர்கள். பெண் என்றால் உடம்பு. உடல் திரட்சி, சதைப்பிடிப்பு, முகவடிவு எனப் பூசனம் பிடித்துப் போயிருந்தது ஆண்களின் பார்வை. அன்றைய ஆணின் துருப்பிடித்த கண்கள் இன்றைய ஆணின் கண்களாகவும் இருந்தன என்பதைச் சாட்சிப்படுத்திற்று வாசகம்.

சுருக்கென்று தைக்க கோபம் கொண்டு, சில பெண்கள் துணி எடுத்து அழிக்க முயன்றனர். அழிக்கப் போனவர்களை இரு கைகள் விரித்து 'யாரும் அழிக்கக் கூடாது' என்று மறித்திருந்தாள் பார்வதி.

"யார் எழுதியது என்ற உண்மை தெரிஞ்சாகனும்"

சத்தம் போட்டுக் கத்தினாள். பையன்கள் ஒருத்தர் கூட அசங்க வில்லை. காட்டிக் கொடுத்த பழி தன்மேல் இறங்கிவிடும் என உத்தம சீலனான சிலர் பயந்து போயிருந்தனர். அறிய முடியாதபடி எல்லா முகங்களும் ஒரே முகங்களாய் இருந்தன. ஒவ்வொருவர் நோட்டுப் புத்தகமாகப் பார்த்துக் கையெழுத்தை ஒப்பிட்டுக் கண்டுபிடிக்கும் ஒரு வழியுண்டு. ஆனால் அது ஈரெட்டான மதிப்பிடல் வழி. சிலருக்குக் கையெழுத்து வேறு; கரும்பலகை வேறு. அந்தச் சாகசம் கைவந்தவர்கள் பையன்களாக இருந்தார்கள்.

மகேந்திரன் பார்வதியைத் தள்ளிவிட்டு கரும்பலகையைக் கைக்குட்டையால் அழித்திருந்தான். அழித்த பின்னர் பையன்களிடம் நிம்மதிப் பெருமூச்சு உண்டானது. நெஞ்சைப்பிடித்து உலுக்கிய பயத்தின் வேர்கள் இவ்வேளை அலைதல் அடங்கி சற்றே ஓய்ந்தன. ஆயினும் நடுக்கம் முற்றாக நீங்கிவிடவில்லை.

விடுமுறை எடுத்திருந்த ஆசிரியர்களில் தருமர் ஓவிய ஆசிரியர், நீதி போதனை ஆசிரியர் என்கிற பொறுப்பினையும் வகித்தார். அவர் ஒரு வாரம் விடுப்பு எடுத்திருந்தார்.

-3-

பெயருக்குப் பொருத்தமாய் நாயகி எட்டாம் வகுப்புப் பிள்ளைகளில் அழகியாக இருந்தாள். ரத்தினக் கல் மாதிரி தனித்துத் தெரிந்தாள்; மொத்தப் பள்ளிக்கூடமும் அவள் அழகால் சுண்டப்பட்டது. நாயகி கடந்து போகையில் பள்ளிக்கூடச் சுவரில் சாய்ந்தபடி கிளியோபாத்ரா எனச் சில பையன்கள் முணுமுணுத்தார்கள். அதுவும் மாசார்பட்டி கிளியோபாட்ரா! அச்சடித்த தாளில் கண்டது தவிர மீனாட்சிபுரம் மாணவர்கள் கிளியோபாட்ராவின் காலத்தில் வாழ்ந்ததும் இல்லை; நேரில் தரிசித்ததுமில்லை.

குந்துவான் ஆட்டத்தில் தூக்கிச் செருகிய பாவாடையின் கீழ் முழங்கால்களின் கீழ் மஞ்சள் கடைசல் கால்கள் பளிச்சிடும். குதிங்கால் தசைகளில் ஓடும் பச்சைப்பசிய நரம்புகள் ஒய்யாரம் கொண்டு மினுக்கிட்டன. ஒரு பறவையின் பாதங்கள் போல சவ்வு விரியும் அகன்ற பாதங்கள். அவை மண்ணில் பதிந்து மேலெழும் வேளை மென்நடை உருவாகும். தானொரு அழகி என்ற பாவமோ, திமிர்ப் பார்வையோ நாயகியிடம் வெளிப்பட்டுக் கண்டதில்லை. பையன்களின் கிண்டலடிப்பு, கிளியோபாட்ரா முணுமுணுப்பு அவளை ஒருபோதும் தொட்டதில்லை. முணுமுணுத்தலோ, முறைப்போ காட்டி அவள் எதிர்வினை ஆற்றியதைக் கண்டவரில்லை.

மீனாட்சிபுரத்தை இரண்டாகப் பிளந்துகொண்டு மதுரைச் சாலை தெற்கு வடக்காய் நீளுகிறது. ஊர் மந்தைதாண்டி ஒரு ஒத்தைக்கண் பாலம் கடந்து தெற்குச் சாலை நீண்டு செல்லும். பாலத்தின் கீழ் ஒரு ஓடை; ஓடை என்பதன் இலக்கணத்தை எக்காலத்திலும் அது நிரூபிக்க சுற்றியுள்ள தோட்டக்காடுகளின் விவசாயிகள் விட்டதில்லை. தோட்டக்காடு தண்ணீர் குடிக்கக் குடிக்க, சம்சாரிகள் தோட்டக்

கிணறுகளில் ஓடையில் இருந்து குழாய் மூலம் ஏற்றி நிரப்பி விடுகிறார்கள்.

பாலம் கடந்து ஓடைப்பள்ளத்தில் இறங்கிக் கரையேறியதும் தொடங்குகிறது மாசார்பட்டி செல்லும் சரள்மண் பாதை. எட்டாம் வகுப்பு நாயகி, அச்சம்மாள், லோகேஸ்வரி, மணிமொழி நால்வரும் ஓடைப்பள்ளம் இறங்கி மேடேறி வண்டிப் பாதையில் நடப்பார்கள். பள்ளியிலிருந்து திரும்பும் மாணவிகளுக்காகக் காத்திருந்தன ஒற்றைக்கண் பாலத்தில் மீது காம இச்சை கொண்ட இருகண்கள். ஒவ்வொரு நாளும் காத்திருப்பு. அந்தப் பெண்களைப் பார்த்து மோகன்ராசின் கொச்சையான சேட்டைகள்.

நான்கு பெண்களுடன் மூன்று மாணவர்களும் மாசார்பட்டியிலிருந்து உடன் வந்தனர். ராமலிங்கம் தவிர மற்ற மாணவர் இருவரும் மோகன்ராசைப் பந்தாடும் வல்லமை கொண்ட தடித்தடிப் பையன்கள். பெண்கள் இன்னும் வேக நடை கற்கவில்லை அவர்களுடைய நடைக்கு ஈடுதர பெண்பிள்ளைகள் ஓடி ஓடித்தான் தொடர்ந்தனர். உழைக்கும் பெண்களெனில் எதைப் பற்றியும் கவலை கொள்ளாத உழைப்பின் வேகநடை வந்திருக்கும்; இவர்கள் பொத்திபொத்தி மெதுநடை நடந்தார்கள். மாணவிகள் ஆடி அசைந்து வருவதற்கு நேரமாகுமென மூவரும் வேகமாய்க் கடந்து போய்விடுவதுண்டு. மோகன்ராசு அங்கு வந்து உட்காருவதும் கொச்சைப் பேச்சு பேசுவதும், குறிப்பாய் நாயகி மேல் காமக்கோட்டிப் பிடித்து அங்கசேஷ்டை செய்வதுமென இதை மூவரும் அறியார்.

இன்ன நேரம் என்று இல்லை, வேலை வெட்டி இல்லாமல் காமக்கோட்டிப் பிடித்து விரட்டிக்கொண்டு திரிபவனுக்கு நேரக் கணக்கு உண்டுமா? "நாயகி எங்கெங்கு செல்கிறாயோ, நீ செல்லுமிடமெங்கும் நான் வருவேன்" என அவள் கண்ணெதிரே போய் நிற்பான். அன்றைக்குப் பள்ளி விட்டதும் ஊர் திரும்புகையில் நாயகி இரண்டு பாகம் பின்தங்கினாள். ஒத்தைக் கண் பாலத்தில் அமர்ந்த அவனுக்கு வாய்ப்பாக அமைந்தது. நெருங்கி வந்த அவனுடைய கையில் நாயகியின் தாவணி இழுபட்டது. ஓடைப் பள்ளத்தில் இறங்கி கரையேறி தாமசித்த பெண்பிள்ளைகள் நாயகிக்கு நடக்கவிருக்கும் ஆபத்துணர்ந்து, மீண்டும் பள்ளத்தில் இறங்கி ஓடிவந்தார்கள்.

அதற்குள் மோகன்ராசின் பாகவதர் முடியைக் கொத்தாகப் பிடித்து, காலில் இருந்த செருப்பைக் கழட்டி அடித்துக் கொண்டிருந்தாள் நாயகி. தலை, கன்னம், காது, வாய், தடுக்க முயலும் கைகள் என வீசினாள்.

மோகன்ராசு, எதிர்த் தாக்குதலை அதிலும் மோசமான செருப்படிகளை எதிர்பார்க்கவில்லை. பின்னால் ஓட எத்தனித்தபோது, பார்வதி ஞானசவுந்தரி என எட்டாம் வகுப்புப் பெண்கள் படையொன்று அவனைத் துரத்தி வந்து கொண்டிருந்ததைக் கண்டான். பயந்து இடப்பக்கமாக ஓடாமலிருந்திருந்தால் அவன் மீது படையெடுப்பு நடந்திருக்கும். முத்தின ஆளான, திமிர்கொண்ட உடலின் மேல் பெண்களின் காலணிகள் அணிவகுப்பு செய்திருக்கும். இன்ன இலக்கு என்று அறியாதபடிக்கு, காடுகரை என்று பாராமல் கல்லும் முள்ளும் கீற குறுக்காக ஓட்டம் பிடித்துக் கொண்டிருந்தான். அந்த ஓட்டம் மும்பையில் போய் நின்றது. அவன் மும்பையில் இருப்பதாக ஒரு வாரம் கழித்து அவன் வீட்டுக்குச் சேதி வந்தது.

-4-

கடைசி சனிக்கிழமை பள்ளியில் மாணவர் சங்கக் கூட்டம். அரைநாள் பள்ளிக்கூடம். மதியம் விடுமுறை. தூரம் தொலைவெட்டிலிருந்து வரும் வெளியூர்ப் பிள்ளைகள், வேணாத வெயிலில் திரும்பி ஊர் போக வேண்டியிருந்த போதிலும், கடைசி சனியைத் தவறவிடுவதில்லை; அத்தனை இளம்மனசுகளும் துள்ளாட்டம் கொண்டு, தவ்வாளி போட்டுத் தாவி வந்தன.

மாணவர் சங்கக் கூட்டத்தில் என்னென்ன உண்டு?

பாடல், கதை சொல்லல், அழிப்பாங்கதை, கோமாளி ஆட்டம், அகடவிகடப் பேச்சு எனப் பல தினுசுகளும் பரிமாறப்படும். அழிப்பாங்கதை ஒருவரின் புத்தியை உரசிக் கூர்மைப்படுத்தும். அழிப்பாங்கதை என்கிற விடுகதை போட்டுவிட்டுக் கூட்டத்திலிருந்து பதிலை எதிர்பார்ப்பார்கள். யாரிடமிருந்து இந்த விடுகதையை அறிந்துகொண்டனரோ அவரும் வந்திருப்பார். மாணவர் சங்கக் கூட்டத்தில் பெற்றோருக்கும் மற்ற பெரியவர்களுக்கும் அனுமதியுண்டு.

தன் பிள்ளை இவ்வளவு புத்திசாலித்தனமாய் இருக்கிறான் என்பதைக் கவனிக்க, சோதனை செய்ய வந்தது போல் தோன்றும். தங்களின் சின்னஞ்சிறு குஞ்சு எப்படி ஒரு கலைக்கூடத்தை உருவாக்குகின்றது என ஆசிரியமார்களும் பெற்றோரும் அதிசயித்து உட்கார்ந்திருப்பார்கள். தூக்கணாங் குருவிக்கூடு போல இந்தப் பிஞ்சுகள் என்னமாய் வடிவமைக்கிறார்கள் என்பதில் கிறங்கிப்

போனார்கள். இது பிள்ளைகளின் ஆறு; அவர்களின் அணை; அவர்களின் மதகு; எந்த நேரமும் அவர்கள் திறந்து விட, பயன்படுத்த உரிமையுண்டு. இதையெல்லாம் வடிவமைக்க நீதிப்போதனை வாத்தியார் பொறுப்பில் ஓவிய ஆசிரியரிருந்தார்.

போன சனிக்கிழமை காலை மாணவர் சங்கக் கூட்டம் நடைபெற்றபோது,

"கலையே உன் விழி கூட கவி பாடுதே

தங்கச் சிலையே உன் நிழல் கூட ஒளி வீசுதே"

ஏ.எம்.ராஜா பாடிய திரைப்படக் காதல் பாடலைத் துளசிமணி இனிமையாக இசைத்தான். பாடல் பதின்ம வயதுகளிடையே மட்டுமல்ல, பெரிய ஆட்கள் பல பேரின் நாக்கிலும் இதயத்திலும் ஒட்டி ஏலவே ஒலித்துக் கொண்டிருந்த பாடல். துளசிமணி அதை வெளிப்படையாகப் பாடினான்.

பாடல்கள், ஒலிச்சித்திரம், கதை வசனம், காதல் பார்வை, திரை உடல்மொழி எனப் பள்ளிகளில், வீதிகளில், வீடுகளில் சில பதின்ம வயதுகள் நடமாடும் 'டூரிங் டாக்கீஸ்களாக' தென்பட்டனர். ஓலைக் கொட்டகையிலிருந்து (டூரிங் டாக்கீஸ்) இறக்குமதியாகி பதின்மங்களில் கொப்பளித்தது இளம்பருவ வெக்கைத் தாக்கம்.

மாணவர் சங்க கூட்டத்தின் நிறைவில் ஓவியயாசிரியர் மாணவர்கள் முன் வந்து நின்றார்.

"இனியும் இதுபோல் ஒரு பாடல் இங்கே ஒலிக்கக்கூடாது" என்றார். 'அஃதொரு காதல் பாடல் அல்ல, காம இச்சை கோர்த்த பாடல். எத்தனையோ பிள்ளைகள் தம் வீடுகளில் பெற்றோரிடம் உறவுகளிடமென்று கேட்டு, காத்திருந்து, வாதனைப்பட்டுச் சேகரித்து வருகிறவைகளை இங்கே நமக்குத் தருகிறார்கள்; அவர்களை எள்ளி நகையாடுவது போலுள்ளது இந்தப் பையனின் பாடல்' என்று சாடினார். அனைவர் பார்வைகளும் துளசிமணி மீது பதிந்தன; அவன் தலை நிமிரவில்லை.

"இன்று ஒலித்த பாடல் நமக்கு ஒரு அவமானம்"

அன்றைக்கு நடந்ததை விட நேற்று நடந்த 'கரும்பலகை வாசகம்' பலமடங்கு குரூரமான பெண் சீண்டல். மொத்த வகுப்பும் ஆண் பார்வையில் இயங்கியிருந்தது. வட்டாரமெங்கும் வேறெந்தப்

பள்ளியிலும் வெளிப்பட்டிராத, மண்ணுக்கு ஒவ்வாத கலாச்சாரம். இம்மாதிரி நிகழ்வுகளில் ஒழுங்கு நடவடிக்கையில் தலைமை ஆசிரியை சந்திரமதியை எவரும் 'பீட்' அடிக்க (தோற்கடிக்க) முடியாது.

மோகன்ராசு என்ற சண்டியர் ஊரைக் காலிசெய்து விட்டு ஓடினான். தங்களுக்கு என்ன நேரும் என்னும் யோசனையின் அந்தகாரத்தில் மூழ்கினர் மாணவர்கள். யோசிப்புகள் முட்டி உடைக்கவியலாத இருட்டாக இருந்தது. நெஞ்சு பதக், பதக் என்று துடிக்க, ஓவிய ஆசிரியரின் வருகைக்காகக் காத்திருந்தனர். காத்திருந்த கண்களில் நடுக்கம் குடியேறியிருந்தது.

கண்ணாமூச்சி – காலாண்டிதழ்: ஜூலை 2022.

ஒரு பூங்கா

உதிரக் காத்திருக்கும் சருகுகள், பச்சையும் பழுப்புமென இடைமாறு கால இலைகள் நிறைந்திருக்கும் பூங்காவினுள் பருவ ஊஞ்சலில் உலகம் சுற்றும் இளசுகள்: புதுமண இணையர்: மூத்தோர்- அத்தனை விதமும் பூங்காவுக்குள் பிரவேசிக்கிறார்கள்.

இளசுகள் பிரியத்தைப் பரிமாறிக் கொள்ள தோதான தாவர மறைவிடங்களுண்டு; மறைவாய், மிகமிக மறைவாய் தமக்குள் கதைகள் பறிமாறிக் கொள்வார்கள். இளசுகளைத் தனக்குள் மறைத்து வைத்துக் காக்கும் மாய வித்தை கற்றிருக்கிறது பூங்கா; அவ்வப்போது தேவைப்பட்டால் கைவசம் வைத்திருக்கும் காற்றினைப் பறிமாறும் கலையும் அறிந்திருந்தது. சிறு அசைவுமற்று கப்சிப் என வாய்மூடிக் கொள்ளவும் கற்றிருக்கிறது. பச்சைச் செடி, கொடிகள் புல் பூண்டு தாவரம் மரம் அனைத்தும் அன்புக்கும், காதலுக்கும் உதவும் உயிருள்ள ஜீவன்கள் ஐயமில்லை.

பூங்காவில் இளவயதுகளின் நடமாட்டம் கூடுதல். குறிப்பாக ஞாயிறுகளில் அவர்கள் அதிகம் காணப்படுகிறார்கள். அதனினும் கூடுதலாய்ப் பெண்கள்: அன்றுதான் குடும்பம் ஓய்வு தருகிறது; அன்றுதான் ஆண்கள் தங்கள் கைகளில் இருந்து பெண்களை விடுவிக்கிறார்கள்; அல்லது அன்றுதான் அவர்களுக்குத் தாங்களே உயிருள்ள பொருள் என்னும் உணத்தி தென்படுகிறது.

வனத்தின் சிறு பகுதியாய் இருந்து துண்டிக்கப்பட்ட செடிகொடிகள் அடர்ந்து செழித்த பசுமைப் பிரதேசம் எத்தனை காதலரை அடைக்கலம் தந்து வளர்த்துக் காத்திருக்குமென வரையறை சொல்ல இயலாது.

காதல் என்றால் கள்ளப் பிரியம் தான். கள்ளத் தனமாய்ப் பார்வை – ஒன்னும் தெரியாதது போல் செல்லச் சிணுங்கல், சத்தமில்லாத சத்தம், பட்டும் படாத சொல், தொட்டும் தொடாமல் அருகணையும் சிலிர்ப்பு.

சத்தமாய்ப் பாடிக்கொண்டு காதல் செய்வது திரைப்படங்களில் தான். நல்ல காதல் பூங்காக்களின் செடிகளுக்குள், தாவரங்களுக்குள் மவுனமாய் உயிர்ப்பு கொள்ளும். வேடமிட்ட சொற்களுக்கு அங்கு நடமாட அனுமதியில்லை.

இரவு ஏழு நாற்பத்தைந்துக்கு முதல் விசில்; ஓய்வு, இளைப்பாறல், சாவகாசம், ரெண்டொரு வார்த்தையாடல், மாலை நடை எனப் பல காரியமாற்றுவோருக்கும் விசில் ஒரு எச்சரிக்கை மணி. இரவு 8 மணி வரை அனுமதி;

கிராமப் பள்ளிக்கூடங்களில் முன்னைக் காலத்தில் மணி அடிக்கும் தண்டவாள இரும்புத் துண்டு உண்டு. சுத்தியலால் டண்டண், நங்குநங்கு என அடிக்கும் சத்தம் கிராமத்துக் காடுகளுக்கும் பரவும். தண்டவாள மணி அடிக்கப் பையன்களுக்குள் போட்டா போட்டி; இரண்டாவது மணிச் சத்தம் வந்ததும் அரக்கப்பரக்க, ஈரல்குலை பதற ஓடிப் பள்ளிக்குள் நுழைவார்கள் பிள்ளைகள்.

பள்ளியில் உள்ளே அழைக்கும் மணியடிப்பு. பூங்காவில் வெளியேறுக என விசிலடிப்பு.

விசில் சத்தம் வந்ததும் புதரிலிருந்து விருட்டு ‘விருட் விருட்டென்று’ பறக்கும் காடைகளாய் காதல் இளசுகள் ஓடுவார்கள்.

காவலாளியாய் இருப்பது ஒரு அதிகாரம். காவலாளி அவன்; சிறு அதிகாரப் போதை அந்தப் பொழுதில் இரவுக் காவலனைத் தொற்றிக்கொள்ளும். திருப்தி அடையாமல் மரங்கள் செடி கொடிகளின் மடியில், சந்து பொந்துகளில் மறைந்துள்ளவர்களை, மற்றுமுள்ள பேர்களை டார்ச் லைட் கதிர் பாய்ச்சித் தேடுவான்.

அம்பும் பல்லக்கும் ஒவ்வொரு நாள் காலை நேரத்தில் மட்டும் தென்படுவார்கள். காலை நடையோடு கடமை முடிந்தது எனக் கிளம்பிப் போயிருப்பார்கள். மாலைப் பூங்காவில் அவர்களை வசந்தகுமார் கண்டதில்லை. அந்த ஒருநேரம் தான், பல்லக்கு வேண்டாம்; அம்பு மாலையிலும் ஒரு தடவை வந்து போக வேண்டுமென வசந்த குமார் உள்ளூர விரும்பினார். அவள் நடை போகிற ஒரு மணிப்பொழுதில் பூங்கா தனது பிரகாசிப்பைக் கூட்டிக்கொண்டு விடும்; அவளுடைய வருகை அவர் இதயத்தைப் பிரகாசப்படுத்தியது உண்மை.

பூங்காவில் நடைபோகும் இளம்பெண் ஒரு அம்பு. வட்டவடிவப் பூங்காவை எத்தனை சுற்று, சர் சர்ரென பாய்ந்து சுற்றி வருகிறது அம்பு எனச் சொல்ல முடியாது. முன்னும் பின்னும் நடைபோகும்

மனிதர்கள் குறித்த கவலை அவளுக்கு இல்லை; எதிர்வரும் எவரும் ஒரு பொருட்டில்லை; நேர் பார்வை. நிமிர்ந்த உடம்பு. உடல் அமைப்புக்கும் நடை வேகத்துக்கும் ஏற்ப மேல் கீழ் அசையும் அளவான பின்புற மேடு. அளவான பின்புற மேடுகளின் அசைவுகளால் வசந்தகுமார் ஈர்க்கப்படுவார்.

அம்பு எத்தனை சுற்றுப் போகிறது என்று கணக்கிட சிமெண்ட் பெஞ்சில் உட்கார்ந்து ஒருநாள் எண்ணத் தொடங்கினார். பூங்காவில் ஒரு சுற்று 165 மீட்டர்; ஆறு சுற்று ஒரு கிலோமீட்டர். "தேக வலு, சுய விருப்பு, நேரக் கணக்கினைக் கொள்க; எத்தனை சுற்று வேண்டுமானாலும் போய் வாருங்கள்" - என ஒரு கைப்படம் வரைந்து ஆங்கிலத்தில் எழுதியுள்ளனர். ஆங்கிலம் அறிந்தோர்தான் அங்கு வருவார்களா? அதற்குச் சமாதானம் செய்விப்பது போல, வலது பக்கத்தில் ஒரு அறிவிப்புப் பலகை; அதில் ஒவ்வொரு நாளும் ஒரு திருக்குறள் - விளக்கவுரையுடன்.

வசந்தகுமார் பழக்கமானவர் போல் அம்பு முன்னால் முகமலர்ந்து நின்றார்; நீ எனக்கு யாருமில்லை என எண்ணியிருப்பாள் போல. சர்ரெனக் கடந்து சென்று விட்டாள். நீ எனக்கு என் மகளை நினைவுபடுத்துகிறாய், அவளைப் போலவே தெரிகிறாய் என்று சொல்ல நினைத்து அம்பை நெருங்கும் முயற்சி அந்தரத்தில் கத்தரிக்கப்பட்டது.

அம்புக்குப் பெயர் சுறுசுறுப்பு சுசீலா. புறப்பட்டால் ஒரு இடத்தில் நிற்க மாட்டாதவள். சென்றடையும் புள்ளியன்றி வேறெங்கும் நிற்றலில்லை.

-2-

பக்கத்து அடுக்குமாடிக் குடியிருப்பிலிருந்து நடைபோட வருகிறாள் பல்லக்கு. ஒரு தேரைச் சிங்காரித்து நகர்த்துவது போல் தன்னை முன்னகர்த்திப் போவாள். 'வண்ணச் சீறடி மண் மகள் அறிந்திலள்' என்ற கவிதைக்குப் பொருந்தினாற் போல் பொத்திப் பொத்தி நடக்கும் பாதங்கள். அவள் நடையொரு சிங்காரம்;

'என்னைப் பார்க்காதீர்' எனச் சொல்லாமல் சொல்லி விரையும் அம்பும், எல்லோரும் என்னைக் கவனியுங்கள் என்று சொல்லி அசைந்து செல்லும் பல்லக்கும் எதிரெதிர் காட்சிகள். பூங்காவின் எதிரெதிர் காட்சிகள். ஒவ்வொருவர் உளப்பாங்கும் அவரவர் நடையில் வெளிப்படும் என்பது இந்த எதிரெதிர் தோரணை சொல்லிக் கொடுக்கும் சேதி.

பட்டப்படிப்புள்ள ஒரு முழுப்பொம்பிளை வேலைவெட்டி இல்லாமல் நாட்களை எண்ணியபடி வீட்டில் உட்கார்ந்து கிடப்பது, அன்ன நடை நடப்பது அம்மாக்காரிக்கு உடன்பாடில்லை. சும்மா இருக்கிற நேரத்தில் இந்தப் பெண்ணுருக்களின் மனசைப் பிடித்தாட்டுவதற்கென்று காதல் பேய், பிசாசுகள் சுற்றி நடமாடும் எனத் தாய் அறிவாள்.

வீட்டுக்கு முன்னிருந்த வெளியில் இவர்கள் வீட்டெதிரில் சுற்றுச் சுவரையொட்டி மாட்டுக் கொட்டில் அமைத்துக் கொள்ள அனுமதி கிடைத்தது. இரண்டு பசுக்களை வாங்கிக் கொடுத்தாள் அம்மாக்காரி.

"உனக்குச் சீதனம், இதை பேணிப் பெருக்கிக்கோ"

பனி பெய்யும் இரவின் இறுதியில் அறையிலிருந்து வெளிப்பட்டு மெல்லக் கால்பதித்து மாட்டுக் கொட்டிலில் நிற்பான் சந்துரு; விடியல் 5 மணி, பால் கறக்கும் நேரம். இரண்டு பசுக்களும், பல்லக்கை அடையாளம் கண்டு எழுந்து நிற்கும். சகல பராமரிப்பு ஊழியமும் செய்கிற தாயை அவர்கள் அறியதவர்களா, அவள் உள் வந்ததும் நாக்கால் தடவிக் கொடுத்தார்கள். அவளும் பதிலுக்குத் தடவிக் கொடுத்தாள். அந்த நேரத்தில் கள்ளத்தனமாய் உள்நுழைவான் சந்துரு. இந்தத் திருட்டு நடப்பதற்கு நிறைய ஏற்பாடுகள், எச்சரிக்கை அவசியப்படுகிறது. அவன் தன் வீட்டு நாதாங்கியை வெளியில் இழுத்துப் பூட்டிவிட்டு வருவான். இரு இளங்கன்றுகளும் உரசிக் கொண்டு மயங்க, முயங்கிட மாடுகள் மறைப்புச் சுவர்கள்.

மருக்கொழுந்து வாசம் மூக்கில் ஏறி அவனைத் தூக்கிற்று. அவள் பின் திரும்பி நின்றாள். மாட்டுக் கொட்டிலைக் கடந்து எல்லோருக்குமான குளியலறை, கழிப்பறை. நடமாட்டம் தென்படுகிறதா என்று அடிக்கடித் திரும்பிப் பார்த்துக் கொள்வாள். மருக்கொழுந்துக் கூந்தலில் முகம் பதித்தான்; அப்படியே கழுத்தை வளைத்து உதட்டில் முத்தமிட்டான்.

சட்டென்று அவள் பின் வாங்கினாள், "சீ வாயில போயி"

அந்த ஒரு நிமிடத்தில் அவள் வாயிலிருந்து வெளிப்பட்டது ஏலக்காய் வாசம்.

அவளுக்கு அந்தக் காரியம் பிடிக்கவில்லை. "விரட்டீருவேன்" ஒரு விரல் நீட்டி அதட்டினாள்.

கமலா வாயைத் துடைத்துக்கொண்டு "இங்கிலீஷ் படமா" என்றாள். இதுவரை அவள் கண்டதில்லை, கேள்விப்படவுமில்லை. எங்கே பார்த்துக் கற்றுக் கொண்டீர்கள் என்பது அவள் கேள்வி.

இதழ்களில் முத்துப் பதிக்கவில்லையெனில் வேறு இடம் எது? அவள் கேள்வி எழுப்பி நிற்கிற இடமும், அவன் கற்றுக்கொண்ட புற உலக உயரமும் வேறு வேறாக இருந்தன.

துன்பங்களையும் துயரங்களையும் பகிர்ந்து மனசாரக் கலந்து பேச மறைவிடம் மாடுகளின் பின்புறம் என்று எண்ணியது பிழையாகிப் போனது. கபடம், கள்ளத்தனம், மோகம் எனக் கலவையாய் மாடுகளின் மறைவில் அவனாய் வெளிப்படுதலைக் கண்டாள். எனினும் உணர்ச்சிப் பெருக்கினை மட்டுப்படுத்த முடியவில்லை.

-3-

சமீப காலமாய் பூங்காவில் அம்பு தென்படக் காணோம். பல்லக்கும் எதிர்ப்படவில்லை. பூங்கா வெறுமையாகிவிட்டது.

அம்பு பாய்ச்சல் : பல்லக்கு மெல்லசைவு; இந்த முரண்களால் வசந்தகுமார் என்ற பெரியவருக்கு பூங்கா ஈர்ப்புடையதாயிற்று. பூங்காவை நேசிப்பதற்குப் பல காரணங்களிருந்த போதும், பிரதான காரணம் இதுவாக இருந்தது. பூங்காவினது செடிகொடிகளை எவ்வளவு காலம் வேடிக்கை பார்ப்பது, மனித அசைவுகள் தானே முக்கியம். குறிப்பாய் விடுமுறை நாட்களில் சனமருள் எதிர்கொள்ள முடியாது.

ஒருநாள் பூங்காவில் அம்பு எதிர்ப்பட்டாள். தனியாக வலம் வந்தபோதிருந்த வேகநடை காணாமல் போயிருந்தது; அளவான பின்புற மேடுகளின் அசைவும் தென்படாது போயிற்று. இம்முறை அவளைக் கரம் பிடித்த மணமகன் நெருக்கத்தில் அணைத்தவாறு வந்தான். அந்தக் கைப்பிடி வளைவு அவள் வேக நடையை அற்றுப் போகச் செய்திருந்தது. கழுத்தில் மஞ்சள் சரடு அசைந்தது.

காலம் செல்லச் செல்ல வசந்தகுமாருக்கு வாழ்க்கையில் பிடிப்பு அற்றுப் போவது போல் தென்பட்டது. முதுமை முதற் காரணம்; அதனைக் கொடுக்குப் பிடித்து வரும் தனிமை அடுத்த காரணம். முதுமையில் தனிமை கொடுமையிலும் கொடுமை. பூங்காவுக்குள் அடிக்கொரு தரம் பிரவேசிக்க அவருக்கு விருப்பமில்லை. காலை, மாலை இருநடை போவதென்பது விடுபட்டுவிட்டது. நினைத்தால் போகிறார். ஓய்வுநேரப் பணிதான் என்றாலும், ஓய்வெடுப்பதற்காகவே நடை போவது தளர்ச்சியாகிப் போயிற்று. அம்பும் பல்லக்கும் கூடத் தென்படக் காணோம். ஒருவேளை மணம் முடித்த பல்லக்கும் வெளியூர் போயிருப்பாளோ? சீ, அப்படி இருக்கக் கூடாது. அவர்கள்

எப்போதும் முக்காலமும் தன் பார்வையிலிருக்க வேண்டுமென விரும்பினார்.

அவரது பிள்ளைகள் என ஆணும் ஒரு பெண்ணும் திருமணமாகி வெளிநாட்டில் வாழுகிறார்கள். வேர்களும் கிளைகளும் அவர்களுக்கென உருவாகிவிட்டன. பல்லாயிரம் கற்களுக்கு அப்பாலிருந்து குரலை மட்டுமே கேட்க முடிகிறது. சில நாட்களில் வீடியோவில் தொடர்பு கொள்கையில் குரலோடு முகத்தைப் பார்த்துக் கொள்ள முடிகிறது. பல்லாயிரம் தொலைவுக்கு அப்பால் பனியுறை பிரதேசத்திலிருந்து விடுபட்டு வந்து அருகணைந்து அவர்கள் என்ன சேவகம் செய்ய முடியும். ஆனால் பிள்ளைகளின் அருகிருத்தலை-சேவகத்தை வேண்டுகிறது முதுமையின் தனிமை.

முன்னர் அவர் சமையல் செய்து சாப்பிட்டுக் கொண்டிருந்தார். இப்போது கடைகளுக்கும் அடுப்புக்கும் அலைய முடிவதில்லை; நம்பிக்கையான சமையல்கார அம்மா இருக்கவேண்டும். சமைக்க, பண்டபாத்திரம் கழுவ, துணி அலசிப் போட ஒரு ஆள் அவசியமாகிப் போனது.

"சமைக்கச் செய்ய ஒரு ஆள் வேனுமின்னயே?"

நண்பர் தேவராசன் கேட்டார். உடன் படித்தவர், ஐந்து வயது குறைவு. தேவராசன் இன்னும் திடமாக அலைவதற்குக் காரணம் ஒன்றே ஒன்று-வீட்டுச் சாப்பாடு. எவ்வளவு தொலைவிலிருந்தாலும் எந்தப் பயணத்திலிருந்தாலும் வீட்டுக்குப் போயாக வேண்டும். வசந்தகுமாருக்கு அந்தக் கொடுப்பினை இல்லை.

தனக்குத் தெரிந்த, நன்கு பழக்கப்பட்ட குடும்பத்திலிருந்து ஒரு பெண் கிடைத்துவிட்டாள் என்றார் தேவராசன்.

"பேஷா கூட்டிட்டு வாங்க" என்பார் வசந்தகுமார்.

"உடலின் ஒரு பாகத்தில் அல்ல : வாழ்க்கை மொத்தத்தையும் ஆசிட் ஊற்றி எரித்துப் போட்டது போல்" வந்த பெண்ணைக் கண்டார். பூங்காவில் அந்தப் பெண்ணைக் கண்டு இரண்டு வருடமிருக்கலாம். பின்னர் அவள் நடமாட்டம் தென்படவில்லை. அந்தப் பெண் பல்லக்கு.

பல்லக்கின் வாழ்க்கை முற்றிலும் எரிந்து கருகிப் போயிருந்தது. அந்தப் பெண் இப்போது வெள்ளரி உரிக்கப்பட்ட நார் போல் நேரெதிரில் தோற்றம் கொடுத்தாள். வாழ்வின் புயலெல்லாம் ஒருசேர வீசியடித்ததில் மலர் சிதைந்து போனது.

"என்னம்மா நீயா?" வசந்தகுமார் அதிர்ச்சியாய்ப் பார்த்தார்.

எங்கேயோ எப்போதோ கண்டது போலிருந்த பல்லக்கும் இவரைப் பார்த்ததும் அதிர்ந்து போனாள்.

"நீங்களா?"

குரல் வெண்டாவியெடுத்து சன்னமாய் வெளிப்பட்டது.

கல்யாணம் என்பது பெண்ணின் வாழ்வில் தவிர்க்க முடியாத சடங்கு. இப்போதெல்லாம் அது 'தத்தாக' அல்லது 'கண்டமாக' பெண்ணுக்கு ஆகிவருகிறது. ஒரு கண்டம் தப்பினால், மறு கண்டம் வாய்ப்பதில்லை. ஆனால் பிரியக்காரனுக்குப் பொறுக்கவில்லை. கள்ளக் காதலில் கரு உண்டாகிவிட்டது. பிரியக்காரனை அதன் பிறகு கண்டுபிடிக்க முடியவில்லை. பெற்றவர் அறியாமல் மறைக்க பிரியக்காரனைத் தேடி அலைந்தாள். ஒரு வாழ்க்கையை முற்றாக மரணமடையச் செய்திருந்தான் ஒரு ஆண்.

பெற்றவர்களிடம் மறைக்க முடியவில்லை. ஏன் இந்தக் கழுதை பேய் பிடித்தது போலச் சீர்கெட்டு அங்கேயுமிங்கேயும் ஓடுகிறாள். கள்ளக் கருவைக் கலைக்க பெற்றவர்கள் பட்டது படாதபாடு. கடைசியில் நார் தான் அவள். உடல் தேற ஆறு மாதங்களாயிற்று.

தேவராசன் அவளது பெற்றோருக்கும் வேண்டப்பட்டவராய் இருந்ததால் சமையலுக்கு அனுப்பச் சம்மதித்தார்கள்.

பல்லக்கு கதை சொல்லியாகிவிட்டாள். வசந்தகுமார் மற்றவர்க்கு கதை சொல்வார். தலைகீழாய் மாறியுள்ளது. பல்லக்கு ஒரு கதை தான். வெண்டாவி எடுத்துவரும் நாவிலும் வாயிலும் தண்ணியை ஊற்றிக்கொண்டு பல்லக்கு கதைகதையாய் விவரித்துக் கொண்டிருந்தாள்.

(உயிரெழுத்து - ஜூலை, 2022)

கடிதங்களின் கதை

முத்துவேல் மாமன் 25 வயதில் இறந்து போனான்.

"சொந்த ஊர் போகிற காலம் இல்லையே என் ராஸா, அங்க யாரு அழைச்சாங்கன்னு அவசரமாப் பொறப்பட்டுட்டே"

நீர் வழிந்த விழிகளுடன், உறவுக்கார சங்கம்மா தொப்பென்று திண்ணையில் சரிந்தாள். வாலிபத்தின் நடுவிடத்தில் நின்றவன், மரணத்துக்குள் போய் வேகவேகமாய்ச் செருகிக் கொண்டான். வீட்டின் இரு பக்கமும் கட்டி வைத்திருந்த திண்ணை எத்தனை பேர் வந்தாலும் வாங்க என்று அழைத்தது. முந்தின நாள் வரைக்கும் அவனைப் பார்க்க, உதவி கேட்க வந்து போகிற கூட்டத்தின் சபையை நடத்திக் கொண்டிருந்த திண்ணை, இழவு கேட்டு வருகிறவர்களுக்குக் கட்டிவிடப்பட்டது போல் விசாலம் கொடுத்தது.

கண்ணீர் சிந்தியும் புலம்பியபடியும் அலறியவாறும் மாரில் அறைந்து கரைந்த படியும் ஒவ்வொரு உயிரும் துடித்தன. ஆனால் எந்த உயிர் பற்றியும் கவலைகொள்ளாது முத்துவேல் போய்விட்டான். அவன் சொந்தமில்லையெனில் வேற யார் சொந்தம்? கரைதாண்டி கடலின் குளுந்த காற்று தாவி வருதல் போல், கருணை உள்ளத்தின் ஈரம் 25 கிலோ மீட்டர்கள் தொலைவு கடந்து அப்பாலும் படர்ந்திருந்தது. வட்டாரத்தின் ஒவ்வொரு வீடும் இன்று அவன் வாசலில்.

மதுரையில் ராணுவத்துக்கு ஆள் எடுக்கிறார்கள்; இடைநிலைப் பள்ளியில் எட்டாம் வகுப்பு முடித்தவனை இந்த இரு வருடங்கள் சித்திரவதைப்படுத்திச் சக்கையாய் ஆக்கியிருந்தது. தூங்கித் தூங்கி எழுந்து கொண்டிருந்தவனை, புஞ்சை விதைப்புக்குக் கூட்டிப் போனார் அய்யா. உழுத ஈரமண் பொதுமலில் விதைத்தால், மறு உழவு போடுகையில் மேல்மண் புரண்டு விதையை மூடிவிடும்; பாரம்பரிய விவசாய அனுபவச் செல்வத்தை எடுத்துச் சரியாகச் செலவு செய்து கொண்டிருந்தனர் சம்சாரிகள். வெயிலில் வதங்கி விடாமலிருக்க,

மகனை வீட்டுக்கு அனுப்பி அவருக்கும் கஞ்சி தூக்குப் போகாணியில் எடுத்து வரச் சொல்லி அனுப்பினார் அய்யா. மதுரைக்குப் போகும் திட்டத்திலிருந்த முத்துவேலின் காலடிகள் மறுபடி புஞ்சைக்குத் திரும்பவில்லை.

பையன் கையில் பஸ்ஸுக்குக் காசில்லை. ஊருக்கும் மதுரைக்கும் இடைப்பட்ட தூரம் 50 கிலோ மீட்டர். ஆகாய நிலவும் சேடிகளாய்க் குவிந்த விண்மீன்களும் கொட்டும் ஆகாயத்தைப் பார்த்தவாறு நடந்து போனான். ராப்பட்டு (ராப்பொழுது) முழுதும் துணையாய்ப் பயணிக்கக் குளுந்த நடை. காலையில் மதுரை சேதுபதி உயர்நிலைபள்ளித் திடலில் ஆளெடுப்புக்குப் போய் நிற்கையில் அவனும் நேரமும் காலை ஒன்பதைச் சரியாய்க் காட்டின.

தேர்ந்தெடுத்தவர்களை ஓரிடத்துக்கும் அசையவிடாமல் கைப்பையில் வைத்திருந்த சான்றிதழுடன் ராணுவ வாகனத்தில் தூக்கிப் போட்டு திருச்சிப் பிரிவுக்குக் கொண்டுபோய் விட்டார்கள். அங்கிருந்து அன்னைக்கே 'பாட்டியாலா' முகாம். பகைநாடு தாக்கும் ஆபத்து எல்லையில் மோதல் என்று அறிக்கைவிட்டுக் கொண்டிருந்தது அரசு. எல்லை காக்க வாலிப உயிர்கள் தேவைப்பட்டன. வேலையில்லா இளைஞர்களுக்கு வாழ்க்கை நிர்ப்பந்தம். பத்து நாள் கழித்து பாட்டியாலா இராணுவ முகாமிலிருந்து கடுதாசி வந்த பிறகுதான் பட்சி பறந்துவிட்ட சேதி ஊர் அறிந்தது.

ஊரிலிருந்து பிள்ளையார் சுழிபோட்டு ராணுவத்தில் போய்ச் சேர்ந்ததால் 'பட்டாளத்தான்' என்று பேராயிற்று. 'வேலையில்லாப் பிள்ளைக்குப் பட்டாளம்' என்று சொல்லுகிறாப் போல, ஊரில் படித்த பையன்கள் அவனைக் கொடுக்குப் பிடித்து இராணுவத்தில் போய் அடைந்து கொண்டிருந்தார்கள்.

-2-

இதுவரை கண்டிராத புதிய பிரகாசம் ஒன்றை அன்று கண்மாய்க்கரை மடம் கண்டது. இந்திய-சீன எல்லையில் குளிர்பனி உறை பிரதேசமான 'லடாக்'கிலிருந்து இரண்டு வருசம் கழித்துப் பட்டாளத்துக்காரன் விடுமுறையில் வந்திருந்தான். அவன் வந்திறங்கியது ராணுவச் சீருடை, பட்டாளத்து 'ட்ரங்க் பெட்டி'. அந்த டிரங்குப் பெட்டிகள் வேறெங்கும் கிடைப்பதில்லை. இராணுவத்துக்கென்று தனியாய்க் கெட்டி இரும்பில் பெட்டி செய்கிற தொழிற்சாலை லூதியானாவில் இயங்குகிறது என்றார்கள்.

தொழுநோய் கண்ட வெங்கடப்பரின் வலது கை விரல்கள் இலைப்புழுக்களாய்ச் சுருண்டிருந்தன. மொண்டிக் கையை வைத்துக் கொண்டு எப்படிச் சாப்பிடுகிறார், எப்படிக் குளிக்கிறார், எப்படிச் சீராட்டெல்லாம் பண்ணுகிறார்? அதெல்லாமும் விட, சீட்டுகட்டை எப்படி ஏந்திக் கொள்கிறார் என்பது ஆச்சரியமான விசயம். முகத்தில் பருத்திச் சுளையாய் வெள்ளைத் தழும்புகள். உள்ளுக்குள் மருந்து எடுத்துக் கொள்கிறார். வெளியிலும் பூச்சுமருந்து தடவுகிறார். நோய் தீவிரமாகாமல் ஐந்து ஆண்டுகளாக மட்டுப்பட்டுள்ளது.

காலை பத்தரைக்குச் சீட்டாட்ட சபை தொடக்கம்

பேருந்துகள், லாரிகள், போலீஸ் வாகனங்கள், சாலையில் போகிற வருகிற எல்லோருடைய பார்வையும் படுகிற புள்ளியில், கண்மாய்க் கரைக்கு மேல் மூன்றடி உயரமேடையில் சிம்மாசனம் போட்டிருந்தது தருமமடம்; ‘நான் உலகத்தைப் பார்வையிட்டுக் கொண்டிருக்கிறேன்’ என்பது போல அமர்ந்திருந்தது. ‘இல்லை இல்லை; உலகம் உன்னைக் கவனித்துக் கொண்டிருக்கிறது’ என்று சொல்வது போல, போகிற வருகிற வாகனங்கள் சீட்டாட்ட சபையை நோட்டம்விட்டு ஓடிக்கொண்டிருந்தன. அத்தனை பணத்தையும் லாவி எடுத்துக் கொண்ட போலீஸ்காரன், ஆட்களையும் வாரிக்கொண்டு போன ஒரு காலமிருந்தது. மாதாமாதம் ‘கப்பம்’ வசூலித்து இப்போது சீட்டாட்டக் குழுவிலிருந்து ஒருவன் போய் காவல் நிலையத்தில் கட்டித் திரும்பும் வழக்கத்தில் அந்தக்காலம் முடிவு கண்டிருந்தது.

ஊரில் வந்திறங்கிய முத்துவேல் மறுநாள் மடத்துக்குப் போனபோது ராணுவச் சீருடை இல்லை; தமிழர் உடையான வேட்டியில்லை. வட இந்தியர்கள் உடுத்தும் தொளதொள ‘பைஜாமா’ .

“சபாஷ், மாப்பிள” என்றார் வெங்கிடப்பர் அவனுடைய ஆடையைக் கண்டு.

“மாப்பிளே, எல்லையிலே இருக்கேங்கிற, அது எந்த ஊரு?” கேட்டார்.

“லடாக்”

“அது எந்த எல்லை? சீனாவா, பாகிஸ்தானா, எந்தப் பக்கம் திரும்பினாலும் நமக்கு எதிரிகளா இருக்கிறானுக”

“சீன எல்லை மாமா”

‘சீன எல்லையிலே இருக்குறேங்குற, பட்டு பட்டுன்னு சீனாக்காரப் பயல்களைச் சுட்டுட்டு வரவேண்டாமா?”

முத்துவேல் சிரிப்பான் "அது நாம தீர்மானிக்கிறதில்ல மாமா. எப்ப சண்டை நடத்தனும் எப்ப சுடனும்னு மேலே இருக்கிறவங்க சொல்வாங்க."

"அது வேறயா?"

இன்னொரு சீட்டாட்டக் கையான சீனிவாசன் பகடி அடிப்பில் கூடுன பேர்வழி. "அதுக்கெல்லாம் திடம் வேணும். மேலிருந்து ஆர்டர் வந்தாலும் உன்னை மாதிரி திடமான ஆளு இருக்கணும், நீதான் லாயக்கு"

"யாரு நானா?" பரிதாபமாக இரண்டு கைகளையும் தூக்கிக் காண்பித்தார் வெங்கிடப்பர். அன்னபாண்டியன் குலுங்கிக் குலுங்கிச் சிரித்தார்.

"பேப்பய, இவன் குருவியும் சுடமாட்டான், குஞ்சும் சுட மாட்டான். வாயிலேயே சுட்டிட்டு வந்துருவான்"

-3-

சின்னப்பன் கையில் கடிதம் வந்தடைந்திருக்கக் கூடாது; ஒவ்வொரு காரியத்தையும் நிறைவேற்றுதற்கு ஆள்ப்பொருத்தம் மட்டுமல்ல, காலப் பொருத்தமும் உண்டு. முதல்நாள் இரவு கையில் கடிதம். மறுநாள் காலை கண்வலி ஆரம்பம். டவுசர் பையில் இருபது வயது இளமையின் துடிப்பு; கண்களில் நெருநெருவெனக் காந்தல்; நான்கு நாட்கள் அவனைப் புரட்டி எடுத்தது.

முத்துவேல் சின்னப்பனுக்கு மாமன் முறை. சின்னப்பிள்ளையில் நீண்ட தலைமுடி, காதில் கடுக்கனுடன் வளைய வருபவனைச் 'சின்னப்ப பாகவதர்' என்று கேலி செய்தவன் இந்த மாமன். படித்த பிள்ளையை இப்படிக் கேலி செய்யலாகுமா என்ற குறுகுறுப்புப் பிறந்திருக்கும்; பகடி செய்த அத்தனை நாவுகளும் உள்மடங்கிக் கொண்டன.

வாழ்க்கையில் ஒருவருக்கொருவர் உதவிக் கொள்வது, ஊன்றுகோலாய் இருப்பது நல்ல காரியம். எட்டாவது வகுப்பு மாணவன் சின்னப்பனிடம் இப்பேர்ப்பட்ட வினையாற்றுதல் முத்துவேல் மாமனிடமிருந்து வந்து அமர்ந்திருக்கிறதை எண்ணிப் பார்த்தவனுக்கு ஆச்சரியம் தாளவில்லை. கண்வலி வீட்டைவிட்டுப் பள்ளிக்கு வெளியேறும் அனைத்து வழிகளையும் மூடியிருந்தது.

படிப்பில், காரியமாற்றுவதில் வெகு சூட்டிகை சின்னப்பன். அவனுக்குப் பள்ளியைப் பிடித்துப் போனதற்கு முதல் காரணம் கண்ணம்மா டீச்சர். எத்துக்குத்தான கற்களால் கோணல் மாணலாய் கட்டப்பட்ட கட்டிடங்களின் அரசுப் பள்ளியில், நிமிந்த உடற்கட்டுடன் வரும் ஐந்தாம் வகுப்பு கண்ணம்மா டீச்சர். கண்ணம்மா டீச்சருக்குச் சின்னப்பனைப் பிடிக்குமென்ற நிசத்தை முத்துவேல் மாமன் அறிந்திருந்தான்.

250 பேர் கொண்ட பள்ளியில் எட்டாம் வகுப்பில் முதல் மாணவன். மற்றவர்கள் தக்கிமுக்கிச் செய்வதை, சின்னப்பன் ஒரே தாவலில் செய்து முடித்து கைவீசிப் போய்க்கொண்டிருப்பான். நல்லாப் படிக்கிற கெட்டிக்காரப் பையன் மேல் எந்த ஆசிரியர், ஆசிரியையாவது அசூயை கொள்ள இயலுமா? சின்னப்பன் பொருத்தமான நபர் என்பது முத்துவேலுக்கு ருசுவான பின்னர் கடிதம் கொடுத்தான். ஒரு காரியத்தில் உயர, அகல, நீளம் அறிந்து அனைத்துக் குயுக்திகளுடன் வெற்றிப்புள்ளியைத் தொடுவதில் சின்னப்பனைத் தோற்கடிக்க யாராலும் இயலாது.

கண் ‘நெருநெரு’வெனத் தெறிக்க, கண்ணைக் குத்திக் கழற்றிப் போட்டிருவமா என்று உருண்டு புரண்டான். கழுவிக் கொட்டிய பீங்கான் குண்டுகள் போல் இரு முழிகளும் வெப்பநீரில் பிதுங்கின. கண்ணை மூடிக்கொண்டு செய்யும் ஒரே வேலை தவம் செய்வது. எந்தச் சிறுபிஞ்சும் ஒரே மதியாய் தவமியற்றும் பக்குவம் அடைந்ததில்லை. நான்கு நாளைத் தூங்கித் தூங்கித் தீர்த்தான்.

ஒவ்வொரு நாளும் மாமன் வந்து விசாரித்துப் போனான். சின்னப்பன் கண்ணைக் காட்டி இளித்தான். வாடாமல்லி போல் எப்போதும் முறுவலிப்பாய் இருக்கும் கண்ணம்மா டீச்சர், கல்வியில், அறிவில் சகலகலாவல்லியான கலைமகள், ‘இந்தக் கண்ணை வச்சுக்கிட்டு எங்கிட்ட ஏன் வந்தே’ என்று கேட்டுவிட்டால் அவனால் தாங்க இயலாது.

இனியும் தாமசிக்க நீதியில்லை. வாரக்கடைசி அய்ந்தாம் நாள் சின்னப்பன் கண்மாய் தெற்குக் கரை மேட்டில் நடந்தான். கண்கள் கூசிக்கூசித்தான் பார்க்க முடிந்தது. மற்றவர் கடிதங்களைப் பிரித்துப் பார்க்கக் கூடாதென்பது பொது அறம்.

ஆலமர மூட்டில் உட்கார்ந்து பள்ளி விளையாட்டு இடைவேளை நேரத்துக்குக் காத்திருந்தான். அங்கிருந்து நோக்கினால் பள்ளிக்கூட அசைவு தெரியும். இடைவேளை மணியடித்து வகுப்பில் தனியாக

இருந்தாள் கண்ணம்மா டீச்சர். கண்வலியுடன் கடிதத்தை அவள் கைகளில் கொடுத்துச் சொன்னான்,

"முத்துவேல் மாமா கொடுக்கச் சொன்னார்"

கண்ணம்மா எதுவும் பேசவில்லை; கண்கள் அகலிப்புக் கொள்ள வில்லை. அதிசயிப்பு, வியப்பு எதுவும் முகம் காட்டவில்லை. கடிதத்தை வாங்கி வைத்துக் கொண்டவள் கேட்டாள் "கண்வலியா?"

வேறு பக்கம் திரும்பிக் கொண்டாள்.

"ஆமா"

ஒட்டுவாரொட்டி நோய், தன்னைத் தொட்டுவிட நாளெடுக்காது என, நேரடியாய்ப் பார்ப்பதைத் தவிர்த்து திரும்பி நின்று சொன்னாள்

"அதான் நாலு நாளா பள்ளிக்கூடத்தில காணலை"

கன்னத்தில் செல்லத் தட்டு தட்டுவது போலிருந்தன வார்த்தைகள்.

"காகிதம் கொடுக்கத்தான் வந்தேன்"

"சரி நீ போ"

8.45 மணிக்கு பள்ளிக்கூடம் போகிற கண்ணம்மா சீட்டாட்ட மடம் வழியாக நடந்து போவாள். சீட்டாட்ட சபை 10 மணிக்குத்தான் ஆரம்பம். அவளுக்கு மட்டுமல்ல, வடக்குத்தெருப் பிள்ளைகள் எல்லோருக்கும் அந்த வழி; முதல் தடவை தருமடத்தின் முன்னின்ற முத்துவேலைக் கண்டதும் "எப்ப வந்தீங்க" என்று விசாரித்தது சிநேகமான பார்வை. பிறகு ஒவ்வொரு நாளும் காலை சரியாக அதே எட்டு முப்பது மணிக்கு அவன் அங்கே போய் நிற்பான். பள்ளிக்கூடம் முடிந்து அனேகமாய் அவள் திரும்புகிற நேரம் சாயந்தரம் ஐந்தரை மணி. அநேகமாய் சீட்டாட்ட சபை முடிந்து வேலை, வீடு என்று அனைவரும் கலைந்து போயிருப்பார்கள். தருமமடத்தில் முத்துவேல் அவளோட தரிசனத்துக்காகக் காத்து நிற்பான்.

காலை மாலை இருவேளைகளிலும் அவளுடன் இரு சிறுமிகள் எதிர்ப்படுவார்கள். சிறுமிகளிடம் அவனைக் கோர்த்து இழுக்கும் அழகின் அம்சம் வாலை முன்னால் போட்டு லாவகமாய் அதன் மேல் படுத்திருக்கும் பூனை போல், நீளமான சடையை மார்பில் படர விட்டிருந்தது; அவரவருக்குரிய உடை, ஒப்பனை பாணியை (ஸ்டைல்) உருவாக்கிக் கொள்வது பதின்ம வயது. தமது உடம்பினுள் வெளிப்படும் அழகின் சிரிப்பை எதோ ஒரு பாணியில் வெளிப்படுத்திக் கொள்வார்கள். இந்தப் பிள்ளைகள் மார்பின் முன்னால் போடும்

நீளச்சடை வெகு அம்சமாக இருக்கிறது என்று முத்துவேல் நினைத்தான். ஒரு தடவை அவர்களில்லாமல் கண்ணம்மா மட்டும் பள்ளிக்கூடம் வந்தபோது, அவன் சொன்னான் "நீங்க ரொம்ப அழகா இருக்கீங்க".

அப்படியா என்று சிரித்துவிட்டு, கண்ணம்மா கடந்து போனாள்.

கண்மாயில் நீர்க் கோழிகள் தாவிக் கொண்டிருந்தன. தலை நீட்டி சில பொழுதுகளில் நீர்மூழ்கிப் பாம்புகள் முங்கு நீச்சல் போட்டன. அன்றைக்கு கண்ணம்மா வரும் வழக்கமான நேரம் கடந்து விட்டது. ஒருவேளை இன்று அவளுக்கு அந்த நாளா? இந்த நாளில் சில பெண்களுக்கு ரத்தப்போக்கு அதிகமாக இருக்கும். அடிவயிற்றைப் பிடித்து ஐயோ அம்மா எனக் கதறி உருண்டு புரள்வார்கள். ஒருவேளை அதுவாக இருக்குமோ என அய்யறவுப் பட்டான். இழந்த உடம்புக்காரி இல்லை எனச் சமாதானப்படுத்திக் கொண்டான்.

தருமமடம் தாண்டிப் போகையில் சீட்டுக்கட்டுக் கண்கள் இடம்பெயர்ந்து தாவிப் பாய்ந்து வருகின்றன. பார்வைகள் சரியா இல்லை என்று அந்த வழி நடக்கிற பெண்பிள்ளைகளுக்குத் தெரிந்திருந்தது. "வைரக் கட்டை" காமம் கசிந்த வார்த்தைகளை, கண்ணம்மாவை நோக்கித் தெரியப்படுத்தினார் தொழுநோய்க்கார வேங்கிடப்பர். கண்ணம்மா திரும்பி முறைத்துப் பார்த்தாள். அன்றிலிருந்து கண்ணம்மாவும் மற்றப் பிள்ளைகளும் தருமமடம் வழி பள்ளிக்குப் போவதை நிறுத்தியிருந்தனர்.

-4-

பள்ளிக்கூடத்துக்கு அஞ்சல்காரர் கொண்டுவரும் கடிதங்கள் இருவகை. கல்வித்துறையிலிருந்து வரும் கடிதங்கள், இரண்டாவதாய் ஆசிரியர், மாணவர்களுக்கு வரும் கடிதங்கள். அன்று மதியச் சாப்பாட்டுக்குப் பின்னான இடைவேளையில் தலைமையாசிரியை மேசை மீது ஒரு கடிதம், முன்னால் கண்ணம்மா டீச்சர். கடிதத்தின் பின்புறம் முத்துவேல் என்ற பெயர் மட்டும் காணப்பட்டது, முகவரி எழுதவில்லை.

"இவரைத் தெரியுமா?" தலைமையாசிரியை பத்மாவதி விசாரித்தார்.

"இந்தப் பள்ளியில் எங்கூட படிச்சார். பிறகு இராணுவத்துக்குப் போய்ட்டார்"

“நீங்க அவருக்கு கடிதம் எழுதுவீங்களா?”

“இல்லை டீச்சர் “

“ஞாபகப்படுத்திச் சொல்லுங்க”

“ஞாபகப்படுத்த என்ன இருக்கு”, சிரித்தாள் கண்ணம்மா.

எழுதினாத்தான் ஆம் எனச் சொல்லமுடியும். அவரோடு அவள் பேசினதும் இல்லை, எழுதினதும் இல்லை என உறுதிபடச் சாதித்தாள்.

“ஆனா பாத்திருக்கிறீங்க”

“அவர் ஊருக்கு வருகிறபோது பாத்ததுண்டு. நானாப் போயி பாக்கிறதில்ல”

தலைமையாசிரியை சொன்னாள் “அடுத்தவங்களுக்கு வர்ற கடித்ததைப் பிரிச்சிப் படிக்கக் கூடாது. நா பாக்கல. பின்புறத்தில கண்ட அந்த ஒரு வார்த்தை விசாரிக்க வச்சிருச்சி”

கடித உறையின் பின்பக்கத்தில் ‘பிரியமுடன் முத்துவேல்’ என்று வண்ணத்தில் எழுதப்பட்டிருந்தது. கண்ணம்மா கடிதத்துடன் வெளியே வந்தாள். வெளியே நின்று கொண்டிருந்தவனிடம், எல்லாம் உன்னால் வந்தவினை என்பதாகப் பார்வை வீசிப் போனாள்.

கடிதத்தைச் சேர்ப்பதற்கு நாட்கணக்கில் அவன் காத்திருந்தது போல, கண்ணம்மா டீச்சரும் காத்திருந்திருக்கிறாள். அன்று வகுப்பில் தனியாய் அமர்ந்து எழுதிக் கொண்டிருந்தான். மதியச் சாப்பாட்டு வேளை; வகுப்பறை கிண்ணென்ற அமைதிக் கோலத்தில் கிடந்தது. இந்த நேரத்துக்குக் காத்திருந்தவள் போல் காகித உறையை வீசி எறிந்தாள். சத்ததுடன் பெஞ்சின் மேல் விழுந்தது.

“நீயே படிச்சிப்பாரு. கிழிச்சி எறிஞ்சிரு”

கடிதத்தில் அந்த முக்கியச் சேதி தெரிவிக்கப்பட்டிருந்தது. அந்த ஒருத்திக்கு உண்மையைச் சொல்லிட வேண்டுமெனத் தோன்றியிருக்கிறது.

முகத்தை நெஞ்சத்தின் வாசல் எனச் சொல்வார்கள். அவளுடைய நெஞ்சுக்குள் என்ன எழுத்து இருந்ததென்று இன்றுவரையும் சின்னப்பனால் வாசிக்க முடியாது போனது.

-5-

முத்துவேல் கிராமம், வட்டாரம் ஆகிய வாழ்விடத்தில், இராணுவம் என்னும் பணியிடத்தில் குணவான் பெயர் சம்பாதித்து வைத்திருக்கிறான். இராணுவத்தில் போய்ச் சேர்ந்த இரு வருசங்களின்

பின் அடிக்கொருதடவை நெஞ்சுவலி வந்ததைக் கவனித்தான். மருத்துவச் சோதனையில் இதயத்தில் ஓட்டை விழுந்திருப்பதாகச் சொன்னார்கள். அது பிறவி ஓட்டையாம். ஆள் வளர வளர, வயது ஆக ஆக பெரிதாகிக் கொண்டு போகும் என்று மருத்துவர்கள் தெரிவித்தார்கள். இதய ஓட்டையைக் கருத்தில்கொண்டு வழக்கமான ராணுவப் பயிற்சி தராது, அவனுக்கு அலுவலகப் பணி ஒப்படைக்கப்பட்டது. அலுவலகப் பணியிலும், உள்ளூருக்கு வந்து உறவாடும் பழக்கத்திலும் அவனுக்குக் குத்தப்பட்டிருந்த 'குணவான்' என்னும் விருதுப் பதக்கத்தைச் சுமக்க முடியாமல் சுமந்த போது, இதய ஓட்டை விரிவாகிக் கொண்டுபோனது.

ஒரு நாள் ராணுவ மேநிலை அதிகாரி கூப்பிட்டு அனுப்பினார். வழக்கமாய் ராணுவப் பணியில் ஓய்வுபெற 15 ஆண்டுகள்; முத்துவேலுக்கு இன்னும் ஐந்து ஆண்டுகள் மிச்சமிருந்தது. பணி ஓய்வுக்குப் பின் என்னென்ன பலாபலன்கள் உண்டுமோ அத்தனையும் சிறப்பு நேர்வாகக் கருதி வழங்கிய ஆணை இராணுவ அதிகாரி மேசை மேலிருந்தது. மேநிலை அதிகாரி சொல்வார் "ஆண்டவன் எப்போது நம்மை அழைக்கிறானோ அப்போது நாம் தயாராக இருக்க வேண்டும்: எல்லோரும் அந்த அழைப்புக்காகக் காத்திருப்பவர்கள் தாம். ஓய்வு பெற்று ஊர் சென்று பெற்றோர் குடும்பத்தினருடன் அமைதியாய் வாழ்வைக் கழியுங்கள்"

அவர் தெரிவித்த விதம் "ஒன்னை வேலைக்கு எடுத்திருக்கக் கூடாது, தொடக்கத்தில் கவனியாமல் விட்டதால், பிழையாகப் போனது" என்பதாகத் தென்பட்டது.

வாழ்த்துக்கள் சொன்னார், கைகுலுக்கினார். அந்தக் கை குலுக்கலில் எந்த உயிர்ப்பும் அவனுக்குத் தென்படவில்லை. விருப்ப ஓய்வு அல்ல. இது நடக்கும் என முன்கூட்டி எதிர்பார்த்துக் கையில் திணிக்கப்பட்ட வலுவந்த ஓய்வு. ஈரப்பதமான பூவிதழ் மேல் சருகு ஒன்று விழுந்தது போல், அவன் இதழ்களில் விரக்தியின் குறிப்பு வெளிப்பட்டது.

ஊர் வந்தடைந்த பின் எவரிடமும் இதயநோய் பற்றித் தெரிவிக்கவில்லை: ஓய்வு கொடுத்துத் திருப்பியனுப்பியதைப் பகிரவில்லை. சோகை பிடித்த பயிராய் நாளுக்குநாள் உடல் வெளுத்துக்கொண்டு போனது; இதயத்திற்கு ரத்தம் பாய்ச்சும் குழாய்கள் வலுவிழந்து பம்ப் செய்யும் சக்தியை இழந்து போயிருந்தன.

"முத்துவேல் தம்பி, எதுக்கு ரத்த சோகை பிடித்த சீக்காளி மாதிரி திரியிற? நல்ல ஆகாரம், சத்தான உணவு, மருந்து மாத்திரை எடுத்துக் கொள்ளுய்யா. ஒனக்கில்லாத டாக்டரா?"

மேலத்தெரு திலகவதி அம்மாவின் நாக்கிலிருந்து மட்டும் வெளிப்படவில்லை. ஊர் மொத்தத்தின் குரலாக வந்தது. அதற்கு அளவான சிரிப்பு; தலையாட்டல் பதில்.

உள்ளுக்குள் தன் உடல் பற்றின ரகசியம். பட்டாளத்துக்காரன் என்ற நினைப்பும் சின்னஞ்சிறு கர்வமும் உள்ளிருந்து உருவி எடுக்கப்பட்ட அவன் கொண்டது வேறொரு ரூபம்-சேவகனாய், ஆலோசகனாய், ஊரின் நல்லது பொல்லதுக்கும் நேரில் நிற்கிறவனாய், கல்யாணம் காட்சி, பூப்பெய்தல் சடங்கு, பிள்ளைகள் மேற்படிப்பு, வருமானச் சான்றிதழ், சாதிச் சான்றிதழ், வேலைக்கு விண்ணப்பம் எழுதித்தருதல் என எல்லா உபயங்களின் சர்வ சன சேவைமையமாக மாறியது வீட்டுத் திண்ணை. கண்ணுக்குத் தெரியாத ஒரு புள்ளியிலிருந்து நகர்ந்து வருகிறது மரணமெனும் கொள்ளிவாய்ப் பிசாசு. சிலவேளை ஊர்ந்து வரும்; சிலவேளை தவ்வாளி போட்டுத் தாவி விழுகும். எந்த வேகத்தில் எந்நாள் வருமென எவரேனும் கணிக்கவியலாது. தன்னைத் துரத்தி அது கவ்விக் கொள்ளுமா, அல்லது தான் போய் அதைப் பற்றிக் கொள்வானா, யார் முந்தி? பந்தயப் போட்டி நடக்கிறது என உள்ளுணர்வில் அறிந்தான்.

-6-

முத்துவேல் சுடுகாட்டுக்குப் போய்த் தீய்கிற வேளையில், குடும்பத்தின் தலைமுறை வரலாறு முடிந்து போகும். வீட்டுக்குத் தலைமகன்; ஒத்தைப் பிள்ளை. எத்தனை பிள்ளை பெற்றாலும் ஒரு ஆண் மாத்திரம் தங்குவது குடும்பத்தின் பாரம்பரிய வழக்கமாகியிருந்தது. அய்யா காலத்தில் மட்டுமில்லை, பாட்டன் பூட்டன் காலத்திலிருந்து வருகிற பாரம்பரியக் கொடுப்பினை. வம்ச வரலாற்று ஓவியச் சோலை அழிந்து போய் விடுகிற வேளையில், இனித் தீட்டப்பட திரைச் சீலையுமில்லை; தீட்டுதற்கான ரூபமும் இல்லை.

முற்றத்தில் தயாராயிருந்தது பாடை. வலதுபக்கத்தில் தோண்டப்பட்ட சிறுகுழியில் ஈனாத வாழை நடப்பட்டது; குங்குமம் மஞ்சள் பூசி விபூதி இட்டு மங்கலப்படுத்தி, மஞ்சள் சரடு மூன்று முடிச்சுப் போட்டு வாழைக்குத் தாலி கட்டினார்கள். வாழ்காலத்தில் ஒரு பெண் கழுத்தில் தாலியேற்றாத ஆண் சடலம் ஒத்தையாய் சுடுகாடு ஏறக்கூடாது; பரிகாரம் பண்ண வாழை வெட்டிக் கல்யாணம் நடத்தினார்கள். சடங்கினை நாற்காலியில் அமர்ந்த அம்மா என்ற இன்னொரு சடலம் சாட்சியாகக் கண்டு கொண்டிருந்தது. ஒரு தாயின் எல்லா ஆசைகளினதும் கனவுகளினதும் தீபச் சுடரை ‘பூ’

என ஊதி அணைத்துவிட்டுப் போன மகன் மீது நிலை குத்தி நின்றன சுயநினைவற்றுப் போன கண்கள். வாழைக்கு ஆராதனை செய்தபின், தாலியை அறுத்து வாழையை வெட்டி வீசிப் போட்டனர். சனம் கலங்கி அழுது கதறியது.

அந்தப் பெண் அங்கு வந்திருக்கக் கூடாது; இன்றோ நாளையோ என்று வயிறு தள்ளிக் கொண்டு நிற்கும் கர்ப்பிணி. இழவு வீட்டு வாசலில் கர்ப்பிணிப் பெண்டிர் படியேறுதல் இல்லை. வேதனை முறுக்கி மேலேறுகையில், துயரத்தின் அதிர்ச்சியில் கருக்கலைவு சாத்தியமாகும் என்பார்கள். அவள் புறப்படுகிற போது வயிற்றைக் சுட்டிக்காட்டி, எடுத்துச் சொல்லி எவரும் தடுத்திருக்க முடியாது.

சடலமாய்க் கிடக்கும் இந்த வாலிபன் பணி ஓய்வு பெற்று ஊர் வந்த செய்தியறிந்து, இருபது கல் தொலைவுள்ள கணவனின் ஊருக்கு மாறுதல் வாங்கிக் கொண்டு போன கண்ணம்மா டீச்சர், சில ஆண்டுகள் கழிவின் பின் இப்போது ஊருக்கு, இழவு கேட்டு நுழைகிறாள்.

இறப்பின் மர்மம் நான்கு பேர் அறிவார்கள்; அவர்களில் ஒருவன் இந்த மண்ணில் நிரந்தரமாகச் செயல்பாட்டை நிறுத்தி விடைபெற்றுக் கொண்டுபோய் விட்டவன்.

'இனிச் சரி செய்ய இயலாது; கொஞ்ச காலத்திற்கேனும் ஊரில் போய் உயிரைப் பிடித்து வைக்க முயலுங்கள்' என, நோயைக் கண்டறிந்து சொன்ன ராணுவம். இந்த இரண்டாவது நபர் எழவு வீட்டில் பிரசன்னம் இல்லை.

வாழைவெட்டிக் கல்யாணச் சடங்கு நடைபெறும் இறுதிக் காட்சியில் வந்து நிற்கும் கர்ப்பிணிப் பெண், பதின்ம வயதில் அடிவைத்து நடக்கும் சின்னப்பன்-இவர்கள் மாமனின் இதயநோய் மர்மம் அறிவார்கள். ஓட்டை பெரிதாகி, நோய் ஏன் வலுத்துக் கோண்டு போயிற்று என்பதறிந்தவர்கள்.

கண்ணம்மா டீச்சர் வருகையை சின்னப்பன் எதிர்பார்க்கவில்லை. அதிர்ச்சியும், வியப்புமாய் ஏறிட்டுப் பார்த்தான்.

(கணையாழி : மார்ச் 2021)

கருக்கிருட்டு மழை

-1-

"நீ ஆத்தூர்க்காரியைக் கொண்டுவா, வேறொன்னும் வேண்டாம்".

மாசத்துக்கு ரெண்டு தவணை போய்வருகிற 'வெற்றிலைத் தாவளத்துக்கு' அப்படியான கிராக்கி. மிஞ்சிப் போனால் பத்து நாட்களுக்கு மேல் கடைகளில் வெற்றிலை தங்காது. ஆத்தூர் கொடிக்கால் வெற்றிலை குளத்தூர் போனாலும், விருதுபட்டி போனாலும், தரைக்குடி எருதுகட்டு என்றாலும்

"சரக்கு வருதா?" என்று ஊர் ஊருக்குக் கடைக்காரர்கள் பார்த்துக் கொண்டிருப்பார்கள்.

"வியாபாரிகள் நம்ம சரக்குக் கேட்கிறாங்க; நயம் சரக்குன்னு தெரிஞ்சிதான் நம்மகிட்ட வர்றான். கொடுக்க வக்கில்லைன்னா, அவனா ஜவாப்தாரி. யார் கொண்டுவந்து போட்டாலும் வாங்கிட்டுப் போவான்."

கொடிக்கால் முதலாளி முருகவேல் மனசுக்குள் தாவளத்துக்குப் போகக் கணக்குப் போட்டுக் கொண்டிருந்ததார். போட்டிபோட சோழவந்தான், உப்பத்தூர் தோட்டக்காரர்கள் தயராயிருக்கிறார்கள்.

சங்கரக்கா, மாதாயி, லிங்கம்மா, ஜக்கு, சிவனீஸ்வரி, சரசு, அஞ்சாறு பொம்பிளைகளின் கை நகங்கள் வெட்டுக்கிளிகளைக் கொண்டிருந்தன. கொழுந்துத் தண்டை நகங்கள் கத்தரிக்க, விரல்கள் முதுகில் தொங்கும் ஓலைக் கூடைக்கு ஓடும்.

"லிங்கம்மா, இங்ங வா"

நிரை பின்னிருந்து சத்தங் கொடுத்த முருகவேல் முதலாளியை ஏறிட்டாள் லிங்கம்மா.

"என்னன்னு தெரியலயே" சம்சயப்பட்டு பின்னால் போனாள்.

"யாருக்கு இது?"

ஆயப்படாமல் விட்டிருந்த கொழுந்து வெற்றிலைகளைக் காட்டிக் கேட்டார்.

"தப்பு களை'ன்னா போகட்டும்னு விட்டிரலாம். இது களை இல்ல, மகளே விலை"

அவள் அச்சப்பட்டது நடந்து விட்டது. சின்னப்பிள்ளை நாக்குப் போல பளபளப்பான கொளுந்துகளைக் கிள்ளப் பரிதாபப்பட்டு அப்படியே விட்டு வந்தாள். பரிதாபம் பார்த்தது வினையாய் முடிந்தது.

"இதுகளுக்கு ஆயிசு அம்புட்டுத்தான்" முணுமுணுத்தாள்.

தப்பு வெற்றிலைகளைக் கிள்ளி விட்டு, முன்னால் போய் நிரையில் கோர்த்துக் கொண்ட லிங்கம்மா கேட்டாள்,

"அக்கா, முதலாளி முகத்தைப் பாத்தீகளா?"

"என்ன சங்கதி?" காதுகடித்தாள் சங்கரக்கா.

"பெரிய பூவு-அது மொகமா விரிஞ்சாப் போலத் தெரியுது"

லிங்கம்மாவுக்கு இன்னும் ஒன்னு தோணினது, இப்போது கிள்ளிப் போட்ட அந்தக் கொழுந்துக முதலாளி முகப் பளபளப்புக்கு ஆகுமா?

இந்தப் பூ மலர்வுக்கான ஊட்டம் எங்கிருந்து கிடைத்தது? இந்தப் பூ விரிய எத்தனை நாட்கள் உரம் இடப்பட்டது என்ற ரகசியம் தோட்டக்காலில் அத்தனை பெண்களுக்கும் தெரியும். அவர்களிடம் கொழுந்து பறிக்கும் இரு கைகள் மட்டுமில்லை; கேட்க இரு காதுகளும் பேச ஒரு வாயும் இருந்தன. 'நீ ஒன்னு சொல்ல, நா ஒன்னு சொல்ல'ன்னு கூடிக்கொண்டு போகும். அவர்களுக்கு முதலாளி போய் இறங்குகிற புளியங்குளத்திலிருந்து சேதிகள் கடத்தி வருகின்றன நாக்குகள்; திறந்து வைத்த டிரங்குப் பெட்டிகள் காதுகள்.

எல்லா வசதிவாய்ப்பும் கொண்டிருக்கிற கொடிக்கால் முதலாளிமார்கள் எத்தனை கப்பல்களிலும் கால் வைத்துச் செலுத்த முடியும். ஒன்னுக்கு இரண்டு மூணு என்று தொடுப்பு வைத்துக்கொள்ளத் தோதுண்டு. பெண்டுகள் பேச்சில் அதுக்கு ஒரு சமாதானமும் உண்டு.

"அதுக்கெல்லாம் ஒரு லவிப்பு வேணும்."

நாள்பட்ட அனுபவமும் வயது மூப்புமான சங்கரக்கா சொல்வாள்,

“இப்ப நமக்குமந் தான் கேக்குது. நாம நெனைச்சாலும் அப்படி வச்சிக்கிற ஏலுமா?”

“என்னத்தா நா சொல்றது” என்னத்தா என்பது அங்கே ஒருமைப்பில் கவிந்திருக்கும் அத்தனை பேருக்குமான வார்த்தை.

“வாஸ்தவம்” சிவனீஸ் சொன்னாள்.

“அதான் சொல்லீட்டமில்ல, கிளி மாதிரி ஒரு பொண்டாட்டி இருந்தாலும், கொரங்கு மாதிரி ஒரு வைப்பாட்டியும் இருக்கனும்'னு”

மாதாயி எடுத்துக் கொடுக்கிறாள்.

லிங்கம்மா இடைமறித்தாள். பின்னால் முதலாளி அசைவு தென்படுகிறதா என்று நோட்டமிட்டுக் கன்னங்குழி விழச் சொன்னாள்

“சே. நம்ம முதலாளிய வீணால பழி போடக் கூடாது. புளியம்பட்டி அக்கா அவ்வளவு அழகா இருப்பாங்களாம். முன்னால் நடக்கவிட்டு பின்னால பாக்கனும்னு தோனும்.”

முதலாளி முருகவேலுக்குக் கொடிக்கால் தெரியும்: தோட்டத்தில் பல காலமாகப் பதிவாய் வேலை பார்த்து வருகிற பெண்மக்களைத் தெரியும். பெண்மக்கள் கிள்ளி முதுகுக் கூடைக்குள் வீசி எறியும் கொழுந்துகளைத் தெரியும். முதலில் ஓலைப்பாய், இரண்டாவதாய் வாழைமட்டைகள் வைத்துக் கட்டி, சின்னப்பிள்ளை ஏணை போல் சுருட்டி வண்டியில் ஏற்றி ‘தாவளம்‘ போகும் வண்டி ஓட்டி பச்சையைத் தெரியும். யார் யாருக்கு எந்தெந்த ஊரில் கடை என்று தெரியும், அதையும் அறிந்தவன் பச்சை.

எல்லோருடைய உழைப்பும் சிரத்தையுமிருந்தால் வெற்றிலைத் தாவளம் ஒழுங்கா முறையா போய்ச் சேரவேண்டிய இடத்துக்குப் போய்ச் சேரும். அந்தந்த வேலைக்குரிய ஆட்களைத்தான் போடுவார் முருகவேல்.

அவர்களுக்கு ஏமாத்தத் தெரியாது.

உழைப்புக்கேற்ற கூலி தொழிலாளிக்கு; ஏமாத்தமில்லாத உழைப்பு முதலாளிக்கு. கொடிக்கால் முதலாளிக்கு நம்பிக்கையின் அச்சாரங்கள் பெண்டுகளும் பச்சையும். அதற்காக அப்படியே விட்டிரமாட்டார். சரியாய்ச் செய்கிறார்களா இல்லையா என்று போய்ப் போய்ப் பார்ப்பார். அது அவர்கள் மீதான கண் இல்லை. அவர்கள் உழைப்பின் மேல் வைக்கும் கண்.

இந்தப் பெண்டுகள் மேல் அவர் கோபப்பட்டுக் கண்டதில்லை.

வயிற்றைத் தள்ளிக்கொண்டு வந்தாள் ஏழு மாதக் கர்ப்பிணி லிங்கம்மா. சரிக்குச் சரி உயரமான கொடி என்றால் பரவாயில்லை; கொஞ்சம் தாழ்வான கொடியில் குனிந்து கொழுந்து பறித்து, நிமிர்ந்து பின்னால் மாட்டிய கூடையில் போட்டாள்.

"ஏ... ஏ... நில்லு"

முதலாளி அதறப்பதற ஓடிவந்தார். அன்னையோடு லிங்கம்மாவுக்கு சீட்டுக் கிழிக்கப்பட்டது. முதலாளி சொன்னார்;

"ஒன்னையப் போயி குனிஞ்சி நிமிர அனுப்புனாராக்கும் ஒம் வூட்டுக்காரன், நல்ல யோசனை தான். பேசாம வீடு போய்ச் சேரு."

கொடிக்காலில் கால் வைத்தால் என்ன கூலி உண்டுமோ, அதை அவளுக்கு அன்னாடம் சேரும்படிச் செய்தார். அவளுக்கும் குடும்பத்துக்கும் அன்ன விசாரம் உண்டாகாமல் பார்த்துக் கொண்டார்.

"நாந்தான் ஒன்னுமே செய்யலியே, எனக்கு எதுக்கு?"

லிங்கம்மா எவ்வளவோ மறுத்துப் பார்த்தாள்.

முதலாளியின் நாக்கில் தொக்கிக் கிடந்தது மனசுக்குள்ளிருந்த ஒற்றைப் பதில்.

"ஒரு உசிருன்னாலும் பரவாயில்லை, ஈருசுரு."

மூணு மாசம் பேறுகால விடுப்புக் கொடுத்து, அன்னாடம் உலை வைக்கவும் குறையேதுமில்லாமல் பார்த்துக் கொண்டவர் அவர்.

"எக்கா... மொதலாளி மொகத்தைப் பாத்திகளா" புளியங்குளம் போய் மலர்ச்சியாய் வந்த முகம் கண்டு அந்த லிங்கம்மாதான் பங்கு வைத்தாள்.

"போய் தாமசிச்சு ஆறு நாள்ள, அந்தத் தங்கச்சி நல்லா மந்திரிச்சி அனுப்பிருக்கா"

சங்கரக்கா வாய் திறந்து வாழ்த்தினாள்.

முகம் தெரியாது. முன்னப்பின்ன அறிஞ்சதில்லை. ஆனாலும் முதலாளியைப் பிரியமாகப் பார்த்துக் கொள்கிறாள் என்பதினால் அவர்களுக்குத் தன்னறியாத பாந்தம் உண்டாகியிருந்தது. எங்கோ இருக்கும் ஒரு மகராசி, நடுத்தர வயசுள்ளவள். முதலாளியின் மனசு கனறாமல் பார்த்துக் கொள்கிறாள்; ஆறு நாள் தாமசம் கூடுதல் சிவப்பாக்கிவிட்டது. புன்னகை வழியும் முகம்: இப்போது கூடுதலாய் மலர்ந்து கிடந்தது.

-2-

காடுமேடு, மலை பள்ளத்தாக்கு என வனவெளி எல்லாவற்றுக்கும் கூட்டிப்போகிறது கனிமர வாசனை. எங்கெங்கு பறக்குமினங்கள் உண்டோ அங்கெல்லாம் காற்றில் சவ்வாரி போய் நா வந்திருக்கேன் என்று கூப்பிடும்; பழ வாசனை கூப்பிட்ட வழி தெரிந்து ஆகாய மார்க்கம் ஓடி, கண்மாய்க் கரையில் ஓங்கி உயர்ந்து, தாட்டியமாய் நிற்கும் மரங்களில் மொதுமொதுவென மோதும் பறைவைக் கூட்டம்.

கொடுக்க ரம்மியமான கதைகளோடு தயாராயிருக்கிற 'பச்சை' ஒரு கனிமரம்.

கதைக் கனிகளைக் கொத்திக் கொண்டு போக, அவனைச் சுற்றிக் கும்மரிச்சம் போடுகின்றன சின்னஞ்சிறு பிஞ்சுகள்.

ஊருக்கு எத்தனை திசைகள் உண்டுமோ அத்தனையிலிருந்தும், எத்தனை பாதைகளுண்டுமோ அத்தனையிலிருந்தும் கதை கேட்கக் கூடும் சின்னனஞ் சிறு பிஞ்சுகள். கதை கேட்பினால் நிரம்பியது பாலியம். அதே வீட்டிலிருந்து கதை கேட்க வரும் தேவி என்னும் ராணித்தேனீயைச் சுற்றி 'காச், மூச்'சென்று சத்தக்காடு போட்டுக் கிடக்கும். ராணித்தேனீ தென்படாதபோது மற்ற தேனீக்களும் கண் மறைந்திடும். ராணித்தேனீ இல்லையெனில் பச்சை என்ற கதை மரம் தாவளம் முடிந்து சொந்த ஊர் போய்விட்டது என்று அர்த்தம்.

காத்திருக்கும் சிறுசிறு உயிரிகளைப் தங்கல் போடும் நாட்களில் ஏமாற்றியதில்லை பச்சை.

ஓசையில்லாத ஒரு விசில் சத்தம் மனசுக்கு மட்டும் அந்நேரத்துக்கு கேட்கும் போல; மனசின் விசில் கூப்பிட, காடுகரை, கிணறு, தோட்டம், கம்மாய் என எவ்வெவ்விடங்களோ அதுகளை அனாதையாக்கி, தங்களின் கதைசொல்லியைத் தேடி பறந்து வந்தார்கள். பெரிய காரைவீடு; தேவியும் கதை கேட்க எந்நேரமும் தொழுவத்தில் கிடப்பாள். நிறையக் கதைகள் சொல்லி, பிள்ளைகளை யோசிக்க வைக்க ஒரு கொக்கி போடுவது பச்சை வழக்கம். ஒவ்வொரு கதையிலும் ஒரு கேள்வியைத் தொங்கவிட்டு எழுந்து போய் விடுவான். சிறுசுகள் ஒவ்வொரு முகமும் யோசனைகளின் கூடாரமாய் ஆகி விடும்.

"ஒரு சந்தைக்கு 40 வாசல். ஒருவன் 40 தேங்காய் கொண்ட இரண்டு சுமைகள் சந்தைக்குக் கொண்டுபோனான். ஒவ்வொரு வாசலுக்கும் ஒரு சுமைக்கு ஒரு தேங்காய் வரி கொடுக்கவேண்டும். வாசலுக்கு ஒன்று

கொடுத்துவிட்டு, 40 வாசலைக் கடந்து மிச்சத் தேங்காயை விற்று லாபமும் பார்த்து வந்தான். எப்படி?"

ஊடேஊடே கதைசொல்லி கதைக் கணக்குகள் போடுகிற ஆளாக மாறிப் போவான். கதைக்கணக்குப் போட்ட பின் லேசாய் உலாத்தப் போனான். தேங்காயைச் சந்தைக்குக் கொண்டுபோன ஆள் ஏப்பை சாப்பையான விவசாயி இல்லை. கணக்குப் போடத் தெரிந்த புத்திசாலி. வியாபார நுட்பம், சூட்சுமம் அறிந்தவன்னு சிறுசுகள் காதில் போட்டுவிட்டு அகன்றான்.

"அப்ப யோசிச்சுக் கோங்க."

பிள்ளைகள் அவர்களுக்குள் மல்லாடிக்கொண்டிருந்தனர்.

"ஒன்னுக்கும் வரமாட்டேங்குதே" முகத்தைக் கோணலாக்கிச் சடைத்துக் கொண்டான் காசி.

"நீங்க ஒன்னுக்கும் போக வேண்டாம்; ரெண்டுக்கும் போகவேண்டாம். கேட்டதுக்கு விடையைக் கொண்டுவாங்க முதலாளி"

காசிக்கு எட்டு வயசு. பச்சைக்கு முவ்வெட்டு இருபத்திநாலு. ஊழியம் செய்கிற தாழ்த்தப்பட்ட மகன் உயர்சாதிக் கணக்கு வைத்துத்தான் ஆட்களிடம் பேச வேண்டியிருக்கிறது; அந்த ஊர் மட்டுமென்ன, அனைத்துக் கிராமங்களிலும் பச்சைகளின் வயசுக் கணக்கு செல்லுபடியானதில்லை.

"முதலாளி ஒன்னும் முடியலயா, கொஞ்சம் மூளைக்கு மேலே போங்க, முதலாளி"

அவன் சொன்னது யோசிப்பில் மேலே போகச் சொல்லி; காசி நிசமா மேலே இருக்கும் போல என்று தலைக்கு மேல் தடவினான்.

எப்போதும் கடைசியாய் தேவியைக் கேட்கும் வழக்கம் உண்டு, பச்சை தேவியைப் பார்த்துக் கேட்டான்

"அம்மணி, ஒங்களுக்குத் தோணலையா?"

கழுத்து சுளுக்கிக் கொள்வது மாதிரி அம்மணியிடமிருந்து தலையசைப்பு மிஞ்சிற்று.

'ம்க்கும்' பரிதாபமாய் பார்த்தாள். இப்ப நா சொல்லப்போறேன் என்பது போல் ஒரு பார்வை பார்த்து கணக்கை விடுவித்தான்.

"ஒரு வாசலுக்கு ஒரு மூடைக்கு ஒரு தேங்காய் வரி கட்டனும். 40 வாசல். ரெண்டு மூடை கொண்டுபோனானா, 20 வாசல்வரை ஒரு சுமையிலிருந்து இரண்டிரண்டு காயாகக் கொடுத்து வந்தான். 21-வது வாசலில் ஒரு சுமை காலியாச்சு, ஒரு சுமை மீதியிருக்கு. அப்ப இந்த ஒரு சுமையிலிருந்து வாசலுக்கு ஒன்னாக் கொடுத்துட்டு, மீதி 20 தேங்காயை வித்து லாபமும் பாத்துட்டு வந்துட்டான்"

தேவி வெட்கத்தால் சுண்டிப் போனாள். இது கூட தெரியலயா 'மடச் சாம்பிராணி' என்று பக்கத்தில் உட்கார்ந்திருந்த மாரித்தாய் அவளை ஒரு இடி இடித்தாள்.

"இவ என்னையக் குத்துறா" கத்தினாள்.

உடனே கேட்டுக் கொடுக்கனுமா இல்லையா? பெரியவீட்டுப் பிள்ளையின் செல்லமான முறையிடல். சிறுசுகளுக்குள் எந்த நீதியும் எடுபடுவதில்லை.

-3-

வெத்திலைத் தாவளம் போய் விட்டுத் திரும்பிய ஒரு இரவில் பச்சையின் கண்ணில் தேவி தென்படவில்லை.

ஒன்னோ ரெண்டோ நாளிருந்துவிட்டு ஆத்தூருக்குத் திரும்ப வண்டி கட்டவேணும். அதுக்குமுன் தேவியைத் தரிசித்துவிட்டுப் போக நினைக்கிறான். காலை முதல் ரவ்வு வரை அவனைச் சுற்றிச் சுற்றி வரும் மைனாக் குஞ்சுகள், அன்று ஒரு அலுக்கமும் இல்லாமல் எந்தக் கூட்டில் போய் அடந்து விட்டன? சின்னம்மணி வரவில்லையென்பதால் மத்தக் குஞ்சுகளும் வரவில்லை. ஊர் அடங்கும் நேரத்துக்கு மேலாகத் தொழுவத்தில் அவன் விழித்திருந்தான்.

தாவளத்துக்கு வரும் நாட்களில் வேளாவேளைக்கு அவனுக்குச் சாப்பாடு கொடுக்க வேலைக்கார ஆவுடை தொழுவத்துக்கு வந்து போனாள். பச்சைக்கு வேளை தவறாமல் சாப்பாடு கொடுக்க வேண்டுமென்பது கொடிக்கால் முதலாளி கட்டளை. வீட்டு முதலாளியும் கொடிக்கால் முதலாளியும் செப்புப் பட்டயத்தில எழுதினாப் போல சிநேகம். எழுத்துப் பிசகாமல் எல்லாம் நடக்கிறதா என்று அப்பப்ப விசாரித்துப் போவார். அவனிருக்கும் தொழுவுப் பக்கம் வந்து பார்வையிடுவார் வீட்டு முதலாளி.

பகல்பட்டு முழுசும் அந்தச் சிறுஉரு தென்படக் காணோம்.

"தாயி, சின்னம்மணியைக் காணோம்?"

ராத்திரிச் சாப்பாடு கொடுக்க வந்த ஆவுடைக்கு, சாதாரணமாய் வந்த அவன் கேள்வி கண்டு சிரிப்பு புறண்டது.

“ஒனக்குச் சொல்லாம விட்டாச்சா, பாப்பா பெரிய மனுசியாயிட்டா”.

பச்சை எதிர்பார்க்கவில்லை.

அக்கக்காய்ப் பிரித்துக் கூறுபோட்டு அச்சொல்லின் உள் அர்த்ததைத் தேடினான். காலங்கள் தோறும் ஒவ்வொரு பெண்ணுக்கும் உண்டானதுதான். ஆனால் தேவிக்கு என நினைத்துப் பார்க்கையில் குதூகலிப்பு நடுத்தண்டில் ஓடிற்று. இனி இவளிடத்திருந்த ஒரு சிறுபெண் கண் மறைவாகி விடுவாள். பெரிய மனுசித் தோரணையெல்லாம் சிறு உருவிடம் அன்று முதல் கவிந்து கொள்ளும். சிறுபிள்ளைகளது தேவதைக் கதைகளில் வருவது போல், ஒரே நாளில் ஆகாசத்துக்கும் பூமிக்கும் வளர்ந்து படரும் அவரைக் கொடி போல், ஒரு முழுப் பொம்பிளை அதிசயக் கொடியாய் வளர்ந்து விடுவாள்.

வெற்றிலைச் சிப்பம் ஏத்தி ஊர் ஊராய் வியாபாரம் செய்யப் போயிருந்தான். அதனால் சேதி தெரியாமல் போயிருக்குமோ? மூணாம் நாள் தலைக்குத் தண்ணி விடும் விசேசம் நடந்திருக்கும்.

“அப்ப வெத்திலைக்கு என்ன பண்ணுனீங்க தாயி?”

“அப்ப பாத்து நீ காணாமப் போயிட்டா நாங்க என்ன செய்ய? வீட்டுக்குள்ள வெத்திலை வண்டியை வச்சிக்கிட்டு ஓங்கிட்டச் சொல்லாம வேற யார்ட்ட சொல்லப் போறாங்க. எப்படியும் ஒரு சிப்பம் கணக்கு வரும். தலைக்குத் தண்ணி ஊத்தியாச்சு. வீடு கூட்டிறன்னைக்கு ஓங்கிட்டச் சொல்லலாம்னு இருப்பாங்க” ஆவுடை தகவல் தெரிவித்தாள்.

சுற்றம் சொந்தத்துக்குச் சொல்லி ஆளும் பேருமாய் மொய்க்கிற போது வெற்றிலைக் கட்டுக்கட்டாய் அருவாகிப் போகும்.

“அதுவரைக்கும் குச்சில் கட்டி வச்சிருப்பாங்க. பொம்பிளைங்க தவிர வேற யாரும் பாக்கக்கூடாது.”

“அதெப்படீ தாயி, பெத்த அய்யா? அண்ணன்மாரு?”

கேள்வியை நாக்கில் அடக்கிக் கொண்டான். கேள்வியைப் பார்த்து எதிர்த்தாப்பிலிருக்கும் ஆவுடை சந்தேகக் கண் விரிப்பாள். எதுக்கு வம்பு. அவர்கள் உரித்தானவர்கள், நீ யார் பாக்கனும் வைக்கனும் சொல்றதுக்கு? பாக்கனும் போல இருக்கு என்றால் “என்ன பைத்தியக்காரனாட்டம்” சத்தம் போடாமல் அடங்கமாட்டாள்.

எச்சரிக்கையாய் பின்கட்டில் தேவியை சிறை வைத்துக் காத்தார்கள்.

இரவின் அமைதியில் கை நிறைய அடுக்கிய கண்ணாடி வளையல்கள் பின்கட்டிலிருந்து பேசின. தேவி இருக்குமிடம் வளையல் இசையால் அடையாளமாகியது. நடையோடு வளையல் ஓசையும் கூடவே போனது. வளையல் இசை அவனைப் பேதலிக்கச் செய்தது.

பின்னரும் ஒரு ஆறு மாசம் அவன் காண முடியாமல் ஆனது. ஒருநாள் தொழுவத்தில் அவனுக்குச் சாப்பாடு வைக்கையில், வேலைக்கார ஆவுடை சொன்னாள், "சின்னம்மணி, பால் பீச்சப் பழகிட்டாங்க."

காலை, அந்தி இருவேளையும் தொழுவத்திலிருந்து ஒத்தைக் கறவைப் பசு பின்கட்டுத் தாழ்வாரத்துக்குப் போய் வந்தது. தொழுவத்தில் உழவுக் காளைகள் அல்லாமல் இரண்டு கறவைப் பசுக்கள். ஒரு பசு சுரப்பு நின்னு போன நாட்களில், இன்னொன்னு பால் கொடுத்தது; சுரப்பில் கால மாறுபாடு இருக்கும்படி பசுக்களை வாங்கி விட்டிருந்தார்கள். ஒரு பசு சினை பிடித்துப் பயிராகி, தட்டுக்குழி நெறிந்து கன்று கீழே விழுகிறவரை, மற்றொன்று பல்கிப் பெருகிப் பாலாய்ச் சொரிந்து கொண்டிருக்கும். காலை, முன்னந்தி இருநேரமும் தொழுவத்தில் கட்டப்பட்ட பசு காணாமல் போய், திரும்பத் தொழுவத்தில் மாட்டப்படுவதின் மர்மம் பச்சைக்கு வெளிப்பட்டது.

பச்சையின் குலத்துப் பெண்டிருக்குப் பால் கறத்தல் கல்லாமல் பாகம்பட்ட தொழில். பாவாடையில் இருக்கிறபோதே பால் கறந்தவர்கள்; பொம்பிளைக பால் கறந்தால் ஆடாமல் அசையாமல் நிற்கும் சில பசுக்கள். பெண்டுகள் கைகளின் மிருதுத் தன்மையைப் பசுக்கள் அறிந்திருந்தன.

ஆட்டில் பால் கறப்பது லேசுப்பட்ட காரியமில்லை; பசுவுக்கு ஒத்தை ஆள், வெள்ளாட்டுக்கு ரெட்டை ஆள். வெள்ளாடு ஒரு இடத்தில் தரிக்காது: எக்குப் போட்டுத் தாவித் தாவி ஓடிக்கொண்டே இருக்கும். பின்னங்கால்களை லாவிப் பிடித்து, இரண்டு கால் மூட்டுகளுக்கிடையே இடுக்கி பாத்திரத்தில் பால் பீய்ச்சிக் கொண்டுவந்து விட்டால், பெரிய சாதனை. பிடித்து நிறுத்த முன்னுக்கு ஒரு ஆள் வேண்டும்.

இன்னொரு நாள் செடிகளின், மரங்களின் பசிய இலைகளில், கண்ணாடிகளாய்த் தகதகத்த வெண்பனி முத்துக்களை உறிஞ்சியபடி வந்தது ஏறுவெயில். இளங்கோழிக்குஞ்சுகள் இரண்டை முடிந்து தொங்கவிட்டு ஆவுடை வீட்டுக்குள் நுழைந்தாள்.

“எதுக்கு?”

“வந்து சொல்றேன்” கடந்து போனாள்.

“குமராகிட்டா இல்லையா, பச்சை உடம்பு. கோழிக்குஞ்சு சாறு உடம்புச் சூட்டை உண்டாக்கும், குளுச்சிய அண்ட விடாது”

“பிள்ளை பெத்த பச்சை உடம்புக்குத் தான அந்த மருத்துவம்”

“இதுவும் பச்சை உடம்பு தான”

பூப்பெய்திய உடம்பு பச்சைமாவு. இடுப்பு எலும்பு வலுக்கொண்டு சதைத் திரட்சி கொள்ள நாளெடுக்கும். முதலாளி நாச்சியம்மா ஒரு சாட்சி. அவ அம்மாக்காரி உளுந்தும் பச்சரிசியும் கலந்து ஊற வைத்து அரைத்த மாவில் களி செய்து, நடுவில் சிறு குழி எடுத்து நல்லெண்ணை ஊற்றித் தொட்டு தொட்டுச் சாப்பிட வைத்து நாச்சியாரை ஆளாக்கினாள். கடித்துக் கொள்ள கறுப்பட்டி வெகு தோது. இடுப்பெலும்பு வலுக்கொண்டு சினை பிடிக்கத் தயாராகி விடும். இத்தனை குழந்தைகள் பெற்ற பின்னும் கல்லுக்குத்தியாட்டம் நிற்கிறாள் நாச்சியம்மா என்றால் அதுக்கு இந்தப் பண்டுவம் காரணம்.

“சின்னம்மிணிக்கு விரல்ல நகச்சித்து வந்திருக்கு” பின்புறத் தாழ்வாரத்தைக் காட்டினாள். தற்செயலாய்ப் பேசுவது போல் நிறைய சேதிகளை சொல்லிவிட்டுப் போவாள் ஆவுடை.

எலுமிச்சம் பழத்தைத் துளை செய்து விரலை அதற்குள் சொருகிக் கொள்ளச் செய்தால் ‘நகச்சித்து’ தீர்ந்து போகும். ஆனால் அது இல்லை, ஏதோ ‘புறப்பாடு’ என்று சந்தேகம்; லேசாய்க் காய்ச்சல். காய்ச்சல் வந்தால் அம்மனுடைய விளையாட்டு, ஐயமில்லை. வேப்பிலை, மஞ்சள் சேர்த்து அரைத்து ‘புறப்பாடு’ கண்ட விரலில் ‘அம்மங்காப்பு’ போட்டார்கள். வேப்பிலையும் மஞ்சளும் சேர்ந்து, காயக்காய விறு விறுவென்று இழுத்து உடலே ஒரு குலுக்கு குலுக்கியதாம்.

“பரிதாபமா இருந்துச்சு. சின்னம்மணி மயக்கம் போட்டு விழுந்துட்டாங்க”

-4-

பிடித்த பிடியை விடத்தெரியாது ஐப்பசி, கார்த்திகை அடைமழைக்கு. மாசி மழை அஞ்சாறு தூத்தல் போட்டு முத்தம் தெளிச்சிட்டு உடன் உள்வாங்கி விடும். விருந்துக்கு வந்த மருமகன்

மாமியார் வீடே சொந்தமாக்கிக் கொண்டது போல் ஆக்கிக் கொள்ளும் ஐப்பசி, கார்த்திகை அடைமழை. நாற்புறம் சூழ்ந்த தீவாகியிருந்தது ஊர்; "ஊருன்னு சொல்லவா? சத்தா சமுத்திரம்னு சொல்லவா?" என்று ஆத்திரப்பட்டாள் ஆவுடை. இருக்க இருக்க கருக்கிருட்டாகிக் கொண்டுபோனது.

ஒத்தை வீடு தெருவாகியிருந்தது: கொடி அத்தி விளார்கள், வெள்ளை நொச்சிமார்கள் தரித்து, வீட்டைச் சுற்றிலும் பனைமட்டைகள் குறுக்காய்ப் பிடித்துக்கட்டிய படல். வாசல் படலைத் தூக்கி நுழைந்தால், இடது பக்கம் தொழுவம். இரண்டு ஜோடி உழவு மாடுகள், 'சிவனேன்னு' படுத்துச் சுகம் கொண்ட மாடுகளை ஏர் பூட்ட, உழவு அடிக்க, தட்டுவண்டி பூட்டிக் காடுகரைக்குப் போக அடைமழை தோதில்லை. கொட்டாரத்துக்குப் பக்கம் மரக்கொப்பில் தூக்கிக் கட்டியிருந்தன இரட்டைக் கலப்பைகள். லம்பாடி மாடுகளுக்கு இரட்டைக் கலப்பைதான் தோது; மழைக்கு ஈரப்பதமாகி, ஓதமேறி கரையான் அரிக்கக்கூடுமென ஏணை கட்டியது போல் தூக்கிக் கட்டிய மரத்தை ஒட்டி இடது பக்கம் ஒரு தட்டுவண்டி: ஒரு கூட்டுவண்டி. தாவளத்துக்குப் போகும் பாரவண்டி. பச்சையின் கைவிரல் பட்டதும், பதறி எழுந்து தாவளத்துக்குப் பாய்ந்து செல்லக்காத்திருக்கும் காளைகள், இப்போது கட்டுக்கிடையாய்க் கிடந்தன.

ஆகாயத்துக்கும் பூமிக்கும் தைத்துப் போட்டதுபோல் நெய்து கொண்டிருந்தது மழை. மனுசர்களை முடக்கிச் சிக்கு எடுப்பதில் மழைக்கு ஒரு சந்தோசம். வண்டியில் அடைபட்டுக்கிடந்த வெற்றிலைச் சிப்பங்கள் அடைமழை தொடங்கு முன்பாகத் தீர்ந்துவிட்டன. இல்லாமல் போயிருந்தால், 'கொடுங்கொடுங்'ன்னு ஆடுகிற மழையில் அழுகி நாறிப்போயிருக்கும். பச்சை ஊருக்குத் திரும்ப வேண்டிய கட்டம். ஊருக்கு வெத்தலை போடுவது முடிந்து விட்டதால், கொடிக்கால் முதலாளி புளியங்குளத்தில் அடைக்கலம்.

'வெருக், வெருக்'-கென்று உட்கார்ந்திருந்தான் பச்சை.

"என்ன தனியா"

கோணிப்பைக் கொங்காணி போட்டபடி ஆவுடை வந்தாள்.

என்ன கேள்வி? லேசாய்ச் சிரித்தான். யாருமே இல்லாதபோது தனியாய்த்தான் உட்கார்ந்திருப்பான்; மழை உண்டாக்கி விட்டிருந்த தண்ணீர்த் தீவில் ஒரு மனிதத் துணை தேவைப்பட்டது.

“மரமிருக்கு, வௌவால்களக் காணமேன்னுதான் கேக்கன்”

அந்தக் கனிமரத்தைச் சுற்றி எப்போதும் ஜேஜே-ன்னு குவியும் வௌவால் குஞ்சுகளைக் காணமே என்று கேட்பது ஆவுடைக் குசும்பு.

“அதான் தெரியுதே” என்றான் ஈரெட்டாய்.

அப்போதுதான் வேக வைத்திருக்க வேண்டும். காரவீட்டிலிருந்து அவித்த சர்க்கரைவள்ளிக் கிழங்கு கொண்டுவந்திருக்கிறாள் ஆவுடை. முந்தானையில் கட்டிக் கொண்டுவந்த கிழங்கை, “துண்டைப் பிடி” என்று சூடாய் ஆவி பறக்கக் கொட்டினாள்.

“எனக்குப் போட்டுட்டா?”

“நானுந்தான்”

அவனுடைய துண்டிலிருந்து ஒரு கிழங்கை எடுத்து உரித்தாள். சாப்பிட்டுக் கொண்டிருக்கையில், என்னவோ தோன்றியிருக்க வேண்டும் ஆவுடைக்கு.

“எங்க கையைக் காட்டு?”

அவனுடைய வலது கையை விரித்தாள்: பக்கமாகத் தன்னுடைய கையை வைத்துப் பார்த்தாள்.

“ரெண்டும் ஒன்னா இருக்கு, சரிதான்.”

“என்ன சரி?”

“நா நெனைச்சது சரியா இருக்கு. ஒங்கையில ஏன் ஒன்னு கூட இருக்கு?” கட்டைவிரல் பக்கம் இன்னொன்னு சிறுசாய் ஒட்டிக்கிடந்தது.

“ஒனக்கு மட்டும் ஏன் அப்படின்னு பாப்பா கேட்டாளா?”

தேவியைத் தான் குறிப்பிடுகிறாள்.

“ஆமா, கேட்டா.”

“அப்ப ஒங்கையத் தொட்டாளா?”

ஆவுடைக்கு அவன் தலையசைப்பு, பார்வை, முகம் எல்லாமும் ஆச்சரியக் காடு போல் விரிந்தது. அவன் கையைத் தேவி தொட்டது, புரட்டிப் பார்த்தது, அந்த மிச்ச விரலை அதிசயிப்பாய்த் தடவிக் கொடுத்தது, வலிக்குமா என்று கேட்டது – எல்லாக் காட்சிகளும் ஓடின. “கடவுள் விட்ட மிச்சம்” என்றான் ஆறாவது விரலைக் காட்டி.

“பாப்பாவை என்னையே தொட விடுறதில்லை.”

ஆவுடை முணுமுணுத்தாள். தீண்டாமைப் புள்ளியின் சொல்லப்படாத கதைகள் அடங்கிக் கிடந்தன.

இருவரது கைகளையும் பக்கம் பக்கம் வைத்து உற்று நோக்கிக் கொண்டிருந்தாள். பச்சையின் கைகளில் நரம்போட்டம் அறிய இயலாதபடிக் கறுப்புச் சதையாயிருந்தது. கைகளின் கறுப்பில் அவன் மனசின் வெண்மையைக் கண்டாள்.

"ரேகை சோசியம் தெரியுமா" கேட்டான்.

பற்கள் 'தேங்காய்ச் சில்லுகளாய்' ஒளியடிக்க, அவள் சிரித்தாள்:

"தெரியும் கொஞ்சம், மனுச சோசியம்"

"கை பாத்துச் சொல்லு".

அவனுடைய நீட்டிய கையை ஒதுக்கினாள். நரம்புகளின் ஓட்டமில்லை, அவளுக்கு மனசோட்டம் பார்த்துச் சொல்லத் தெரியும்.

"மனசுக்குள்ள தான எல்லாமும் கிடக்கு"

"என்ன மாதிரி?" கேட்கிறான்.

"நீ கறுப்பு, நா சிவப்பு. நீ சாதியத்தவன். நாங்க சாதியில வந்தவங்க. நீ தரித்திர சென்மம்; நாங்க சொத்துபத்து, நிலம் நீச்சு உள்ள பிறவிக. இந்த நினைப்பு மனுசப் பிறவிகளுக்குள்ள தானே இருக்கு."

ஆமாம்; மனிதர்களைச் சுற்றி அலைகிற ஆடு மாடுகளுக்கும் பறவைகளுக்கும் இந்த வேத்துமை கிடையாது; எல்லாம் ஒன்னாய் அலைகின்றன. எல்லாம் ஒன்னாய் அணைகின்றன. வெயிலடிப்புப் போல ஒளிவீச்சுக் காட்டும் அவள் பற்களில் மயங்கி பச்சை கேட்டான்,

"மிச்ச ஜோசியம் என்ன சொல்லுது?"

இந்த சோசியக்காரியின் கையில் குறி சொல்லும் பூண் பிடித்த சின்னக் கோலில்லை; கோலினை ஆட்டி ஆட்டி, நீட்டி நீட்டிப் பாடும் வாக்கில்லை. வாக்குப் பெற்று வந்தவர்களிருக்கிறார்கள். அவர்கள் சொல் பலிதமாகும் என்பது பச்சை கேள்விப்பட்டது. ஆனால் மனசின் அசைவுகளை அட்சரசுத்தமாய் ஆவுடை படித்துக்காட்டுகிறாள்; அவளில் அவனுக்குப் பிடித்த விசயம் இந்த மனுசப் படிப்புத்தான். அவனுடைய விரித்த கைக்குள் காணும் கறுப்புதான் சந்தன நிறத்துச் சாமிமார்களுக்கு ஆகாத நிறம். நிறத்தினால் அவர்கள் உயரத்தில் வாழ்கிறார்கள். நிறமும் பிறப்பும் அவர்களை உயரத்தில் வைத்துவிடுகிறது என்கிறாள்.

அவனுடைய விரித்த கையை, இன்னும் தன் கையில் ஏந்திக் கொண்டிருந்தாள்; அந்த வெதுவெதுப்பை இருவரும் உணர்ந்தார்கள். பனை மட்டைக்குள் ஓடும் பச்சை நார்கணக்காய் உள்ளங்கை நரம்புகள் ஓடியிருந்தன.

பா.செயப்பிரகாசம் | 69

அவர்களுடைய பேச்சுக்கு அடைமழை தோது போட்டுக் கொண்டிருக்க, முன்னிருட்டுக் கவிந்து கொண்டிருந்தது.

"நீ இனிமே தேவியைத் தொடாதே"

சின்னம்மணியை இனிக் கண்ணுல காணவே ஏலாதுங்கிற நிலையில் தொடுவது எப்படி? பச்சை சிரித்துக்கொண்டே பார்த்தான். தொடாதே என்பதின் அர்த்தம் கண்ணால் தொடாதே என்பது. பயலுக்குப் புத்தியில் தட்டுப்படவேயில்லை.

உழைப்பு, விசுவாசம் இரண்டு மட்டும் போதுமென நினைக்கிற அவனொரு வெள்ளந்தி. வெள்ளந்திக்கு விநயமிருக்காது. ஆவுடைக்கு வடக்கும், தெக்குந் தெரியும். உழைக்கத் தெரிஞ்ச பிள்ளை என்பதினூடாக விநயமும் கொண்டிருந்தாள். அவள் ஒரு கேள்வி வைத்தாள். இந்த உஷ்ணப் பிரதேசத்தின் ஆதிவாசிகள் நாம்; இந்த வெப்பப் பிரதேசம் நமக்கு முகமும் உடலும் நிறமும் என்ன வடிவில் கொடுத்ததோ அது மாறாதவர்கள். ஆனால் உடலுக்குள் பொதிந்துள்ள மனசு மட்டும் மேனத்தானவர்களுக்குப் பிறத்தாலேயே போகிறதே, அது எதுக்கு? தேவியைத் தேடுகிற பச்சை மாதிரி! இதுதான் அவன் புத்தியில் ஆவுடை கண்ட ஒரு 'டொக்கு'. இவனை மாதிரி ஆட்கள்கிட்ட அவளுக்குப் பிடிக்காதது இந்த டொக்கு (கோணல்).

அவனுக்குப் பக்கலில் இருக்கிற ஒரு பொருள் பற்றி அவன் கவலைப்பட்டதில்லை. தொடமுடியாத தொலைவில் வானத்தில் நின்று ஜொலிப்புக் காட்டும் நட்சத்திரத்தைப் பற்றி எண்ணிக் கொண்டிருக்கிறான். அவன் தேவியைப் பற்றியே, அவள் ஆளான இந்த அஞ்சாறு மாசமாய் நினைத்துக் கொண்டிருக்கிறான். கொஞ்சம் அவன் பார்வை கிழக்குப் பக்கமாய்த் தைக்க வாய்ப்புக் கிட்டினால் சிறையெடுத்துப் போய்விடுவான் என்று பட்டது.

ஆவுடை படக்கென்று சொல்வாள் "முதல்ல தனதாள், வேத்தாள்ங்கிற உணத்தி வேணும்"

பிறகென்ன, எப்பேர்ப்பட்ட பயலானாலும் பச்சைத் தண்ணி கூடத் தரமாட்டாள் ஆவுடை.

கருத்த மைனாக்குருவி மாதிரியான அவள் சொன்ன அந்தச் சொல்லின் அர்த்தமென்ன? வேறொன்னையும் தெரிவித்திருக்கிறாள். பார்க்காதே, கேட்காதே, பழகாதே. அந்தத் திசை நினைப்பே கூடாது.

மழைத் தண்ணீர் சொளப் சொளப்பென்று சத்தம் கொடுக்க, எழுந்து திரும்பி காரவீட்டுக்குள் போனாள். மிச்ச சொச்ச வேலைகளை முடிக்க வேண்டும்.

காரவீட்டுக்குள் நாள் முழுசும் முடக்கம். இருட்டின பிற்பாடும் திரும்ப ஏலாமல் மறித்தது மழை. மிகுந்த எச்சரிக்கையாய் காரைவீட்டை மேடு ஏற்றி உயரத்தில் எடுத்திருந்தனர். கெத், கெத் -தென தாவிய கடல் அலை கனத்த சுவர்கள் மேல் மண்டிபோட்டுக் குனிந்தது. தொழுவிருந்த இடம் கொஞ்சம் தாவு. வேலை முடித்து திரும்பிய ஆவுடை வெளியேற வழியற்று தொழுவத்துக்குள் ஒண்டினாள்.

இந்தக் கொட்டும் மழை வெள்ளத்தில் வீட்டுக்குத் திரும்பிப் போய் ஒன்றும் ஆகப் போவதில்லை. அவளை வா என்று சொல் சொல்ல யாரும் அந்தக் குடிசையில் இருக்க மாட்டார்கள். அது வெறுங்குடிசை. அவள் கழுத்தில் முடிச்சுப் போட்டவன், கழுத்தைக் கட்டிக்கொண்டு பேச அங்கிருக்கமாட்டான். அடைமழைக்குக் காட்டில், கண்மாய்க் கரை மரத்தடியில் ஆடுகளைத் தாமசித்துக் கொண்டிருப்பான்; இல்லையானால் எங்கயாவது ஒரு சத்திரத்தில் ஒண்டிக்கொண்டு ஓரம்சாரத்தில் ஆடுகளைத் தாமசிக்க விட்டிருப்பான். ஆட்டுக் கீதாரி ஊருக்கு மேற்கில் மழைக்கால ஆடுகள் அடைப்புக்கு என்றே தொழுவம் உண்டாக்கி விட்டிருந்தான்.

வேற வேற நிறங்கள் அருகணைந்தால் பெரிய குற்றம். நிறங்களாலும் தீர்மானிக்கப்படுகின்றன பிரியங்கள். ஒரு நிறமாதலால் வேற்றுமைக்கு வழியில்லை. கூரைக்கு அடியில் மழைக் குளியல் நடத்திக்கொண்டிருந்த செம்பருத்தியின் சிறு கொப்பை எட்டி முறித்தாள் ஆவுடை: ஈரத்துளிகளைப் பச்சை மேல் உதறினாள். உடம்பு சில்லிடக் கூசி இருகைகளாலும் தோள் போர்த்திக் கொண்டான் பச்சை. நுனி இலைகளால் அவன் கன்னத்தை வருடியபோது இன்னும் 'ஜில்'லென்று குளிர்ந்தது. பிடரி வரை இறங்கியிருந்த அவனுடைய தலைமுடியை விரல்களால் அளைந்தாள்.

-5-

அப்போதுதான் ஈத்தான ஆட்டுக்குட்டியைக் கையிலேந்தி, கொழகொழவென்றிருந்த இளங்கொடியை வழித்தெடுத்தான் குமராண்டி. கால் நடுக்கம் கொண்டு தத்தக்கா புத்தக்கா போட்ட குட்டியைத் தாய் மடிக்குக் கொண்டுபோனான். பால் குடியானதும் துடிப்புடன் நிற்க முயன்றது குட்டி. பால் குடிப்பிக்கும் தாயையும் மொச்மொச்சென்று சப்பிக் குடிக்கப் பழகும் குட்டியையும் விட்டுவிட்டு, ஓடைக்கரை மேலுள்ள அரசமரத்தைப் பார்த்து ஓடினான். இளங்கொடியை நாய், நரி இழுத்துப் போய்ச் சாப்பிட்டுவிட்டால்,

ஆடு மாடு, மனுசன் எல்லாத்துக்கும் சீர் அடித்துவிடும் என்றோரு நம்பிக்கை. சரசர'வென மரத்திலேறி மேக்கொப்பில் 'இளங்கொடி' ஓலைக் கொட்டானைக் கட்டித் திரும்பினான்.

வெள்ளன கிடைக்கு வந்த ஆவுடை வெகுநேரம் காத்திருந்தாள். கிடை ஆள் நடமாட்டம் அத்துக் கிடந்தது. கழுத்தில் ஏறிய புதுமஞ்சள் சரடு அவளை அங்குக் கூட்டிவந்திருந்தது. வாராத நோய் வந்தால் சேராத மருந்தெல்லாம் சேர்த்து ஆகனும்; காலை அகட்டி பாசத்தோடு பால் குடுக்கும் ஆடு, பிறந்த உதடுகளால் மொச் மொச்சென்று சப்பும் குட்டி; இரண்டினையும் குத்துக்காலிட்டு உட்கார்ந்து தடவிக் கொடுத்தாள். ஒரு பெண்ணின் மிருது அந்தச் சீவன்களுக்குத் தேவையாயிருந்தது. ஆடு அவளுடைய கையை நக்கிக் கொடுத்தது.

இளங்கொடி கட்டிவிட்டு திரும்பி ஓடிவந்த குமராண்டி ஆவுடையை அந்நேரம் எதிர்பார்க்கவில்லை. அவளைக் கிடையில் கண்டதும் திக்குமுக்காடி நின்றான். கழுத்தின் புதுச்சரடு அவளை அங்குக் கூட்டி வந்தது; ஒவ்வொரு இரவையும் அவனுக்காகக் காத்திருந்து கழித்துக் கொண்டிருக்கிறாள். ஒரு ஆணின் துணையற்ற இரவுகள்.

இவனுக்குத் துணை செய்ய 14 வயதுச் சிறுவனை அமர்த்தியிருந்தார் கீதாரி. கிடைக்கு உரியதாரி அவர். விளையாட்டுப் பருவம் சிறுபயலை இன்னும் முழுசாக விட்டுப் போகவில்லை. அவன் ஊருக்குள் போயிருக்க வேண்டும். இதே 14 வயசில் குமராண்டி கையில் ஆடு மேய்க்கிற தொரட்டி. பகலில் ஆட்டுக்குப் பிறத்தாலே அலைய தொடங்கிய தொரட்டு இன்னும் கல்யாணத்துக்குப் பின்னும் முடியவில்லை. இரவும் பகலுமற்ற வாழ்க்கைக்குள் தள்ளப்பட்ட ஒரு ஆட்டுக்காரனுக்கு ஆவுடை நேர்ந்து விடப்பட்டிருந்தாள்.

அவன் ஒரு காட்டாள். ஊரையே கிறங்க வைக்கும் கல்யாண நாட்கள் கூட அவனுக்கு ஒதுக்கப்படவில்லை. அவனுக்குச் சமமான இன்னொரு ஆளை நியமித்தால் தனக்கு இரவைச் சொந்தமாக்கிக் கொள்ள முடியுமென நினைத்துக் கேட்டான். "போப்பா, நானே இப்பத்தான் தவிச்ச வாய்க்கு தாண்ணி குடிக்கிறேன்" என்று கீதாரி மேல்நிலைக்கு வர முண்டுவதை லச்சையில்லாமல் சொன்னான். இந்த ஆட்டுக்கார கோபால் கீதாரியாக மட்டுமில்லை, வியாபாரியாகவும் ஆகிவிட்டான்; முதலாளியாகவும் ஆகியிருந்தான். குமராண்டி மேய்ப்பனாகவே இருந்தான்.

"ஆட்டுக்காரனுக்கு அளந்து வச்சிருக்கான் ஆண்டவன்."

கீதாரி ஒரேயடியாய்த் திரும்பி நின்றுகொண்டான்.

ஆட்டுக்காரனுக்கு அரைப்புத்தி என்பார்கள். கட்டிக் கொண்டவனுக்கு முழுப்புத்தியும் ஆட்டுப் பின்னாலயே போய்க் கொண்டிருந்தது. ஆவுடையின் கவனமும் சூதானமும் முக்காத் துட்டுக்குப் பிரயோசனமில்லாமல் போனது.

எக்காலம் எவ்வேளை கழுத்தில் கயிறு ஏறியது என்பதும் அவளுக்கு மறைவாகி வந்தது.

தீண்டாமை ராத்திரிகள் அவளைத் துக்கம் கொண்டாடியாய் ஆக்கின. ஒரு துக்கம் கொண்டாடியின் கூட்டுத்தொகை நிகழ்வாகிக் கொண்டிருந்தது வாழ்வு. "ஆட்டுப் பொச்சுப்பெறத்தால அலையறதை என்னைக்கு விடறயோ, அதைக் கண்ணால காணுறப்போ நம்ம ஜீவிதம் அர்த்தத்துக்கு வரும்" என்று விலகிக் கொண்டாள்.

குமராண்டிக்கு இப்போது எல்லாவற்றையும் கடக்க சாராயமும் கள்ளும்: கள்ளும் நாட்டுச் சாராயமும் அவனுக்குக் காதலியாயும் கட்டிய பெண்டாட்டியுமாய் ஆகிவிட்டன. ஆட்டுக்குப் பிறத்தாலேயே கண்களைப் பதித்து, கள்ளுக்கும் சாராயத்துக்கும் வாழ்வு தொலைந்து கொண்டிருந்தது.

"இந்நேரம் அது எங்ஙன உருண்டு கெடக்குதோ"

ஆவுடை சடைத்தாள். அந்தச் சடைப்பினுள்ளிருந்து வேறொரு பெண் வந்து கொண்டிருக்கிறாள் என்பது பச்சைக்குப் புரிந்தது. முணுமுணுத்த உதடுகள், பச்சையின் கழுத்தில் ஒட்டிப் புறுபுறுத்தன.

அவனை நெருக்கி அவன் முகத்தில் வெப்பச் சுவாசம் விட்டுக் கொண்டிருந்த வேளையில், கழுத்துச் சரடு முகத்துக்கு எதிரில் ஆடியது. "இது?" எனக் கேட்ட போது, இந்த வேளையிலும் அவள் சொல்ல வந்தது,

"நீ இனிமே தேவியைத் தேடாதே." கழுத்துக் கயிறைக் கழற்றித் தொலைவாய் வைத்தாள்.

அவள் உடலில் புளித்த கள்ளின் வீச்சம் அடித்தது. உடலுக்குள் அடைகாத்த வெக்கை, இப்படியொரு வாசனையாய் வருகிறதோ என நினைத்தான்.

அயற்சியாகி விழித்த வேளையில், அடைமழை நீங்கியிருக்கவில்லை. அவளும் நீங்கியிருக்க முடியாமல் ஆயிற்று.

-6-

மறு சாயந்தரம் லேசாய் வெறித்து மஞ்சள் பரவியிருந்தது.

பச்சைக்கு ஒதுக்கப்பட்டிருக்கிறது தொழுவம்; ஆவுடைக்கு ஒதுக்கப்பட்டது பின்வாசல். அவர்களின் மனசில், நடத்தையில், பேசும் லாவகத்தில் எல்லாவற்றிலும் நடமாட்ட அளவைகள் வரையறுக்கப்பட்டிருந்தன. பல்லாண்டுக் காலமாய் வலியுறுத்தப்பட்ட நியமங்கள் தப்ப வழியில்லை; அன்று பின் வாசல் வழி வெளியேறின ஆவுடை, நேராக தொழுவத்தில் பச்சை முன் நின்றாள்.

“சட்டி உடைஞ்சிருச்சி” என்றாள்.

இனியொருக் காலத்தும் அவ்வீட்டுக்குள் ஆவுடை அடி எடுத்து வைக்க லாயக்கில்லை. ஊரில் அந்த ஒரு வீட்டில் மட்டும் ‘பதிவாய்’ வீட்டு வேலை; அவள் சடங்காகு முன் அக்கா சேர்த்து விட்ட காலத்தில் ஆரம்பித்த வேலை; கோணல்மாணல் ஆகாமல் நேர்சீராய்ப் போய்க்கொண்டிருந்தது. காடுகரைக்கு, களையெடுக்க, கதிரறுக்க எத்தனையானாலும் அந்த ஒரு வீடு. வேறு அயல்வீடு அவளுக்குப் பழகவில்லை.

“அவங்களுக்கு என்ன ஞானக்கண்ணா?”

பச்சை கேட்டதுக்கு, ஆவுடைக்குப் பதிலிருந்தது.

“இதே நோக்கமா அலையறவங்க தான. தாயறியாச் சூலுண்டா?”

“பெறகு?”

“ஒரே முட்டாப் போயிருன்னு சொல்லீட்டாங்க”

இனிமேல் அவனையும் ஊருக்குள் வரவிடமாட்டர்கள்.

“அப்படித்தான் நோக்கம் தெரியுது. ஓம் பேரில்தான் காட்டமா இருக்கிறாங்க” தெரிவித்தாள். பச்சை யோசனையாய் நின்றான்.

பச்சையும் ஆவுடையும் அடைமழைக்குள் ரொம்ப நேரம் பேசிக் கொண்டிருந்தார்கள்.

-7-

சூரியன் முதற்கால் ஊன்றுதற்கு முன்பு அவர்கள் புறப்பட்டிருந் தார்கள். வண்டி ஆத்தூர் கொடிக்கால் சென்றடைகிற போது ‘பெரும்பானை’ வைக்கிற நேரமாகிப் போகும் (பெரும்பானை –

இரவுக்கு உலைவைப்பு நேரம்). முகம் அறியா மங்கலில் புறப்பட்டு, ஊர் அடைகையில் அதேமாதிரி முகமறியாப் பொழுது முன்னிற்கும்.

பள்ளத்தாக்குப் போன்ற ஓடையில் வண்டி மூழ்கி மேலெழுந்தபோது, உடைமரத்தடி நின்றிருந்த ஆவுடை, சக்கரத்தின் ஆரக்காலில் கால்வைத்து ஏறினாள். இறுக்கிப்பிடித்த கயிறுகளுக்குள் அசையாது நின்றன மாடுகள். ஏறியவளை லாவகமாய் கைக்கொடுத்துச் சேர்த்துக்கொண்டான் பச்சை. அவன் தோள்பட்டைகள் வழியாகப் பின்புற மாலையாய்க் கைகளைக் கோர்த்தாள்.

உழைப்பாளி ஒரு பாறை போல. எங்கு வேண்டுமானாலும் போய் வாழ முடியும்; பாறைக்கல்-மண்டபத்துத் தூணாகும்; கோயில் சிற்பமாகும். ஆட்டுரலாக, அம்மியாக, பட்டியல் கல்லாக, வீட்டுப் பயன்படு பொருளாக எத்தனை வகையினதாகவும் மாறும்.

ஆவுடை கடின உழைப்பாளி. நல்லதொரு கூடுன வேலையாளைக் கொடிக்கால் முதலாளி போன்ற மனுசர்களுக்குப் பிடித்துப் போகும். கொடிக்கால் முதலாளி வேலைக்குச் சேர்த்துக் கொள்வார்.

பச்சைக்குக் கொடிக்கால் முதலாளியிடம் ஒரு பொய் சொல்ல வேண்டியிருந்தது - ஆவுடை தாலிச்சரடு கண்டவளில்லை என்பதாக.

கழுத்தில் பின்னிய கைகளைத் தடவி, பச்சை பின்னால் திரும்பிப் பார்த்தான். ஆவுடை கழுத்தில் சரடு இல்லை.

(கணையாழி, செப்டெம்பர் 2019)

கொரோனா

மரணம் சொல்லிக்கொண்டு வருவதில்லை; நாட்டின் தலைமை அமைச்சர் "ஒரு நாள் சுய ஊரடங்கு அறிவிப்பு" செய்வதற்கு ஐந்து நாட்கள் முன்பாக ஊரில் காளியப்பன் தாயார் இறந்து போனார். இந்தநாள் இன்ன நேரம் சாவு நேருமென பேரேட்டில் குறித்துவைத்துக் கொண்டு அறிவிக்கும் சித்திரபுத்திர நயினார் இன்றில்லை. எருமை மீதேறி பாசக்கயிறு வீசி அதனைச் செயல்படுத்தும் எமதர்ம ராஸா இல்லாமல் போய்விட்டார். புராண இதிகாசங்களில் இவர்கள் வாழுகிறார்கள்.

இறந்துபோன காளியப்பன் தாயாருக்கு 90 வயது. தொண்ணூறு வயதில் பேரன் பேத்தி, பூட்டன் பூட்டியைக் கொஞ்சிவிட்டால் அது சாவு அல்ல, கல்யாணச் சாவு என்றார்கள். நிறைவாழ்வு வாழ்ந்ததைக் கொண்டாட பந்தல் போட்டு, வாழை நட்டு, துக்கம் கேட்டு வருகிறவர்களுக்கு வெற்றிலை பாக்கு வழங்கிப் போடச் சொல்லிப் பேசிக் கொண்டிருப்பார்கள். ஒப்பாரிக் கும்மி அடிப்பது, புராண வாசிப்புப் படிப்பது கிராமத்து வழக்கம்.

சாவுக் கொண்டாட்டம் எதையும் செய்யவில்லை காளியப்பன். ரத்த உறவு தவிர வேறொருவருக்கும் சேதி தெரிவிக்கவில்லை. இன்றைய நாளில் கைபேசியில் உலகம் அடக்கம். ஊர்ஊருக்கு ஆளனுப்பிச் சொல்லவேண்டிய காரியமில்லை. அரசுப் பணியிலிருந்து ஓய்வு பெற்றுவிட்ட போதும், 'மெய்வழிச் சமயத்தைச்' சேர்ந்த காளியப்பன், உடன் பணியாற்றியவர்கள், பழகியவர்கள், சினேகிதர்கள் என எவருக்கும் தெரிவிக்கவில்லை. 'மரணம் சொர்க்கமா நரகமா என்பதை தீர்மானிக்கிற ஒன்றுதான் சாவு; மரணிப்பவர்கள் அதைத் தீர்மானிப்பார்கள்; அது அவர்களுக்கு மட்டுமே தெரியும்' என்பது மெய்வழிச் சமயத்தின் கொள்கை. துக்கம் கொள்ள, அனுஷ்டிக்க,

மெய்வழிச் சீடர்கள் இடம் தருவதில்லை. உயிரற்ற உடலை அவர்கள் எரிப்பதில்லை; மண்ணுக்குத் திங்கக் கொடுப்பார்கள்.

ஒருவரை ஒருவர் சந்திக்கையில் நமஸ்காரம் சொல்வார்கள். சாவு விழுந்த அன்றும் தங்களுக்குள் மட்டுமேயல்ல, சந்திக்க வருகிறவர்களை நமஸ்காரம் செய்தனர். சாவு கேட்டு வந்த சொற்பமானவர்களை, காளியப்பனும் அவரது கூட்டாளிகளான மெய்வழிச் சீடர்களும் நமஸ்காரம் செய்கிற போது, இரு கைசேர்த்துக் கும்பிடுவது இல்லை; இரு கைகளை முன்னால் விரித்து பின்னால் கொண்டு போய் பின்புறக் கழுத்தில் சேர்த்துவைத்து "நமஸ்காரம்" என்று தலைநிமிர்த்திச் சொன்னார்கள்.

சாவுத் துயரத்தை கடந்து செல்வது எப்படி என்பதை அறிந்தவர்கள் அவர்கள். சாவுச் சேதி கிடைத்ததும் அடித்துப் பிடித்து உடனே கிராமத்தைச் சேர முடியவில்லை. காளியப்பன் ஞானசம்பந்தனுக்கும், உடன்பிறந்த அக்காவுக்கும் ஒன்றுவிட்ட தம்பி.

மூன்றாம் நாள் காரியத்திற்குத்தான் போய் இறங்க முடிந்தது. அப்படியொன்றும் கூட்டம் இல்லை. அதுவும் அவருக்கு ஆச்சரியத்தைத் தந்து கொண்டிருந்தது.

"காரியத்தில் நான் உட்பட ஏழு பேர்" என்றார் ஞானசம்பந்தன்.

"எத்தனை பேரரானாலும் சரி, ஆட்கள் வந்திருந்தாங்க இல்லையா? அவங்களோட மயானத்துக்கு காரியம் செய்றதுக்குப் போனீங்களா"

"ஆமா போயிருந்தேன்"

"சாவில் பங்கேற்று, ஒட்டி உறவாடி நேரே இங்க எப்படி வந்தீங்க?" கட்டளையிட்டான் அக்கா மகன் விசாகன்.

"காரியம் முடிந்த பிறகு மதுரையில் ஒரு நாள் தங்கிவிட்டுத் தான இங்கே வந்தேன்"

விசாகன் கணினிப் பொறியாளர். ஞானசம்பந்தன் முன்வைத்த சமாதானம் செப்புக் காசுக்கும் பயன்படாமல் போனது. சாவுக்கு வந்திருந்தவர்களில் எவருக்கேனும் கொரோனா தொற்று இருந்து அது உங்களையும் பற்றிக் கொள்ளாது என்பதற்கு என்ன உத்தரவாதம் என்பது அவன் கேள்வி.

"வெளிநாட்டவர் யாரும் வரவில்லையே?"

"உள்நாட்டுல இருக்கிறவங்களுக்கு நோய் இல்லைன்னு சொல்றீங்களா? இன்னும் இங்க நோய்த்தடுப்பு நடவடிக்கையே முறையா ஆரம்பிக்கலை"

ஞானசம்பந்தனுக்குப் பதிலில்லை. சொன்னார்.

“அக்கா மாமாவுக்கு நா வர்றதைச் சொல்லியிருந்தேன்”

“அவங்க எங்களுக்குச் சொல்லலை”

குற்றச்சாட்டு தொனித்தது. குற்ற சம்மதம் கொடுக்க வேண்டியவர்கள் கீழ் வீட்டில் வாழ்ந்தார்கள்.

கீழ் வீட்டிலிருந்த அக்கா மாமாவுக்கு ஞானசம்பந்தன் வருகை தொல்லை தரவில்லை. மேலிருந்தவர்களுக்குத் தெரிவிக்க வேண்டிய அவசியமில்லை என்று நினைத்திருப்பார்கள். மேல் வீட்டிலிருக்கும் மகன், மருமகள் வேறொன்றாய் நினைப்பார்கள் என ஞானசம்பந்தன் எதிர்பார்த்திருக்க முடியாது. அவர் வருகை அவர்களுக்கு ஒவ்வாமையாகி இருக்கிறது.

அக்கா மகன் சொன்னான்

“எனக்கு என்ன சொல்றதுன்னு தெரியல.“

கொஞ்சப் பொழுது அவன் முகம் யோசனையில் கவிழ்ந்திருக்க வேண்டும். “இப்ப நீங்க என்ன செய்றீங்க, முதல்ல போய்க் குளிங்க. கீழே உங்களுக்கு ஒதுக்கப்பட்ட கடைசி அறையில் தனிமைப்படுத்திக்கோங்க. நாளை ஊரடங்கு முடிந்த பெறகு பேசலாம்”

இத்தனை உரையாடலும் கைபேசி வழியாக நடந்தது. ஒரே வீட்டில் மாடியிலிருப்பவரும் கீழ் வீட்டில் இருக்கிறவரும் ஒருவர் முகத்தில் ஒருவர் விழிக்காமல் பேசுகிற சௌகரியத்தை கைபேசி உண்டாக்கிக் கொடுத்திருந்தது. இதுவரை மனிதகுலம் கண்டிராத வேதனையான அதிசயமிது.

யோசித்தார் ஞானசம்பந்தன். இதுகாலமும் பேணிக் காத்துவந்த சில நம்பிக்கைகளை நவீன காலம் குப்பைக் கூடைக்கு அனுப்பியுள்ளது; இதயம் தான் முகம்; அகத்தின் அழகு முகத்தில் தென்படும் என்றார்கள். இப்படிச் சொல்ல இந்நாளில் எந்த நியாயமுமில்லை, இப்போது முகம் இதயத்தின் கண்ணாடி இல்லை, முகமூடி என்றாகிப் போயிற்று. இதயம் முகம் இரண்டினையும் சேர்த்து மறைக்கிறது கைபேசி. நவீன மின்னனுக் கைபேசி சிரித்துப் பேசும்; சினந்து சத்தமிடும்; பொங்கிக் குமுறி அழவும் செய்யும்; வசவு நோங்கும். ஆனால் ஆறடியில் போய் நிற்கும் முகத்தை, அந்த முகத்தின் அடித்தண்டான இதயத்தைக் காட்டாது. எதிர்முனையில் இருப்போரின் உணர்வை, இரத்த ஓட்டத்தை, நாடித்துடிப்பை, அதிரச் செய்கிற வித்தை அதனுடையது.

-2-

வேலூரில் கால் வைத்த ஞானசம்பந்தன் வெள்ளை வெயில் தீப்பந்தம் ஏந்திக் கொண்டிருந்ததைக் கண்டார். பெங்களூரின் குளிர்பதன பருவநிலை தென்படக் காணோம். அக்கினித் துகள்களை விசிறியவாறு நடக்க ஆரம்பித்திருந்தது பங்குனி.

“பங்குனி நடுவுல இப்படிக் கொளுத்தினா, சித்திரையில நம்ம செத்து சுண்ணாம்பாப் போயிருவோம்” சனம் அயற்சி கொண்டது.

ஒரு காலத்தில் அதிக மழைப்பொழிவுப் பிரதேசமாய் வேலூர் மாவட்டத்தின் ஏலகிரி, ஜவ்வாது மலைகள் ‘தமிழ்நாட்டின் சிரபுஞ்சி’ என மகுடம் சூடிக் கொண்டிருந்தன. மழையின் அரசியாய் குலுங்கிக் குலுங்கிக் கொட்டிய சிரிப்பொலியை மலைவாழ் பழங்குடியினரும் அடிவாரத்தில் விவசாயப் பயிர் செய்வோரும் கேட்டுக் கேட்டு பூரித்துப் போயினர். நூற்றாண்டின் வனவேட்டை, காடழிப்பு, பருவநிலைச் சிதைப்பு மலைகளின் மகுடத்தை திருகி வீசியிருந்தது. ‘தாகம் போக்க ஒரு மடக்குத் தண்ணியில்லாப் பிரதேசமெனப்’ பொல்லாப்புக்கு ஆளானது.

“இவங்க ஊருக்குப் பெண் கொடுக்க மாட்டோம், வாக்கப்பட்டுப் போற பொண்ணு தண்ணி சுமந்தே மொட்டையாகிப் போவா”- நதியோடும் தீரவாசத்து மனுசர்கள் முரண்டு பிடிக்கும் காலமாகி விட்டது.

வெயில் உற்பத்தி செய்த வியர்வையினூடாக ஞானசம்பந்தன் வீடடைந்த வேளையில், நாளை என அறிவித்த ‘சுய ஊரடங்கு’, தொடர் ஊரடங்காய் மாறுமென எவரும் தீர்க்க தரிசனம் உரைக்கவில்லை. அதை நிரூபித்துக் கொண்டிருந்தது உயிரற்ற நகரம். மக்கள் என்ன செய்ய வேண்டும், ஏது செய்ய வேண்டுமென கட்டளையிட்டுக் கொண்டிருந்தனர் மேலிருந்தோர்.

ஞானசம்பந்தன் நாலு எழுத்துப் படிப்பவர்; நல்ல நாலு நூல்கள் வாசிப்பவர். ஒரு சீனக் கவிதை அவரின் நினைவுப் பிடரியைப் பிடித்து உலுக்கிற்று;

“என் கவலையெல்லாம்
எப்பேர்ப்பட்ட பேய் மழை கொட்டினாலும்
என் மக்களை நனையவிடக் கூடாது;

எப்படிப்பட்ட வெயிலானாலும்
என் மக்களைக் காயவிடக் கூடாது"

'ஒரு குடை பாடம் சொல்கிறது' கவிதை, கவிதையல்ல; எவராயினும் இந்த விதையை பொது வாழ்வுக்கும் சமூகப் பணியாற்றவும் வருவோர் ஒவ்வொருவரும் நட்டு வளர்த்துத் தமதாக்கிக் கொள்ளவேண்டும். அவ்வாறு நடந்திருப்பார்களேயானால் தும்பை விட்டுவிட்டு வாலைப் பிடித்துக் கொண்டு ஓடுகிற கதை நிகழ்ந்திருக்காது.

ஞானசம்பந்தன் சாவூரிலிருந்து வேலூருக்கு மெனக்கெட்டது - அனைவரோடும் சேர்ந்து ஒருநாள் 'சுய ஊரடங்கைப்' பூரணமாய்ச் செயலாக்கிட வேண்டுமென்பதற்கு மட்டுமில்லை; இருதய அறுவைச் சிகிச்சை முடிந்து இரண்டு மாதங்களான மாமாவைப் பார்த்து விசாரித்துப் போவதற்கு. பின்னர் ஞானசம்பந்தன் பெங்களூர் திரும்பத் திட்டம்.

மதியவேளை; அக்கா தூங்கிக் கொண்டிருந்தாள். மாமாவால் வர இயலாது; இருதய அறுவை சிகிச்சை முடிந்த மாமா அயற்சியிலிருக்கலாம். வேலைக்கார அம்மா கதவைத் திறந்துவிட்டார். வீட்டு வேலை செய்பவர் என்றால் இளப்பமா என்று கேட்பது மாதிரி, எல்லோரைப் போல் முகக்கவசம் அணிந்து கொண்டிருந்தார். மாடியிலிருந்து ஞானசம்பந்தனைப் பார்த்த அக்காவின் மகன் விசாகன், மருமகள் கீதா பேயறைந்தது போல் நின்றார்கள்.

'சுய ஊரடங்கை' இரு நாட்கள் முன்னதாக அவர்கள் செயல்படுத்தத் தொடங்கியிருந்தனர். முன்னெச்சரிக்கை நடவடிக்கையாக வீட்டை இழுத்துப் பூட்டி உறவினர், வெளியாட்கள் கால்வைக்க விடாது காத்தனர். எவரையும் அனுமதிக்கவில்லை; வீட்டோட வேலைக்காரி அமைந்தது வாய்ப்பாகப் போயிற்று, வெளிகேட், உள்க்கதவுகளின் பழைய பூட்டுகளை மாற்றிப் புதிய பூட்டுக்கள் மாட்டியிருந்தனர்.

ஞானசம்பந்தன் உள் நுழைந்து மாமாவின் கைபிடித்துக் கொண்டார். இருதய அறுவைச் சிகிச்சை நடைபெற்ற நாட்களில் மருத்துவமனையில் பக்கமிருந்து கவனிப்புச் செய்திருக்க வேண்டும். ஆனால் மாமாவுக்கு 'நாலு ஆள் மனத்திடம்'; மன உறுதிகொண்ட அவர் சொல்லிவிட்டார்

"நா பாத்துக்கிறேன். நீங்க வரவேண்டாம்"

அறுவைச் சிகிச்சையின் பின்னான தளர்வு முகத்திலும் உடலிலும் தளும்பி நின்றது. உடல்நிலை சீராவதற்கான தளர்வு என்று உணரக் கூடியதாயிருந்தது. ‘உடல் நலம் நல்லா இருக்கு, இல்லை’ என்பதான பதில் மாமாவிடமிருந்து வரவில்லை. ‘புதுப்பூட்டு சாவி போட்டு எல்லாவற்றையும் பூட்டி விட்டார்கள்’ என்று மேலே கைகாட்டினார். காற்று வழிகள் எத்தனையுண்டோ அத்தனை சாளரமும், கதவும் கிச்சென்று அடைக்கப்பட்டுக் கிடந்தன என்று புழுங்கினார்.

“நீங்க பேச வேண்டாம்”

ஞானசம்பந்தன் சைகை செய்தார்; “நான் அக்காவிடம் கேட்டுக்கொள்கிறேன்”

ஞானசம்பந்தன் அக்கா மீது கொண்டிருந்த அதிகமான பிரியம், திருமணம் முடிந்தபோது அக்காவை மணந்துகொண்ட மாமா மீதும் படர்ந்தது. ஆனால் பூட்டு சாவிகள் மாற்றி, யாரையும் அனுமதிக்காமல் செய்தது அவருக்குள் வெப்பத்தைத் தரும் சுடுநீர் ஊற்றாகி கொப்பளித்தது. இந்த வெப்பம் ஒரு நாளில் உற்பத்தியாகவில்லை. மாமா அக்கா ஆகியோரின் குணவாகுக்கு ஒவ்வாத ஒருத்தியைக் கைப்பிடித்து என்றைக்கு இந்த மகன் வந்தானோ, அந்நாளில் பிறந்தது கொதிக்கும் வெப்பம். அவசரகால நிலை வெளியே இல்லை; உள்ளே என்பது போல நிலைமைகள் பார்த்து மன உளைச்சலுக்கு ஆளாகியிருந்தார்கள்.

“அவள் வைத்தது சட்டம். அவள் என்ன சொல்லுகிறாளோ அதுதான் அவன். வேறொன்னுமில்லை” என்றார் மாமா முகப் பிதுக்கலுடன். ஒரு யதார்த்தத்தினை ஞானசம்பந்தனால் யூகிக்க முடிந்தது. இருவரும் வாழ்நாள் ஊரடங்கு விதிக்கப்பட்டுள்ளார்கள். வீதிகள் போல வெறிச்சோடிய வாழ்க்கை.

“எங்களுக்கு சேதி கிடைத்தது; இந்தச் சூழ்நிலையில் எங்கேயும் பயணம் செய்ய வேண்டாமின்னு முடிவு செஞ்சோம்” அக்கா சொன்னார். இதய அறுவை மருத்துவம், அதன்பின் இரு மாதம் என பயணம் செய்ய இயலாத சூழலில் அவர்கள் செய்த முடிவு சரியே.

வருகிறபோது வீதிகளைத் தரிசித்தார். ஒரு மனுச உயிரின் நடமாட்டமும் தென்படவில்லை; மனிதர்கள் காற்று வாங்க, நடைப்பயிற்சி செய்ய உருவாக்கப்பட்ட பூங்கா காற்றாடியது. பறவைகளுக்குக் கட்டளையிட எவராலும் இயலாது. ஊர்வன, பறப்பனவைகளிடம் ஊரடங்கு செல்லுபடியாகவில்லை.

கொரோனாவினது கொடூரத்தை உலகம் போலவே-விசாகன், கீதா போலவே-அக்கா, மாமா போலவே ஞானசம்பந்தன் அறிந்திருந்தார்.

-3-

வீட்டில் கால் வைத்து முழுசாய் இரண்டு மணிநேரம் ஆகியிருக்கவில்லை. பிற்பகல் 4 மணி. கைபேசி அழைப்பு மருமகள் கீதாவினுடையது. எடுக்காமல் இருந்திருக்கலாம்.

"எங்களுக்கும் பிள்ளைகள் இருக்காங்க இல்ல" அவள் கேட்டாள். ஞானசம்பந்தன் எச்சரிக்கையானார்.

அவர்களுக்கு இரண்டு பிள்ளைகள். மூத்தவன் மகாதேவனுக்கு கல்லூரி இறுதி ஆண்டு. பெண் பிள்ளைக்குப் பள்ளி இறுதி ஆண்டு. அரசுத் தேர்வுகளுக்குத் தயார் செய்வதற்கு எனத் தாங்கள் பார்த்த வேலையை விட்டுவிடுகிற பெற்றோர் எண்ணிக்கை கூடிவருகிறது. வாழ்நாள் பரியந்தமும் ஒருவருக்கு என்ன சம்பாத்தியம் செய்யக்கூடுமோ, அதைவிட அதிகமாய்ப் பிள்ளைகள் சம்பாதித்துப் பெற்றோரைப் 'பொங்கு கொழிக்கச் செய்து விடுவார்கள்' என்கிற கனவு, கீதா வேலையை விட்டிருந்தாள்.

கீதா கேட்பாள்

"பிள்ளைகளுக்கு ஏதாவது வந்து தேர்வு எழுத முடியாமப் போனா என்ன செய்ய?"

முதிய விருட்சங்களை முறித்துப் போடுதல் மட்டுமல்ல, பசுமை பரப்ப வேண்டிய குருத்துக்களைத் தொற்று தாக்கிக் கருகிப் போகச் செய்யும் என்பதனை ஞானசம்பந்தன் ஒப்புக்கொண்டார்.

டெல்லியில் ஞானசம்பந்தனின் மகள். புனேயில் மகன். இருவரும் கணிணித் துறைப் பொறியாளர்கள். இங்கிருந்து 'வாட்ஸ் ஆப்' விசை தட்டப்பட்டு செய்தி பறந்திருக்கிறது.

"உங்கள் அப்பா ஏன் இங்கு வந்தார், அதுவும் கொடிய நோய் பரவும் நெருக்கடியான நேரத்தில்? அவர் எங்களை ஆபத்தில் மாட்டிவிடப் பார்க்கிறார், குறிப்பாக எங்கள் குழந்தைகள்"

டெல்லியிலிருந்து, புனேயிலிருந்து அவருக்கு மறுவிசை தட்டப்பட்டது

"அப்பா நீங்கள் ஏன் அங்கே போனீர்கள், ஏதாவது ஒன்று ஆகி, எல்லாப் பழியையும் உங்கள் தலையில் போட்டுவிடத் தயாராகிக் கொண்டிருக்கிறார்கள்".

அது என்னவாக இருக்கலாம்? பையன் அல்லது பெண்ணுக்குக் காய்ச்சல், கொரோனா தொற்று வரலாம்; அதன் காரணமாய்த் தேர்வு எழுத முடியாமல் போகலாம்.

இப்போதும் நிறைய வேலையிருக்கிறது பிள்ளைகளின் பெற்றோருக்கு. ஊரடங்கு நீடிக்கலாம். கல்விச்சாலைகள் மூடப்படப் போகும் அபாயம் காத்திருக்கிறது. இன்று போய் நாளை வா என்று சொல்லுக்குள் அடங்குகிற நோயில்லை, என்றுமே அச்சுறுத்தும் பேய்.

வீட்டுக்குள் முடங்கிக் கிடக்கப்போகும் சாபமிடப்பட்ட குழந்தைகளை மீட்டெடுக்க எதனையோ வழிகள். ஒரு காலத்தில் நம்மிலிருந்து விலகிப்போன, அல்லது நாம் அப்புறப்படுத்திய விளையாட்டுக்கள்; தாயம், தட்டாங்கல், பல்லாங்குழி, குந்துவான், வெட்டுப்புலி – 'எந்தலைக்கு எண்ணை ஊத்து' ஆட்டம், வீட்டை திண்ணையை வீட்டுமுற்றத்தை மையப்படுத்திய பாரம்பரிய விளையாட்டுகள்; பிஞ்சு விரல் வளைக்காத கலைகள் என ஏதுமில்லை. ஓவியம் தீட்டலாம்; பொம்மைகள் செய்யலாம். மூளையைக் கத்தியாய் பளபளக்கச் செய்யும் குயுக்திக் கணக்குகள் போடலாம். உயிர்ப்பாய் உணர்வுடன் சிந்திக்க வைக்கும் கதைகள், காலம் அழிந்தாலும் தானழியா 'அழிப்பாங் கதைகள்'.

'கொரோனா அரக்கனை' வீட்டுக்குள்ளிருந்தவாறு விரட்டியடிக்க எத்தனையோ வழிகள். ஆனால் மனசை மூடிக்கொண்டவர்களிடம் எதையும் எடுத்துப் பேச இயலாது.

கீதா அவரிடம் உரையாடியது விசாகன் போல கைபேசியில் தான்; மருமகளைக் கை பேசியில் கேட்டார்;

"கொரோனா தொற்றை எப்படி உட்கார்ந்தபடியே எதிர் கொள்வது என்பதற்கு நூறு வழிகள் இருக்கு. பேசலாமா அம்மா?"

"முதல்ல நீங்க புறப்படுங்க மாமா".

-4-

ஒருவன் ஒருத்திக்குள்ளிருக்கும் உயர்வை அல்லது இழிவை அடையாளம் காணச் செய்வது சொல், செயல். உள்ளில் ஒளிந்து நிற்கும் மனசைத் துல்லியமாய் எடுத்துக் காட்டும் கண்ணாடிகள் இவைதாம்.

கணவன் மனைவி தமக்குள் என்ன பேசிக்கொண்டார்களென ஞானசம்பந்தன் அறிய இயலாது. ஒன்றை அவர் அறிந்திருந்தார். கொரோனா தொற்று எவ்வளவு காலம் நீடிக்கும், எப்போது தணியும்,

என்று உலகின் மென்னியைப் பிடித்துத் திருகும் கொடிய கரங்களை விடுவித்துக் கொள்ளும் எனச் சொல்ல எவருக்கும் சாத்தியமாகாது. கொரோனாவின் நாட்கள் எத்தனையோ அத்தனை நாட்கள் தொலையாதிருக்கும் ஊரடங்கு. இந்தச் சூழலில் மட்டுமில்லை, எந்தச் சூழலிலும் குடும்பத்தில் கொரோனாவாக இருப்பார்கள் இவர்கள். ஞானசம்பந்தன் என்றில்லை, எந்த உறவுகளும் அந்த முதியவர்களை அண்டவிடாத ஊரடங்கை உண்டாகியவாறு வாழ்வார்கள் என்ற தீர்மானகரமான முடிவு அவருக்கு ஏற்பட்டது. யார் கொரோனாவாக இருப்பார்களோ, அவர்கள் தன்னை அதுவாகப் பார்க்கிறார்கள் என்ற உண்மையை உணரமுடிந்தது.

ஞானசம்பந்தன் ஒரு பொய் சொல்ல வேண்டியிருந்தது. கீதாவைக் கைபேசியில் அழைத்தார்,

"காருக்குச் சொல்லியிருந்தேன்: கார் பிரதான சாலையில் நிற்கிறது, நான் புறப்படுகிறேன்"

மாடியிலிருந்து கீழே இறங்கிவந்த வேலைக்காரி உள்க்கதவு, வெளிகேட் இரண்டையும் திறந்து விட்டார். அக்காவும் மாமாவும் மதியத்துக்குப் பின்னரான தூக்கத்தில் இருந்தனர். நோயாளிகளை உசுப்பி அலப்பரை செய்ய அவர் விருப்பப்படவில்லை. ஞான சம்பந்தன் சாலைக்கு வந்தார். ஆட்டோவில் ஏறி பேருந்து நிலையம் சென்றடைந்தார்.

பெங்களூர் செல்லும் ஆம்னி பஸ்ஸில் அமர்ந்திருந்த அவருடைய சிந்தனை ஓட்டம் சீராக இல்லை. சிந்தனைப் படகு தள்ளாடித் தள்ளாடி ஓடிக்கொண்டிருந்தது. நினைவுத் துடுப்புகள் சமமாக இல்லாத படகில் சிந்தனைப் பயணம் அப்படித்தான் ஒழுங்கற்றிருக்கும். நினைத்துப் பார்க்க முடியாத அளவில் சேதரப்பட்டு கிடக்கின்றன குடும்ப உறவுகள். தான் போனது, இரண்டு மணிநேர அளவு தங்கியது, யாருடைய வீடு? அவர்கள் நினைத்துக் கொண்டிருக்கிறார்கள்; அது அக்கா மாமா உண்டாக்கிய வீடு; உருவாக்கிக் கொண்ட வாழ்க்கை. அப்படியில்லை என முழு வீட்டையும் அவர்களின் முதிய வாழ்க்கையையும் கட்டுப்பாட்டுக்குள் கொண்டுவந்து விட்டனர். இனி அவர்கள் செல்லுபடியாகாத இடமிது.

ஒவ்வொரு சொல்லுக்கும், சொல்லின் உச்சரிப்புத் தொனிக்கும் பின் ஒரு அர்த்தம் உண்டு. எல்லாச் சொல்லும் பொருள் குறித்தன. இந்த விசயத்தைப் பொருத்தமட்டில் ஞானசம்பந்தன் எச்சொல்லிலும்

ஒரு பொருளும் காணாத வெள்ளந்தி. ஒரு சம்பவம் நிகழ்ந்து வார்த்தைகளும் பிரயோகிக்கப்பட்டு பத்து வருடங்கள் கழித்து அதன் அர்த்ததைக் கூட்டிக் கழித்துப் பார்ப்பார். அன்றைக்குக் கொட்டிய வார்த்தைகளுக்கு அர்த்தம் இது தானோ என அர்த்தங்களின் உட்புகுந்து அறிந்துகொள்ளப் பத்தாண்டுகள் தேவைப்பட்டிருக்கிறது; இன்று சட்டெனப் புரிந்த விசயத்துக்குப் பின்னால் நடந்தவைகள், வெளிப்பட்ட வார்த்தைகள், அவரை அங்கிருந்து விரட்டியவை என இரவுக் குளிரை விட நெஞ்சத்தைக் குத்திப் பொத்தல் பொத்தலாக்கிய ஊசிகள்.

காலையில் பெங்களூர் சென்றடைந்ததும் முதல்வேலையாகக் கைபேசி செய்தார். மறுமுனையில் கைபேசி ஒலித்து, கீதா பேசினாள்,

"யார் பேசுறது?"

"நா கொரோனா பேசுறேன்."

பரிச்சயமான குரல் போல் அவளுக்குப்பட்டது. உறுதி செய்து கொள்ள மீண்டும் கேட்டாள் "யார் பேசுறது?"

"நா கொரோனா"

மறுமுனையில் எந்த அனக்கமும் இல்லை. எதிர்வினையற்ற மவுனம்.

அதிகாரம்

-1-

இருள் திட்டை உடைத்துப் பாய்ந்த வாகன ஒளி, திடீரென மாய்ந்து போனது. கோடாங்கிபட்டி எல்லைப் பலகை முன் நின்றது விளக்கு அணைந்த வாகனம், நடுச்சாமத்தில் முகணையில் நின்று ஊரை ஒரு தடவை நோட்டமிட்டதும், முன்கள ஆய்வை முடித்துவிட்டதாய் தோன்றியதும் விளக்கு எரிந்தது.

அக்னி நட்சத்திர நாட்கள் முடிவெய்திய போதிலும், தொடரும் வெப்ப நாட்களில், முன்னிரவின் பின் வீசும் தென்பாங்குக் காற்றுக்கு எத்தலும் குத்தலுமற்ற சமதளமான முற்றம் தோதாக இருந்தது. தெருவின் இரு பக்கமும் பாய் விரித்துப் படுத்திருந்தது ஆண்-பெண் வரிசை. மெத்தை வீடுகள் முற்றத்தில் நார்க் கட்டில் போட்டு உறங்கின. சொத்து சுக வித்தியாசமற்ற தெங்காற்று அனைவரையும் சுருட்டி ஒன்னாய்ச் சேர்த்து சொர்க்கத்தில் வீழ்த்தியது.

ஊர்த் தொடக்கத்தில் குடிசை முன் படுத்திருந்த ஒருவனைக் காலில் லத்தியால் தட்டி எழுப்பினார்கள். எதிரில் நின்றவர்களை அவனுக்கு அடையாளம் தெரியவில்லை; சீருடைகள் அணிந்த எமகிங்கரர்களைக் கண்டதும் திடுக்கிட்டு “ஐயா சாமி“ என்று கையெடுத்தான்; குரலும் மொத்த திரேகமும் தன்னறியா நடுக்கம் கொண்டது.

“சிவகாரன் வீடெது?”

“அதா, அங்கன”

“சரி நீ வந்து காட்டு”

ஒளி மாய்க்கப்பட்ட வாகனம் பின்னால் ஊர்ந்து செல்ல, அந்த மனிதனை முன்னடத்தி அழைத்துப் போனார்கள்.

தொலைவாக நின்று சிவகாரன் வீட்டை அடையாளம் காட்டினான். அவனைப் போகவிட்டிருந்தனர்.

சிவகாரன் வீட்டின் முன் நின்று வாகன விளக்கு பிரகாசித்தது. வெளிச்சமும் கதவுத் தட்டலும் கண்டு வீட்டினுள்ளே சிவகாரனுடன் சயனித்திருந்த பெண் முதலில் கத்தினாள். முன்வாசல், பின்வாசல் இரண்டிலும் போலீஸ் நின்றது. முன் கதவு வழி சென்றால், பின்வாசல் வழி அவன் தப்பித்து விடக்கூடும் என்கிற குயுக்தி அவர்களுக்குப் புரிந்திருந்தது. கூப்பாடு போட்ட பெண்ணை மூலையைக் காட்டி உட்காரச் செய்தார்கள். “சத்தம் போட்டா மண்டையைல் பிளந்து விடுவேன்” லத்தியைக் காட்டி மிரட்டினான் இளவயது காவல் ஆய்வாளர். வாகனத்தில் தள்ள சிவகாரனை வெளியே இழுத்துச் சென்றான்.

குழந்தைகளின் ‘கியா கியா’ அழுகை வீடு முழுதும் கேட்டது; பெண் அபயக்குரல் எழுப்பிக் கொண்டே வாகனத்தினுள் இழுத்துத் தள்ளும் போலீஸ்காரர்களை மறித்தாள். சோதனை மேற்கொண்டு சில காகிதங்கள் – அவை பத்திரங்களாக இருக்கலாம்; அவைகளைக் கைகளில் இறுக்கிப் பிடித்து இன்ஸ்பெக்டர் வாகனத்தில் ஏறினான். ஊரைவிட்டு அகன்ற பிறகும் பெண்ணின், பிள்ளைகளின் அவலக் குரல் தொடர்ந்தது. கூடித் திரண்ட மக்களை அலட்சியத்தோடு ஏறிட்டுப் பறந்தது வாகனம்.

-2-

“இங்க கோடாங்கி ஒருத்தர் இருக்காராமே” கேட்டு வந்தார்கள். முதலில் கோடாங்கி நாதத்துக்கு இணையாய் அவன் வாய்ப்பாட்டு இசைக்கத் தொடங்கி, சோழி உருட்டி குறி சொல்லல் தொடங்கிற்று. கோடாங்கி அடித்துப் பேயோட்டுவது, சித்தப்பிரமை தெளியவைப்பது என்று உளவியல் நோய்களுக்குச் சிகிச்சை செய்பவனாகத் தொடங்கினான். வாக்குப் பலிக்க ஆரம்பித்துதும், வாக்குச் சொல்பவனாக, சிவ கடாட்சம் பெற்று வந்தவனாக நாளுக்குநாள் கூட்டம் பெருகிக் கொண்டது.

‘இப்ப நீங்க ஒன்னு சொல்றீங்க: அதுக்கு அவரு ஒன்னு சொல்றாரு. அது பொருத்தமா அமைஞ்சி போகுது. அவரு நல்லாப் பாக்கிறாரு. அவர்ட்ட போனா வெனையெல்லாம் தீந்திருமின்னு’ இப்படி நாலாபக்கமும் பேச்சாகிருச்சி.

அசையாச் சடப்பொருள் எங்குபோனது, யார் களவெடுத்தார்கள்? திருட்டுப் போன பொருளின் அசைவைக் கண்டறியவேண்டும். களவு போன பொருள் வயதுக்கு வந்து குமருகாத்த மகளோ, மகனோ இருக்கக்கூடும். வயசுக் கொடி படருவதற்கு, பற்றிக் கொள்ளத் தோது கிடைத்திருக்கும். பட்சிகள் பறந்து போயிருக்கும்.

வருகிறவர்கள் ஒவ்வொருவருக்கும் ஒரு வருத்தம், சங்கடமிருக்கும்; வேதனையும் சங்கடங்களும் இல்லாத மனிதருண்டோ? இவரு செஞ்சிருப்பாரோ, அவரு செஞ்சிருப்பாரோன்னு சம்சயம். அவர்களுடைய அந்த சந்தேகத்தை அவனது குறி சொல்லலுக்கு முதலாக்கிக் கொண்டான். அவனிடம் வந்து முறையிடுபவர்களின் மன ஓட்டத்தைக் கணக்கெடுப்பான். முதலில் எதையும் பேசமாட்டான். சொல்லுங்கன்னு ஒரு வார்த்தையோட நிறுத்தி, பேசவிட்டு அவர்கள் முகத்தையே பார்த்து 'உம்' கொட்டிக் கொண்டிருப்பான் சிவகாரன். அவ்வேளை அவர்களுடைய உள் மனசின் புத்தகத்தில் என்ன எழுதப்பட்டிருக்கிறது என்பதைப் படித்து விடுவான்.

குறி சொல்பவன் தேர்ந்த உளவியல் நிபுணனாக இருக்க வேண்டும் என்பதை அக்கணங்கள் மெய்ப்பிக்கின்றன. (வந்தவர்கள் தங்கள் கணப்புச் சட்டியிலிருக்கும் கொதிப்பை வார்த்தைகளில் அகப்பை அகப்பையாய் எடுத்துக் கொட்டுவார்கள். பிறகு, பிறகு என்ற சொல்லால் அவர்களிடமிருந்து கரந்து கொண்டே, அவன் எதிர்பார்த்த முதல் கையில் கிடைத்தாகிவிட்டதும், பேசத் தொடங்குவான்.)

செய்வினை வைப்பதிலும் எடுப்பதிலும் பேர் பெற்ற வல்லுநனராவதற்குச் சில வருசங்கள் ஆகியிருந்தன. செய்வினை வைக்க, எடுக்க ஒரு ஊருக்கு அந்த இடத்துக்குப் போனதும் ஒரு எலுமிச்சையை உருட்டி விடுவான்; சொல்லி வைத்தபடித் தாயம் விழ வைத்தல் போல, தேர்ச்சியான விரல்கள் உருட்டலில் எலுமிச்சை ஒரு உயிர்ப் பிராணியாக ஓடி நினைக்கிற இடத்துக்குப் போய் நிற்கும்.

"சொல்லு நீ நிக்கிற எடத்தில ஏதாவது ஒரு பொருள் உண்டுமா? தோண்டிப் பார்க்கவா?"

உயிருள்ள ஜீவனிடம் பேசுதல் போல் கேட்பான். சுத்துமுள்ள சனம் நம்பிக்கையுடன் பார்க்கும். பின்னர் விழிக்கோளங்களை உருட்டி, அருள் வந்தவன் போலக் கையைக் காலை உதறி வாய் உதடுகள் பிரித்துப் பிளிறுவது போல ஒரு சத்தம். சுற்றிலும் உள்ளவர்கள் கண்களுக்குத் தெய்வம் பேசத் தொடங்கும்.

சில பிரச்சினைகளில் உடனே சொல்லமாட்டான். “ரெண்டொரு நாள் சென்னு வாங்க” என்பான். அதை இந்த மாதிரி எலுமிச்சை உருட்டி, அல்லது மை வைத்துப் பார்த்துக் குறி சொல்வதற்கு வாகாய் அமைத்துக்கொள்வான்.

“ஒங்க வீட்ல இந்த லெக்கில இன்ன மூலையில முனிப் பாய்ச்சல் இருக்கு. ஈசான மூலையில் மந்திரிச்ச தகடை வச்சிருக்காங்க. ஒங்களுக்குப் பட்சி திசை மாறிருச்சி. அதை எடுக்கணும் என்பான். அது முன்னக் கூட்டி செய்த ஏற்பாடாக இருக்கும். அதுபோல் எடுத்தும் காட்டுவான். அதுக்குப் பீஸ் ஐயாயிரம், பத்தாயிரம்

“அதெப்படீ?”

“வச்சாத்தான ஒரு பொருளை எடுக்க முடியும். அதுபோல வைக்கவும் செய்வான். எடுத்தும் காட்டுவான். அததுக்கு ஆள் வச்சிருக்கான். மந்திரம் ஓதப்பட்டுக் குங்குமம் இழுகிய செப்புத்தகடு, ஒரு கயறு. இதைப் பாருங்கன்னு, தகடையோ, தாயத்தையோ காட்டுவான். நீங்க நம்பீருவீங்க.”

“அது தப்புன்னு சொல்லமுடியாது. சொல்லக்கூடாது. நமக்கு ஏலலே, செய்ய முடியல. செஞ்சி நெறையத் துட்டுக் கிடச்சா வேண்டாமின்னு சொல்லுவமா? அவங்கவங்க தொழில்ல அவங்கவங்க ஜீவிக்கிறாங்க. அதைக் குத்தமின்னு சொல்லக்கூடாது”

செய்வினை எடுக்க, வைக்க மிகுதியும் கூட்டம் திரண்டது. ‘இன்னார் செய்வினை வைத்ததால் எனக்குச் சுகவீனம், என் குடும்பத்துக்கு ஷீண திசை, மன அமைதிக் குலைவு’ என்றார்கள். அவனுக்கு, அல்லது அவளுக்கு நா செய்வினை வைக்கனும் என்று கேட்டார்கள்.

-3-

எட்டுத்திக்கும் பேர் கொண்டவனாகிவிட்டான் சிவகாரன். எமகிங்கரர் முண்டியடித்தாலும் இனிமேல் அவனை நெருங்க முடியாது; ஆயுசு ஆணிவேர் போட்டுக் கெட்டியாகப் பாய்ந்தது.

ஆயுள் அல்லது வாழ்நாள் என்பது என்ன? சொத்தைத் தாண்டி உலகில் வேறெதும் ஆயுள் நீட்டிப்பு எனச் சொல்லிக்கொள்ள தனி அடையாளமில்லை.

புலன் சுகங்களையும், பெருக்கல் கணக்கில் கூட்டிக்கொண்டே போகவேண்டும். லட்சுமி உயர்சாதிப் பொம்பிளை. ஏற்கெனவே கல்யாணமானவள். சிவகாரனுக்கு ஒரு பிள்ளை. கட்டிவந்த சம்சாரம்

கைப்பிள்ளையை விட்டுவிட்டு ஜன்னி கண்டு செத்துப் போனாள். கைப்பிள்ளையைப் பார்த்துக்கொள்ளச் செய்ய, சமைச்சி வைக்கிறதுக்கு அவனுக்கு ஒரு பொம்பிளை ஆள் தேவை. சிவகாரனின் பேரும் சொத்துச் சேர்ப்பும் எல்லாமும் ஏறுமுகம் காட்டிக்கொண்டிருந்த நாட்களின் காலம் அது.

மழையும் மழைக்காலக் குளிரும் எல்லா இணைவுகளுக்கும் மூலமாகி விடுகின்றன. ஆகாயத்திலிருந்து வேர் பதித்து நிலத்தைக் கட்டிப்பிடித்துச் சாட்டை அடிக்கிறது மழை. முருங்கை மரங்கள் ஒன்றிரண்டு முறிந்து விழும் சப்தம் கேட்டது. குணங்கிக் கிடந்தன முணக்கம் அற்ற ஆடுகள். இரவுப் புறவெளி மழையிருட்டில் மூழ்கிக் கிடந்தபோது, அவர்கள் இரண்டு பேர் தனித்து நின்றார்கள்.

"லச்சுமி, இங்க வா." சிவகாரன் லேசாய்க் கூப்பிட்டான்.

"பையனை விட்டிட்டு வந்திட்டியா?" கேட்டான்.

"பாத்தா தெரியல" ஏறிட்டவள் சிரித்தாள். காட்டில் தன்னந்தனியாய் ஒரு பாக உயரத்துக்குத் இளஞ்சிவப்பில் சிரிக்கும் சாணைக்கிழங்குப் பூ மாதிரி, அவள் தெரிந்தாள்.

"வா, வந்து உக்காரு"

"சும்மா நிக்கேன்."

"ஒரு சோலி பேசனும் வா"

அவளிடம் இணக்கம் தெரிந்தது. இந்த வீடும், சொத்தும், சம்பாதனைகளும், எல்லாவற்றுக்கும் மூலமான சிவகாரனும் அவளுடையவர்கள்.

"ஒன்னைக் கைவிடமாட்டேன்."

குதிரைவாளிக் கதிர் போல் வளைந்த புருவக்கட்டு. அதனுள் கோர்த்து நிற்கும் கதிர்மணி போல் திரண்டு நிற்கும் பார்வை. அய்ம்பது வயதிலும் பார்வையோ, கண்களோ, காதோ, நாசியோ, கைகளோ எந்த அங்கமும் பழுதில்லை சிவகாரனுக்கு.

அவளை வளைத்த கைகளுக்குள் அடைக்கலமானாள்.

பெத்த பிள்ளையை, கட்டின புருசனை விட்டிட்டு நாயக்கர் வீட்டுப் பொம்பளை வந்திட்டாள். அவளைக் கல்யாணம் கட்டிக்கொண்டு வந்த நாயக்கரும் கொஞ்ச நாளில் போய்ச் சேர்ந்தார். சொந்த ரத்தத்தையும் கைப்பிடித்துக் கூட்டிக்கொண்டு இங்கே வந்தடைந்தாள்.

"அதும் நம்ம குழந்தைதான்"

மனசார ஏற்றுக்கொண்டான் சிவகாரன். இரண்டையும் தன் பிள்ளைகளாய்க் கருதி அரவணைத்தாள் லட்சுமி.

தனக்குத் தெரிந்த அளவில், சொத்துச் சேர்ப்பில் ஈடுபட்டான் சிவகாரன். லட்சுமி வந்த பின் அவைகளை ஒழுங்குபடுத்திப் பெரிசாக வளர்த்தாள். இரண்டு நம்பிகையுள்ள அனுபவமிக்க ஆட்டுக்காரன்களிடம் ஆளுக்கு ஒரு துண்டம் ஆடு வாங்கி ஒப்படை செய்தாள் (ஒருதுண்டம்-ஐம்பது எண்ணம்). 'நீயே பாத்துச் செய்துக்கோ' என்று அவளிடம் பணத்தைக் கொடுத்து, வேலை இருக்கிறது நிறைய என ஒதுக்கமானான் சிவகாரன். ஊருக்கு மேற்கில், ஊருணிக்கரை மேட்டில் ஒரு கொட்டாரத்தை விலைபேசி, கொட்டகை போட்டாள் லட்சுமி. பத்துக் கறவை மாடுகளுடன், ஒரு பால் பண்ணை உருவாகிவிட்டது. சொந்த மச்சினன் மருதாண்டி கிசும்பு பண்ணாத வரை ஆடு, மாடுகள் பெருக்கம் வளமாகியது. ஊரைச் சுத்தியிருக்கும் மந்தைப் புஞ்சையில் 20 ஏக்கரை வளைச்சிப் போட்டாள். இதெல்லாமும் அவள் அந்த வீட்டுக்குள் தலையெடுத்த ஐந்து வருசத்துக்குள் மனுவாகிக் கொண்டவை.

“அவருக்கு மட்டுமென்ன, அவருக்குப் பின்னால வருகிற தலைமுறைக்குக்கெல்லாம் படுத்துக்கிட்டுச் சாப்பிடற அளவு கோபுரமாகக் குவிச்சிருக்காரு. இதெல்லாம் ஒரு நேரம்.”

அவன், இவன் என்ற உச்சரிப்பு விலகிப் போனது. அவர் இவர் என மரியாதை கொடுத்துப் பேசியது ஊர்.

வந்து சேர்ந்தடைந்த இடம் வளம் பொங்கும் இடமென லட்சுமி அகங்காரம் கொண்டதில்லை. சொந்தம், சுருத்து எல்லாத்தையும் அனுசரித்துப் போகும் கரிசனையுடன் நடந்தாள். இவளுக்கு வந்த வாழ்வைப் பாத்தியா என்று ஒரு சுடுசொல் அவளை நோக்கி வந்ததில்லை. இல்லாததுகள், இழந்ததுகள் வந்து நின்றால் கைநிறையக் கொடுத்தனுப்பினாள். நம்பிக்கையோடு திருப்பி வந்தன அத்தனையும். கல்யாணம் காட்சி, திருவிழா சடங்கு விசேடங்களுக்குப் போகையில் காதுக்குக் கழுத்துக்குக் கைக்கு அலங்கரித்துக் கொள்ள அவளிடம் நகைகளைப் பெற்றுக் கொண்டுபோனார்கள். மனுசர்கள் பேரில் லட்சுமிக்கு நம்பிக்கை.

சிவகாரன் அவ்வப்போது படுக்கையறையில் அவளுக்கு, சிலப்பல சொன்னான் “யாரைப் பகைத்தாலும் ஊரைப் பகைக்கக் கூடாது”

ஊர்த் தோதுக்கு ஏற்றமாதிரி நடந்து கொள்ளவேண்டும், நா ஒன்னை நம்பித்தான் இருக்கேன் என்பான். அவன் பேசியதும்,

பக்கவாட்டில் முழங்கை ஊன்றி மேமுகத்தைப் பாத்து அதிசயித்து "எங்க இன்னொரு தடவை பாத்துச் சொல்லுங்க" என்று சிரித்தாள். நீ நெனைக்கிற பொம்பிளை நானில்லையய்யா என்று சொன்னது மாதிரி இருந்தது அவள் சிரிப்பு.

உறவிடத்துப் பகை வந்தால் ஊரிடத்துப் போவது; ஊரிடத்துப் பகையென்றால் யாரிடத்துப் போவது என்பது போல அவனுக்கு அனுபவத்தில் சொல்றதுக்குச் சிலது உண்டும். சொந்த ஊரைக் கைக்குள் போட்டுக்கொள்ளாமல், குறிப்பாய் சிலரை அணைத்துக் கொண்டு போகாமல் வாழ்வின் எந்த நாடகத்தையும் வெற்றிகரமாய் நடத்தவியலாது. ஆனால் அவன் சாதி வேற, அவள் வேற. குறிப்பாய் ஊர்க்காரர்களைக் கைக்குள் அடக்கிக்கொள்ள லௌகீகமாய், சில நாடகக் காட்சிகளை நடத்திக் காட்டுவானாய் ஆனான்.

மதுரை அழகர் கோயிலுக்குத் ஒவ்வொரு சித்திரையிலும் திரி எடுத்துப் போவது வழக்கம்; போவதன் முன் ஊரெல்லாம் சுத்தி வந்து சாமியாடினான். நா புறப்படுறேன், யார் எங்கூட வர்ரீங்க எனக் கூப்பிடும் முன்னறிவிப்பு அழைப்பு. வீட்டு வீட்டுக்குப் போய் பத்திரிகை வைக்க ஏலாது. அது தேவையுமில்லை என்பதால் இந்த ஊர் சுற்றல். முந்தின வருசம் போலில்லை; ஆத்தில் அழகர் இறங்கும் திருவிழாப் பார்க்க இந்த வருசம் அத்தனை பேரையும் கூட்டிக்கொண்டு போனான். ஊரே அவனுக்குப் பின்னாடி கும்மாளம் போட்டு ஓடியது. "நம்ம சிவகாரன் திரி எடுக்காராம்"-பந்தியில் உட்கார்ந்து சாப்பிட்டுப் போனார்கள். ஐந்து கடாவெட்டி ஊருக்கெல்லாம் கறிச் சாப்பாடு. பக்கத்துப் பக்கத்து ஊர் சனம் முழுக்க அணைந்து சாப்பிட்டார்கள்.

திருவிழாப் பார்த்து வரச் செய்ய ஊர்க்காரர்களுக்குத் தனிப் பேருந்து ஏற்பாடு. ஆத்தில் அழகர் இறங்குறதைக் கண்ட சிவகாரனுக்கு அருள் வர, தஸ், புஸ்ஸூ என்று இளைத்து 'சிங்சிங்கென்று' குதித்தான். "ஆஹோ, அய்யாஹோ, ஆஹோ, அய்யாஹோ" என்று கூப்பாடு கிளப்பினான். உடன் வந்த சனமும் "ஆஹா, அய்யாஹோ, ஆஹா அய்யாஹோ"ன்னு கூச்சல் எழுப்பிக் கை கூப்பியது. வைகையில் திரண்ட சனம் திகைச்சிப் போய்ப் பார்க்கிறது.

"உள்ளூர்ச் சாமி மாதிரித் தெரியலயே"

ஆமாம், வெளியூர்ச் சாமி தான். அழகரைத் தரிசிக்க வழக்கமாய் வந்து போகிறவர்களுக்கு, உள்ளூர், வேத்தூர் ஆள் தெரியும். மதுரைக்காரர்கள் சொடக்குப் போடுற நேரத்தில் கண்டுபிடித்து விடுவார்கள்.

ஆத்தில் இறங்கி அழகரைச் சேவித்துத் திரும்பிய அத்தனை சனத்தையும் ஊரில் கொண்டுவந்து இறக்கிட ஒரு லகரத்தைக் கேட்டுவிட்டது.

ஆத்தில் அழகர் இறங்கின சமயத்தில் லட்சுமியைப் பார்த்திருக்க வேண்டும். சிவகாரனுடன் சேர்க்கையான பின்னர் அவள் சேகரம் செய்த நகைகள், ஆபரணங்கள் அடிமுதல் உச்சி வரை மாட்டி அழகுச் சொரூபமாய்ப் பேருந்தில் ஏறி அமர்ந்தாள். மதுரை மீனாட்சியம்மனுக்கும் லட்சுமிக்கும் எந்தவொரு வித்தியாசத்தையும் அத்தறுணம் காட்டவில்லை. மீனாட்சி அம்மன் – சிலை; லட்சுமி – உயிருள்ள பல்லக்கு. சுற்றிப்பூத்துள்ள விண்மீன்களை அலட்சியமாய் பார்க்கும் முழு நிலவு போல ஜொலித்தாள். தகதகப்பான பெண் பேருந்தில் ஏறி இருபக்கமும் ஏறிட்டு அமர்ந்தபோது, எல்லோருக்கும் வணங்கத் தோன்றியது.

முகம் ‘செவசெவ’என்றிருந்த லட்சுமிக்குப் பக்கம் அமர்ந்த பகவதி பெரியம்மா மெல்ல அருகணைந்து “செல்லம்,” என்றாள். “உண்டாகி இருக்கியா? தாயி” என்று கேட்டாள்.

லட்சுமி நாணத்துடன் தலையசைத்தாள்.

“அதான பாத்தன், முகம் சொல்லுதே”

“ஆலிலை மாதிரி இருக்குமே வயிறு. உப்பலாத் தெரியுதேன்னு கேட்டேன்”

செந்தூரச் சிமிழாய் ஆன முகத்துக்கும் உப்பலான வயிற்றுக்கும் முடிச்சுப் போட்டுக் கணித்துச் சொல்லி விட்டன பகவதி பெரியம்மாவின் கூர்மையான கண்கள்.

-4-

கணவன் என்கிற இளம் காவல் ஆய்வாளரிடம் சர்மிளா தேவி நேரடியாகக் கேட்டாள்

“லீலாம்மா யார்?”

முதலில் அந்த இளம் காவல் ஆய்வாளனுக்குக் கோபம் கொப்புளித்தது. ததபுத, ததபுத என்று குதித்தான்.

“லீலா...வா. லீலா...வா, யார்”

யாரனத் தெரியாத பாவனை. மலையாள மங்கையின் தொடர்பு ஒரு யானை போல.

கண்ணுக்கும் காட்சிக்கும் நேர்பட நிற்கும் அத்தாம் பெரிய உருவம் தெரியாமல் போய்விடுமா? மலையாள மங்கையின் தொடர்புகள் மறைக்க முடியாது போயிற்று.

அரசு மருத்துவமனையில் பணியாற்றும் செவிலி. ஆதரவுக்கு ஆளில்லாதவர்களாய் லீலாம்மாவும் அவளோட தாய் மட்டும்; பாலக்காடு பக்கமிருந்து வந்த அந்த இசைக் குறுந்தகடு, காக்கிச் சீருடையாளனின் கைபட்டு ஒலிக்கக் காத்திருந்தது போல் கோர்த்துக் கொண்டது. அனாதரவு நிலை. ஒரு இளம் காவல் ஆய்வாளனின் சீருடைப் பாதுகாப்பு தேவையாகிப் போன அந்தப்போதிருந்து தொடர்ந்தது. காக்கிச் சீருடையின் கண்ணில் அகப்பட்டுக் கைக்குள் அடங்கிவிட்டதால், விடலைகள் அந்தத் திசைக்கே தலை வைக்கவில்லை.

பிள்ளையாண்டனுக்கு சித்திரை மாத வெய்யில் போல் ‘கன்னிக்காய்ச்சல்’ எல்லை மீறிப் போனது. லீலாம்மா வீட்டுக் பக்கம் திருப்பி வைத்த திசை, பிறகு சர்மிளா தேவியின் பக்கம் திரும்பவில்லை.

அந்த இளம் காவல்துறை அதிகாரி, முன்பே திருமணமானவன் என்ற பக்கம் லீலாவுக்குத் திறக்கப்பட்டிருந்தது. ஊரார், உற்றார் அனைவரும் கண்டுகளிக்கக் கணவன் மனைவியாகத் திருமணம் செய்துகொண்ட சாட்சியங்களுண்டு. அவளுக்குப் பேரன்பின் பெருக்கில் லீலாம்மா; பேரின்பக் காய்ச்சலில் காவல் ஆய்வாளன். எல்லை தாண்டி ஓடி, சில நாட்கள் இரவு ‘டூட்டி’ எனப் பொய் சொல்லத் தொடங்கினான். அதுமாதிரி நாட்களின் போது வேண்டுமென்றே அவனைத் தொலைபேசியில் தேடினாள். அகப்பட மாட்டான்.

அவரவர் காவலை அவரவர் பேணவேண்டும். கொஞ்சமும் சட்டை செய்யாமல் ஒரு பொம்பிளை என்ன பண்ணிற முடியுமென்ற கோதாவில், எல்லாம் முடித்துக் கொண்டான். லீலாம்மாவும் அவனும் பதிவுத் திருமணம் செய்து கொண்டதாக சர்மிளாவுக்கு சேதி எட்டியது. மண்ணை நோக்கிப் பார்த்திருந்த சர்மிளா தேவியின் தலை கவிழ்ந்திருந்தது. அவள் பூமியை நோக்கிக் கண்ணீர் உகுக்கிறாள் என்று சிவகாரனுக்குத் தெரிந்தது. அவன் வணங்கும் பெத்தனாட்சி அம்மன் சொரூபத்தை மனதில் கொண்டு வந்து கண் இமைகள் மூடித் தியானித்தான். அம்மனுக்கே இக்கதியா என்னும் ஆத்திரக் கடல் பொங்கிற்று. அவன் முன் குனிந்த தலையைத் தடவி ‘நானுனக்குத் தகப்பனே போல’ என ஆசீர்வதித்தான்.

அவனுடைய ஆசீர்வாதம் கிடைத்து விட்டது. தெய்வத்தின் அருள் பாவிப்பு கிடைத்தது போலத்தான், வாக்குப் பெற்று வந்தவர்களின் ஆசியும்.

அவளுடைய வருகை அன்றைக்கு எல்லா ஒழுங்கையும் அற்றுப் போகச் செய்தது. பேரழகின் பிரவேசம் அங்கே கூடியிருந்தோரின் கண்களைக் கூச வைத்து, மதி பிழைக்கச் செய்தது; வார்த்தது போல் உடல்வாகு, நேர்த்தியான உடை, காரிலிருந்து இறங்கிய அமர்ந்த நடை – அவர்களைக் கட்டிப் போட்டது. ஒரு அரசகுமாரி போல் முற்றத்தில் கூடியிருந்த வரிசையை ஏறெடுத்து நோக்கினாள். அவளைத் தனியாக வழிநடத்தி சிவகாரனிடம் இட்டுச் சென்றனர் சீடர்கள்.

சர்மிளா தேவி விவரிக்கத் தொடங்கினாள்; தொடங்குமுன் அவள் கண் பக்கத்திலிருந்த நின்றிருந்த சீடனைக் கவனித்தது. குறிப்பறிந்து கொண்ட சிவகாரன் சீடனைச் சைகை செய்ய, வெளியேறினான். ஆதியோடு அந்தமாய், சர்மிளா தேவி தன் கதையைப் பறிமாற வேண்டியிருந்தது. நீரோடையில் பரசி ஓடிவரும் புதுவெள்ளமாக, தட்டுத் தடங்கலின்றி ஒரே மூச்சில் அரைமணியளவில் அவளது முழுவாழ்க்கையும் சிவகாரனுக்குச் சொல்லப்பட்டது.

“நீங்க ஏதாச்சும் செய்யணும், இனிமே அவ வீட்டுப்பக்கம் போகவேபடாது என்பது போல் என் வீட்டுக்காரருக்குச் செய்வினை வைக்கணும்.”

ஒங்களை நம்பித்தான் வந்திருக்கேன் என்பதாக தேவியின் முறையிடல்.

பூரண நம்பிக்கையுடன் இருபதாயிரம் ரூபாயை அவன் காலடியில் வைத்து விழுந்து கும்பிட்டாள். பேரழகின் செவ்வந்திச் செடி தன் காலடியில் கீழே விழுந்து கிடப்பது போல் பட்டது. ‘எந்தத் தப்பும் பண்ணாத என் பெத்தனாட்சி அம்மனுக்கு இப்படி ஒரு சித்திரவதையா?’ சிவகாரன் குமைந்தான்.

அவன் வணங்கும் குலதெய்வம் பெத்தனாட்சி வாழ்வும் அப்படித்தானாம். முக்கோடி முப்பத்து மூவாயிரம் தேவர்கள் புடைசூழ திருமணம் செய்து கொண்ட அழகர், ஒரு மோகினியின் துள்ளலில் வசப்பட்டுப் பின்னாலேயே போய்விட்டாராம். பெத்தனாட்சி தன்னந்தனித் தேவதையாய் வந்து அலைந்து இந்த அத்துவானக் காட்டில் பெருமரத்தின் கீழ் குடியேறி விட்டாள். அவள் தெய்வம் எனக் கண்டுகொண்ட மக்கள், அன்றிலிருந்து பெத்தனாட்சியை வழிபடத் தொடங்கிவிட்டனர். அதன்பிறகு தான் இந்த ஊரும் வீடுகளும் ஊருணிக்கரையும் உண்டாகின.

“நா ஒரு தடவை உங்க வீட்டுக்கு வந்து பாக்கனும்”

“அவரு வெளியூர் போகிறபோது தாக்கல் அனுப்பறேன், வாங்க.”

“வீட்டைப் பாத்தா எனக்குப் பிடிபட்டுப் போயிரும். எந்த இடத்தில, எந்தத் திக்கில செய்வினை வைக்கனும்னு தோணும்“

ஒரு நாளில் சர்மிளா அவனுக்குத் தொலைபேசி செய்து, கார் அனுப்பினாள். சீடனுடன் புறப்பட்டுப் போனான்; வீட்டை வெளியே, உள்ளே என்று சுற்றிக் கண்டான். குறிப்பாய், படுக்கையறையை நோட்டமிட்டான். ஒவ்வொரு கட்டில் காலுக்கும் கீழே ஒரு எலுமிச்சம் பழம் வைத்து நசுக்கினான். அதிக நேரம் மந்திரம் ஓதி, ஒரு தாயகத்தைக் கட்டில் கால் அடியில் கட்டிய பின் வெளியேறினான். திரும்பி நின்று சொன்னான் “நா அங்கிருந்தே பெத்தனாட்சித் தாயை வேண்டுவேன், முப்பது நாளில் நல்லது வந்து சேரும்”.

-5-

ஒருக்கணித்துச் சாய்ந்து தூங்கிக் கொண்டிருந்தவளின் முகத்தை நின்ன நிலையில் நோக்கினான் காவல் ஆய்வாளன். முகம் வதங்கிப் போயிருந்தது தெரிந்தது. தான் இல்லாத நாட்களில் ஏதோ ஒரு சூழ்ச்சி அவனுக்குத் தெரியாமல் மறைவாக இந்தச் சொந்த வீட்டில் நடந்திருக்கிறது. ஒருக்கணித்துப் படுத்திருந்தவளின் வில் போன்ற வளைந்த விலாவில் ஓங்கி ஒரு மிதி. தொடர்ந்து பெண்ணின் கதறல். படுக்கையில் ஏறி நின்று விலாவில் மறுபடி மறுபடி நலுக் நலுக்கென்று மிதித்தான்.

“சொல்லுடி, யாருடி வீட்டுக்கு வந்து போனவன்?”

பயந்து அலறினாள்; கையை ஒடித்து விடுகிறவனாய், பின்பக்கமாய் முறுக்கி ஒரு மிருகத்தைச் சித்திரவதை படுத்தல் போல முதுகில் நங்கு நங்கு என்று குத்தினான்.

போலீஸ் வாகனத்தில் தூக்கிக் கொண்டு போன நடுச்சாமம் முதலாக ஊர் அரண்டு போய்க் காணப்பட்டது; யாரோடும் யாரும் முணுமுணுப்பில்லை. சுமார் ஒரு லட்சம் சனம் வாழும் வட்டாரம் அந்த செம்மண் பூமி: அதற்கு ஒரே ஒரு காவல் நிலையம். அதன் வரம்பு துரம்பற்ற அதிகாரத்தைத் தட்டிக் கேட்கவேண்டுமென ஒரு ஈங்காக்கைகும் தோணவில்லை; அத்தனை பேருக்கும் வாய்ப்பூட்டுச் சட்டம் போட்டது போல் உள் மடங்கிய நாக்கில் பயம் உட்கார்ந்திருந்தது.

செடி, கொடி, தாவரம் மரங்களின் கொண்டையை இறுக்கிப் பிடித்து தூக்கி வீசி எறிந்த சூறாவளி போல், சர்மிளா தேவியின் இல்லத்துக்குப்

புறப்பட்டுப் போன அந்த நாள் சிவகாரன் வாழ்க்கையின் 'கரி நாளாயிற்று.'

காவல் கொட்டடி, அய்ந்து நாட்கள் சித்திரவதையின் கூடம். முதல் தகவல் அறிக்கை கூட இல்லை. இத்தனை நாட்களில் நீதிமன்றத்தில் ஆஜர்படுத்த வேண்டும் என்ற வரைமுறையும் கைக்கொள்ளவில்லை. சிவகாரனின் வங்கிக் கணக்கில் இடப்பட்டிருந்த சேமிப்பு, லாக்கரில் வைக்கபட்ட நகைகள் அவனுடைய கையெழுத்தில் உருவப்பட்டது. அவனது சொத்து, நிலம் ஆகியவைகள் அத்தனையும் எழுதிவாங்கி மாற்றிக் கொண்டான்.

யாருடைய பெயர் அது?

லீலாம்மா.

-6-

ஒன்பது மணிப் பேருந்திலிருந்து புதிய முகங்கள் கோடாங் கிப்பட்டியில் இறங்குகின்றன; முக்காலமும் கணித்துக் குறிசொல்லும் சிவகாரனக் கண்டு போவதற்காக அல்ல, அவரவர் சொந்தக்காரர் வீட்டுக்குப் போகிறார்கள்; ஊரின் இருமுனைகளிலும் தேங்காய், கற்பூரம், குங்குமம், விபூதி, வெற்றிலை, வாழைப்பழம் பூசனைப் பொருட்கள் விற்பனைக் கடைகளிருந்ததை ஒரு வருசம் முன் கண்டிருந்தார்கள். சிறிய பலகாரக் கடை, இரண்டு தேநீர்க் கடைகள், வேர்க்கடலை முறுக்கு தலைச்சுமைக் கூடைகள் தென்பட்டன. பக்கத்துச் சிறு நகரங்களில் இருந்து ஆட்டோக்கள் ஓடத் தொடங்கியிருந்தன. குறி சொல்கிறவனைக் காண வந்தடையும் கூட்டத்தால் நிரம்பியிருந்தது தெரு. வெத்துக் காற்றால் நிரம்பியிருந்தது.

பேருந்திலிருந்து இறங்கி ஊருக்குள் போனவர்களின் உதடுகளில் "கர்ம வினை, இந்தக் கோலத்திலயா பாக்கணும்" என முணுமுணுப்புப் படபடத்தது.

எதிரில் கூன் போட்டு வளைந்த முதுகுடன் முதுமைத் துயர் கவிந்த ரூபம் அலைவில் தென்பட்டது. இரண்டு ஆடுகள், பசுமாடுகளை மேற்கு நோக்கி மேச்சலுக்குப் பத்திக்கொண்டு போகிற முதிய ஆளைக் கண்டனர்.

பங்குருப் பூக்களின் தேன்
(The Honey of Pangrue flowers)

மலையாளம்: பி. வத்சலா

ஆங்கில வழித் தமிழில்: பா.செயப்பிரகாசம்

-1-

பசவன் படுத்துக்கொண்டே கொட்டாவி விட்டான்; புதுப் பெண்டாட்டியின் மடியில் அவன் தலை கிடந்தது. விடியலின் மங்கிய வெளிச்சத்தில் கிராமம் குளித்தது. கூரை ஓட்டைகள் வழி வட்ட மேகங்கள் அசைந்தன. கல்யாணத்துக்கு முன்னாலேயே கூரையைச் செம்மை செய்யும்படி கிராமத்தவர்கள் வற்புறுத்தினார்கள்; கூரை வேய்வதற்கான பொருட்களும் உழைப்பும் தருவதாக ஊர்க்காரர் வாக்குத் தந்தனர்; பசவனிடம் ஒரு புன்னகை மட்டுமே!

குடிசை பழுது செய்யப்படுகிறதோ இல்லையோ, சாலி அவனைத் திருமணம் செய்து கொள்வாள் என உறுதியாகத் தெரியும். சனங்கள் அவனைப் 'பழங்கிறுக்கன்' என்றார்கள். ஆனால் அந்த அழகான இளங்குமரியின் நெஞ்சத்தில் ஒரு பாய்ச்சலில் அவன் இடம்பிடித்து விட்டான்.

சாலியின் நீல வண்ண 'சின்னாளப்பட்டிச் சேலை' கசங்கியது. அவளுடைய பளிங்கு விழிகளின் கருமணிகளில் தெறித்த நீல ஆகாயத்தைப் அவன் கண்டான். குடிசைக்கு அப்பால் சுவர்களைத் தாண்டி, அவன் படுத்துறங்கும் வெற்றுத்தரைக்கும் அப்பால் வயல்கள்; வசந்தம் தன் கண்களை மெல்லத் திறந்து பார்த்து விட்டது. வண்ண மரங்கள் அழைத்தன. அவனுக்குள் ஒரு பரவசம்! சாலி எழுந்து எழுந்து நின்றபோது, சேலை முந்தானை அவன் கைகயில் இழுபட்டது.

"இதை ஏன் நீ உடுத்தின?" பசவன் கேட்டான் .

சாலியிடம் கொஞ்சம் தயக்கம். சின்னாளப்பட்டி நீலச்சேலை அவளுக்காக அப்பன் வாங்கியது. மணமகன் மணமகளுக்கு எதுவுமே

வாங்கிக்கொண்டு வரவில்லை. இந்த மாதிரியான லோகாயத நடைமுறைகளீல் 'பிள்ளையாண்டானுக்கு' நம்பிக்கை கிடையாது என்பதில்லை, தெரியாது.

"என்ன நிறச் சேலை உடுத்த வேண்டும் என எதிர்பார்க்கிறாய்?" சாலி கேட்டாள்.

"எந்தச் சேலையும் ஒனக்கு அழகாயில்ல, சேலை உடுத்துகிறபோது நீ எல்லா அழகையும் இழந்து விடுகிறாய்"

"நல்லா இருக்கு"

சாலி வாயைப் பொத்திக் கொண்டு சிரித்தாள். முற்ற வேலியைத் தாண்டி நிற்கும் வாழைக் கூட்டத்தின் மத்தியில் வெற்றிலை எச்சிலைத் துப்பப் போனாள். நீலப் பாம்பைப் போல் தரையில் இழுபட்ட சேலை முந்தி, அவள் பின் நடந்தது.

பசவன் மறுபடி ஒரு தடவை கொட்டாவி விடுவதற்காக வாய் திறந்த வேளையில் ஒரு ரீங்காரம் கேட்டது. அது ஒரு வண்டு. கூரை ஓட்டை வழியே உள்ளே வந்திருந்தது. வைரம் போல் ஜொலித்தது. குடிசையின் நிசப்தத்தை ரம்பம் கொண்டு அறுப்பது போல் அதன் ரீங்காரம் கேட்டுக் கொண்டே இருந்தது. சாலி காதுகளைப் பொத்திக் கொண்டு கத்தினாள்

"சீ என்ன கோரம்"

"கோரமா?" பசவன் பேசினான்.

"அது 'பங்குருப் பூக்கள்' மலர்வதை அறிவிக்கின்ற தூதுவன்"

பசவன் முகத்தில் பிரகாசம் தெரிந்தது. மறுபடி கொட்டாவி விட்டான்.

"நாலு நாளா ஓம்முகம் மழை மேகம் மூடுன மாதிரி இருந்தது. ஒரு மணி நேரத்துக்குள் குறைஞ்சது நாலு தடவை கொட்டாவி விட்டுட்டே. ரெண்டு வாரத்துக்குள்ளே நான் கசந்து போயிட்டனா?" கேட்டாள் சாலி.

எழுந்து இடுப்பில் நழுவிய கட்டம் போட்ட சாரத்தைச் சரி செய்தபடி அவன் சொல்வான்,

"பங்குருப் பூக்கள் மலர்ந்து விட்டன; வனம் நிறைந்து விட்டது, நாம் உடனே அங்கே போக வேண்டும் "

"சட்டை போடலையா?"

"ஏன்?"

"கல்யாணப் பரிசா, யாரோ உனக்கு ஒரேயொரு வெள்ளைச்சட்டை கொடுத்தாங்க. கொடியில இருக்குது. நாம உடனே புறப்படனுமா?"

"ஆமா, இனி எதற்கும் காத்திருக்க வேணாம்"

அவன் புறப்படத் தயாரானான். குடிசையின் குளிர்ந்த மூலைகளில் தேடுதல் வேட்டை நடத்தி முடித்த வண்டு, அவர்களுக்கு வழிகாட்டுவதாக முன்னால் பறந்து சென்றது. கிராமத்தின் கன்றுகள் கனைத்தன. காட்டுக்குள் புல் தேடி நடந்து செல்லும் மாடுகளின் கழுத்து மணியோசை தொடர்ந்து வந்துகொண்டிருந்தது. தனது அழைப்பிதழை அக்கறையுடன் விநியோகிக்கிற இளவட்டம் போல், வனத்திலிருந்து புறப்பட்ட தென்றல் கிராமத்தை வளைத்து அணைத்தது. நகரும் மேகக் கொத்துக்களின் நிழல்களோடு நடந்து பசவனும் சாலியும் காட்டிற்குள் நுழைந்தார்கள்.

அவர்கள் போவதை கிராமத்தார் பார்த்தனர்; சாலி பக்கத்து கிராமத்தைச் சேர்ந்தவள். அவள் இன்னும் அவர்களுக்கு முறையாகக் கூட அறிமுகப்படுத்தப்படவில்லை; அவளைப் பற்றி முழுமையாகத் தெரிந்து கொள்ள வாய்ப்பு இல்லை. உண்மையில் அவர்கள் பசவனைப் பற்றிக் கூட முழுமையாக அறிந்திருக்கவில்லை. அந்தக் கிராமத்தில் பிறந்தவனாக இருந்தாலும், பெரும்பாலான நாட்கள் வனத்திலேயே கழித்திருந்தான். கிராமத்தின் சமூக நடைமுறைகள் எதிலும் அவன் கலந்து கொண்டவனில்லை. ஊர்க் கோயில் திருவிழாவின் போது தலையில் ஒரு தேன் கூட்டைச் சுமந்து கொண்டு வருவான். அதை விற்றுச் சம்பாதித்து கள் குடித்து முடிப்பான். பிறகு வனத்துக்குள் மறைந்து போவான்.

தன்னுடைய கல்யாணத்திற்குப் பிறகு அவன் மாறிவிடுவான் என நினைத்தார்கள். இல்லை. அதனால் அவன் அங்கிருந்து புறப்பட்டதை அவர்கள் பெரிதாக எடுத்துக் கொள்ளவில்லை அவன் கட்டிக்கொண்டு வந்த புது மனைவியான சாலி அவனுடன் போய்த்தான் ஆகவேண்டும்.

கடல் மீது ஆடுகிற அலைகள் போல் அலையலையாய் தட்டாரப் பூச்சிகள் மங்கிய சூரிய ஒளியில் பறந்தன. மரத்திலிருந்து ஒரு பறவை கேட்டது "நீ எங்கே போகிறாய்?"

பசவன் சொன்னான் "எனது வசிப்பிடத்திற்கு, நீயும் வருகிறாயா?"

"நானும் வரவா?" மற்றொரு பறவை கேட்டது.

அவன் புன்னகை செய்தான். அவர்கள் நடந்த போதும் அந்தப் புன்னகை அப்படியே தங்கியது. காட்டு மரங்கள் பச்சை குத்திய தங்கள்

கைகளால் அவர்களை வரவேற்றன. மதர்த்த புல்வெளி தனது தலைக் கிரீடங்களை அசைத்துத் தம்பதியரைக் கொண்டாடியது. கானகம் கணக்கற்ற பறவைகளின் கெச்சட்டத்தால் நிறைந்தது. பசவன் ஒரு பாடலை முணுமுணுக்க ஆரம்பித்தான். அவனுடைய பாடலைக் கேட்க நினைத்துக் கானகக் குயில், தான் பாடுவதைக் கொஞ்சம் நிறுத்தியது.

வளைந்து கிடக்கும் பாதை. கோர்த்துப் பிண்ணியது போலிருந்த கொடிகளின் கூடாரம் வழியாக அவர்கள் எழில் சிந்தும் பள்ளத்தாக்கினை அடைந்தார்கள். ஒரு கணம் அவர்கள் அதன் அழகில் மூச்சற்றுப் போய் நின்றார்கள். பசவன் அதிசயப்புடன் சொன்னான்

“உண்மை, பங்குருப் மலர்கள் மலர்ந்து விட்டன. இது பங்குருப் பூக்கள் மலரும் பருவம்”

அவன் பங்குரு மலர்களைத் தேடி நடந்தான். சாலி பின் தொடர்ந்தாள். கொடிகளின் கூறிய சிலும்புகள் அவளுடைய ஒரேயொரு சின்னாளப்பட்டிச் சேலையைக் குத்திக் கிழித்தன.

அடர்ந்த கானகத்தை இரண்டாகப் பிளந்து கொண்டு இசை வழியும் நீரோடை ஓடியது. கொடிகள் சுற்றிய ஒரு உயர்ந்த மரத்தைக் கண்டு சாலியின் கண்கள் விரிந்தன. கொடியின் ஒவ்வொரு இலை அடியிலும் ஒரு கொத்துப் பூக்கள்; சில பூக்கள் நிலவு போல் மலர்ந்து விரிந்து பார்த்தன. இவைதான் ‘பங்குரு மலர்கள்.’

பங்குருக் கொடி சாதாரணக் கொடிகள் போல் இல்லை; அவை ஆகாயத்தை நோக்கி ஏறுகின்றன. சதசதப்பான தரையில் வேர்கொண்டு, ஒவ்வொரு கொடியும் இலைகளால் நிறைந்து, தேன் நிரப்பிய இதயங்களுள்ள பூக்களால் சந்திர சோதியுள்ள சொர்க்கத்தைத் தொடுகிறது.

ஒவ்வொரு அடி வைப்பிலும் கிராமத் திருவிழாவில் பங்கேற்பது போல் கோடிக்கால் பூதமாய் அவன் நெஞ்சம் துள்ளியது.

“சாலி, இதுதான் சொர்க்கம். இந்த இடத்தில் நமது மகனைச் சூல் கொள்வோம்”

அவர்கள் பங்குருப் பூக்களின் வாசனையை அருந்தினார்கள்; அதன் பொன்னிற தேனைச் சேகரித்து உண்டார்கள்; முயங்கினார்கள்; உலகக் கவலைகள் எல்லாம் துறந்தவர்களாய்-முன்னர் அவர்கள் வாழ்ந்த கிராமத்தின் அன்றாட சவக்களித்த வாழ்க்கையை மறந்தவர்களாய்த் தூங்கினார்கள்.

மழைக்காலத்தில் ஒதுங்க நீரோடைப் பக்கமாய் இலை தழை வேய்ந்த ஒரு குடிசையை அமைத்துக் கொண்டார்கள். மரவுரி ஆடை தரித்து சுதந்திரப் பறவைகளாய்த் திரிந்தார்கள். பருவங்களின் மாறுதலைக் கூட அவர்கள் கண்டுகொள்ளவில்லை.

சாலி மகனுடைய வருகையை எதிர்பார்த்திருந்தாள். கர்ப்பத்திற்குள் மகன் அசைந்தான். அப்போது பசவன் சொல்வான்,

“சீக்கிரம் வெளியில் வா மகனே, ஒனக்குத் தேனூட்டுவேன்; அம்புலி மாமாவைப் பிடித்து நீ விளையாடலாம்; மேகங்களின் மேல் சவாரி செய்யலாம்.”

கோடை காலத்தில் அவர்கள் பங்குரு மலர்களின் பள்ளத்தாக்கு களிலிருந்து சமவெளிக்குப் போனார்கள். சமவெளியின் நுனிகளைத் தகத்தகாயமாக்கிச் சூரியனும் சந்திரனும் நேருக்கு நேர் நின்று காட்சி தந்தனர். அவைகளைப் பார்த்தபடியே பசவன் கேட்டான், “இவைகளில் எதுவாக நமது குழந்தை இருக்க வேண்டும் என்று நீ விரும்புவாய்?”

நிலா வானத்திற்கு உரிய சோடனையாய் இருக்கிறது; ஆனால் சூரியன் நாள் முழுதுமான உழைப்புக்குப் பின்னால் களைத்து தாயின் மடியில் தலை சாய்த்துப் படுக்கிறது. சாலி சூரியனை நோக்கிக் கை நீட்டினாள்.

பின்னொரு நாள் அவர்கள் சமவெளியிலிருந்து பள்ளத்தாக்குக்கு இறங்கினார்கள். இறங்கியவுடன் வயிற்றுப் பிள்ளையைப் பார்த்து அவன் சொன்னான்

“நீ ஒரு கெட்டிக்காரப் பயலாய் இருந்தால் சீக்கிரம் வெளியில் வா”

குடிசையில், மெழுகிய மண் தரையில் மகன் பிறந்தான். காட்டையே தூக்கிக் கொண்டு போவது போல் கத்தலுடன் வெளியே விழுந்தான்; மரக்கிளைகளில் இருந்து குரங்குகள் புதுப் பிறப்பைக் காண கீழிறங்கின. புதிதாய்ப் பிறந்த மானுடச் சிசு. சுயமாக நிற்கவோ உட்காரவோ உருண்டு படுக்கவோ கூட முடியாத, எதற்கும்

ஏலாத மனிதக் குழந்தையை குரங்குகள் அதிசயத்துடன் பார்த்தன. இதனாலெல்லாம் கலைச்சல் ஆகாத குழந்தை, தாயின் விரல் நுனிகளிலிருந்து பங்குருப் பூக்களின் தேனைச் சப்பிற்று. முகத்தில் எந்த வெளிப்பாடும் காட்டாமல் கானகம் இதை ஏற்றது

-2-

நீலநிறச் சேலையில் கட்டப்பட்ட தொட்டிலில் குழந்தை தூங்கினான். தூங்குவதும் எழுவதும் பிறகு தூங்குவதுமாய் இருந்தான்; காய்ந்த சருகுகளின் பாயில் தவழ்வதற்காகத் தொட்டிலிலிருந்து இறங்கினான்; கட்டை போன்ற கெட்டியான செடிகளைப் பிடித்துக்கொண்டு நடை கற்றான். பார்த்துப் பார்த்து சந்தோசமும் பூரிப்பும் கொண்ட சாலி, மகன் சொந்தமாக நடை போட்டதைப் பார்த்தபோது விழித்துக் கொண்டாள்.

"பசவா"

"ம்"

"நாம் கிராமத்திற்குப் போயாக வேண்டும்"

பசவன் அதிர்ச்சியுற்றான். மனைவியின் கண்களில் உள் நுழைந்து ஏறிட்டான். அவள் ஊர் திரும்பும் விருப்பம் கொண்டு விட்டாள். அவன் பார்த்தான். அது ஒரு தாயின் ஆசையாக இருக்கலாம்.

"நம்முடைய சமையல் பாத்திரங்கள் எங்கே?"

நீரோடைப் பக்கத்தில் கிடந்த மண் பாண்டங்கள் வெகுகாலம் முன்பே கரையான்களின் குடியிருப்பு ஆகிவிட்டன; அலுமினியப் பாத்திரங்களில் நெடுங்காலம் முன்பிருந்து எறும்புகள் புற்றுகளை உண்டாக்கி விட்டிருந்தன.

"அதெல்லாம் வேண்டாம்" சாலி தலையசைத்தாள்.

"திரும்பிப் போக வேண்டும் என்று நீ ஏன் நினைக்கிறாய்?"

"குழந்தைக்காக! வன தேவதை மலங்காளியின் மடியில் வைத்து அவனுக்குத் தலைச்சோறு (முதல் சோறு) ஊட்டுவோம்; பிறகு அவனை பள்ளிக்கு அனுப்பிப் படிக்க வைப்போம் "

பசவன் திடுக்கிட்டுப் போனான்.

"மலையில், மொட்டைப் பாறைகளின் மேல் கட்டப்பட்ட அந்த காங்கிரீட் கட்டிடத்தில் படிக்க வைக்க வேண்டுமென்றா ஆசைப் படுகிறாய். நமது மகன் அதற்குத் தகுதி இல்லாதவன், இதற்குத்தான் நீ ஆசைப்பட்டாயா சாலி ?"

"ஆமாம், அதுதான் நான் ஆசைப்படுவது "

-3-

சூரியனோடேயே அவர்கள் மலை இறங்க ஆரம்பித்திருந்தார்கள். தேன் நிரப்பப்பட்ட மூங்கில் கழியைச் சுமந்து நடந்தார்கள். குழந்தை தந்தையின் தலையைப் பிடித்தபடி தோள்கள் மீது உட்கார்ந்திருந்தான். கால்கள் தகப்பனின் மார்பு மீது ஆடின. காட்டு மிருகங்களைக் கூப்பிட்டான்; அவைகளைப் போல் பாவனை செய்து கத்தினான். குதூகலமாகித் தகப்பனின் தலைமுடியைப் பிடித்து இழுத்தான்.

மாடுகள் தொழுவம் திரும்புகிற அந்தியில் பசவனும் சாலியும் ஊர் அடைந்தார்கள். பெருமூச்சு விட்டுக் கொண்டிருந்தன வெம்பரப்பான வயல்வெளிகள். கூடடையும் பறவைகள் ஒன்றை ஒன்று கூவி அழைத்துச் சத்தமிட்டன. களைப்படைந்து போன மாடு மேய்ப்பவன், எருமையின் முதுகில் ஏறி உட்கார்ந்து குச்சியால் அடித்து விரட்டிக்கொண்டு போனான்.

அவர்கள் ஊர் அடைந்தபோது அந்த மலையடிவாரக் கிராமம் சுற்றுலாப் பயணிகளால் நிறைந்திருந்தது. வீதிகளின் சந்திப்பில் உள்ள நான்கு கடைகளுக்கு முன்னால் பயணிகள் கூட்டம் கூட்டமாய் நின்றார்கள். ரொம்பப் பணிவாய் நான்கு கடைக்காரர்களும் அயல் பயணிகளிடம் கேட்டார்கள்,

"ஒங்களுக்கு என்ன வேண்டும் ? என்ன வேண்டுமோ சொல்லுங்கள்"

அவர்களுக்கு எல்லாமும் வேண்டும்; மது, மாது, கோயில் எல்லாமும் தான் வேண்டும்; ஒரு குளியல், ஒரு வெப்பமான படுக்கை, கானகத்துத் தேன், கானகத்தில் உருவாகும் இயற்கையின் எழில் கசியும் களிப்பு எல்லாமும்.

அப்போதுதான் மூங்கில் கழியில் தேன் சுமந்தவன் அங்கே தென்பட்டான். மகனைச் சாலியிடம் கொடுத்துவிட்டு அசனூரு கடையின் முன்பாக விறைப்பாக நின்றான். இடுப்பை சுற்றிக் கட்டப்பட்ட அசிங்கமான நீலநிறத் துண்டுடன் ஒரு அவமானம் போல் தெரிந்தான்.

"அடப் பயலே, டேய், நீ இன்னும் பிழைச்சிருக்கையா?"
அசனூரு வியந்தார்.

பசவனுக்குப் பின்னால் ஆடை இல்லாமல் நிர்வாணமாக நின்று கொண்டிருக்கும் சாலியை அசனூரின் கண்கள் கண்டன. குழந்தை அவள் மேல் தொற்றிக்கொண்டு கிடந்தது. அசனூரு மயக்கமடையப் பார்த்தார். தேநீர்க் கடையில் இருந்து சிறுபயல் அவர்களை நோக்கி ஓடினான்; அவனுக்கு மயக்கம் வரவில்லை.

சுற்றிக்கூடிய சுற்றுலாப் பயணிகளின் கண்கள் அவர்கள் மீது மேய்ந்தன; தேனடையைச் சுற்றுகிற தேனீக்களைப் போல் மொய்த்தன. கலைச்சல் ஆன குழந்தை, தாயின் மார்பிலிருந்து வாய் நீக்கிக் கத்தி அழுதது. சாலியைப் பார்த்துப் போக கிராம சனங்கள் ஓடோடி வந்தார்கள்; சாலி மலங்காளி தேவதையின் மறு அவதாரம் என அவர்கள் நினைத்தார்கள். 'பங்குரு கொடி' போல் பசவனின் தோள் மேல் சாய்ந்து கரங்களைப் பிணைத்தபடி நின்றாள்.

சுற்றுலாப் பயணிகளுக்கு, பார்வையாளர்களுக்குச் சாலி ஒரு இனிய கனாப் போல் தென்பட்டாள். கூடிய கூட்டத்தால் சாலைச் சந்திப்பு 'ஜேஜே' என்றானது; வீதிகள் நிறைந்தன; தொடு வானத்திலிருந்து மேகங்கள் எட்டிப் பார்த்தன. பசவன் இடுப்பில் கட்டிய துண்டைக் கழற்றி மூங்கில் கழியைத் துடைத்தான். மூங்கில் கழியை அவன் தோளுக்கு மாற்றியபோது, கூட்டத்திலிருந்து ஒரு குரல் எழுந்தது "தேன் விற்பனைக்கா?"

அப்போதுதான் அசனூரு சுய நினைவுக்கு வந்தார்;

"பசவா எனக்குத் தேன் கொண்டு வந்தாயா? நீ கொண்டு வந்தது எனக்குத் தானே?"

"இல்லை"

பசவன் ஆகாயத்தோடு பூமியை ஒப்பிட்டுப் பார்த்தான். பிறகு கிராமத்திற்கு முதுகு காட்டி விலகி நடந்தான்.

(உயிர் எழுத்து, அக்டோபர் 2022)

மதுக்குடம்

"நீங்க பாத்தீங்களா, நீங்க யாராச்சும் கண்டீகளா?"

ஊர் முழுசும் விசாரித்து நடந்தாள் லோகு என்ற லோகேஸ்வரி. சொல்லாமச் செய்யாமல் ஒரு திக்குக்கும் போக மாட்டார் இந்த மனுசன்;

செங்கமங்கலில் ஊமையன் புண்ணியகோடியை ஒரு ஆள் 'பைக்கில்' ஏற்றிக்கொண்டு போனதைப் பார்த்ததாக மந்தைக்குப் போய் வந்த கீழத்தெரு வைகுந்தன் தெரிவித்தார். கூட்டிப் போன ஆள் "தண்ணி வண்டி" சேது மாதிரி இருந்ததாகச் சொன்னார். இது லோகுவுக்குக் கிடைத்த முதல் தகவல்.

அங்கன கண்டேன் இங்கன கண்டேனென்று என்று அதன்பின் ஒரு தாக்கலும் இல்லை. சேது அருவாட்டமும் ஊருக்குள் தென்படவில்லை.

கொரோனா ஊரடங்கின் முடிவுக்குப் பிறகு இன்று மதுக்கடை திறப்பு. ஊரடங்கின் போதும், மதுக்கடைகளைத் திறக்கத் தடையொன்னுமில்லை. அரசின் கொள்கை முடிவான டாஸ்மாக் திறப்பில் நாங்கள் தலையிட முடியாது என்று நீதிமன்றம் கையை மடக்கிக்கொண்டது. நோய்ப் பாதிப்பு மட்டுப்பட மட்டுப்பட ஒவ்வொரு மாவட்டமாய்த் திறந்து கொள்ளலாம் என அரசு காய் நகர்த்திற்று. அப்படியெல்லாம் 'டாஸ்மாக்' பக்கம் போகிற ஆள் இல்லையே எனப் பதகளித்தாள் லோகு.

அவளுக்கு நேர்ந்தது மிகப் பெரிய விதிக் கோளாறு, அது ஊமையனைக் கட்டிக் கொள்ள நேர்ந்தது என்று புலப்பம் வந்து கொண்டிருந்தது. கல்யாணத்துக்குப் பிறகு ஒரு தடவை சொந்த ஊர் போனபோது எதிர்ப்பட்ட சோசியர்தான் கேட்டார்.

"ஒஞ் சாதகத்தில அப்படி இல்லையேம்மா"

அவர் வேண்டப்பட்ட, பழக்கமான சோசியர்.

ஒரு புஞ்சிரிப்பு; அவரிடம் சொல்லி ஆற்றாமல் வேற எவரிடம் போய் இறக்கி வைக்க?

"என்ன செய்ய, எஞ் சாதகத்தை நானே எழுதிக்கிட்டேன்."
மழுப்பாமல் நேரடியாய்ச் சொன்னாள்.

"ஊமைக்குக் கோபம் வருமா?"

"பழியா வரும்."

"நாங்க ஒரு நாளும் கண்டதில்லையே" எதிரில் நிற்கும் ஜீவாத்மாக்களுக்கு லோகு அக்காவிடமிருந்து அறிந்து கொள்ள ஆசை.

"கோபம் வந்தா, உண்டு இல்லன்னு ஆக்கிருவாரு. ஊமை கோபத்தைப் பாரு, மூஞ்சூறு முகத்தையும் பாருன்னு சொன்னாங்களே சும்மாவா"

நாக்கைத் துருத்திக் கொண்டு அடிக்க ஓடி வருவான். முட்டியை மடக்கித் தலையில நங்குன்னு ஒரு குட்டு வச்சா, அப்படியே 'அம்மான்னு' குன்னிப் போயி உக்காந்து விடுவாள்.

"கையா அது, 'பூன் வச்ச உலக்கை', அத்தாந் தண்டி உருவம் கை ஓங்குனா என்ன ஆகும் ?" பரிதாபப்பட்டனர்.

அடி வாங்கி, கோழிக்குஞ்சாய் நடுங்கி வெளியே வந்து அழுவாள்; இன்றைக்கு லோகுவின் சபதம் வேறொன்றாக இருந்தது. தப்பு பண்ணிட்டு தலைகுனிவாகி விடுகிறவன் எடைத் தட்டு தாழ்ந்துவிடும். இன்றைய தேதியின் தாளைக் கிழித்த வரை தலைகுனிவாகும் எந்தக் காரியமும் லோகு செய்யவில்லை; அவன் எல்லை தாண்டிப் போய்விட்டான். அவளுடைய கை ஓங்கியிருந்தது.

பூனையை எங்கு கொண்டுபோய் விட்டாலும் திரும்பி வந்து வாசலில் 'மியாவ்' என்று குரல் கொடுக்கும்; "கெடந்து சாகட்டும்" என்று வேத்தூரில் கொண்டுபோய் விட்டு வந்தாலும், நாய், எசமான் காலடி தேடி வந்து நிற்கும். தானாய்த் திரும்பி வர ஊமையன் பூனையுமில்லை; நாயுமில்லை.

"வடக்குந் தெரியாது, தெக்குந் தெரியாது. எங்கயும் கூட்டிட்டுத் தான் போய் வரனும்"

"வேற யாரும் கூட்டிட்டுப் போனா?"

"பிள்ளையாண்டனுக்குத் திரும்பி வரத் தெரியனுமில்ல. தானாப் போயி தானா வர்ற மதி கிடையாது. எந்த விவரமும் இல்லாத ஒரு மனுசரை இன்னொருத்தர் பின்னால எப்படி அனுப்புறது?"

பத்திரமாய், பாதுகாப்பாய், பொத்திப்பொத்திக் காப்பாற்றிக் கொண்டுபோகையில், இன்னொருத்தன் பெறத்தால ஓடிருக்காரே, தன்னுஷரோடு மனுசன் செஞ்சாரா? ஆனால் யார் சொன்னாலும் நம்பிவிடுகிற ஆள். அந்த ஏவலை முடிப்பதில் குறியாயிருப்பவன்.

ஒரு பெண்ணாக அல்ல, ஊமையனின் சம்சாரம் என்ற அளவில் லோகு முன்னிறுத்தும் நியாயங்கள் சரியானவை. வாழ்க்கை முழுதும் சைகை மொழியிலேயே அவனைச் சுமந்து போகிற பொறுப்பை லோகு ஏற்றுக்கொண்டு விட்டாள். அசலூரில் கல்யாணம், காட்சி, சடங்கு, இழவு என்று நடந்தால், கைப்பிடியாய் கூடவே இழுத்துக் கொண்டு போகவேண்டும்.

-2-

அகிலாண்டபுரம் சேதுவுக்கு அபூர்வமாக வருவது மது அருந்தும் ஆசை; ஆனால் அந்த அபூர்வம் ஒவ்வொரு நாளும் வந்தது.

பள்ளிக்கூடம், மருத்துவமனை போன்ற அத்தியாவசியங்களைத் தனியாரிடம் ஒப்படைத்த அரசு, குடியைத் தன் கைவசம் வைத்துக்கொண்டது சேது போல குடிமகன்களுக்குப் பெருந்துயரம்; முதலில் இத்தனை மணியிலிருந்து இத்தனை மணிவரை என்ற நேரக் கணக்கு: தாகத்தைப் போக்கிக் கொள்ள இன்னென்ன இடங்களில் தான் (பார்) குடிக்கலாம் என்கிற இடக்கணக்கு. 'தண்ணி வெண்ணி' குடிக்க ஒரு சுதந்திரம் இருக்கவேண்டும். குடிப்பவர்களிடம் அதிகாரம் காட்டும் இந்தத் தளுக்கும் குளுக்கும் அர்த்தப்பாடு ஆகவில்லை சேது போன்ற தண்ணி வண்டிகளுக்கு.

'வாழவும் விடமாட்டார் சாகவும் விடமாட்டார்' என்கிற மாதிரி கொரோனா கால 'சடுகுடு' விளையாடுகிறார்கள்; சடுகுடு விதிகள்? ஆதார் அட்டை காட்ட வேண்டும்; முகக் கவசம் அணியவேண்டும்; மழையடிப்பினும் வெயில் கொளுத்தினும் சமூக இடைவெளியைக் கடைப்பிடி: வரிசையில் நில்.

அகிலாண்டபுரம் சேது முன்னாள் ஊராட்சித் தலைவர். ஒன்றியத் தலைவர் பதவிக்குப் போட்டியிட்டு அது ஒரு 'நம்பரில்' தவறிப் போனது. சேதுவுக்கும் எதிர்த்துப் போட்டியிட்டவருக்கும் சமமான வாக்குகள்; திருவுளச் சீட்டில் முடிவுசெய்ய ஒத்துக் கொண்டார்கள். ஒரு நேரம் போல ஒரு நேரமிருக்காது என்பது சேது அளவில் உண்மையாயிற்று. எதிராகத் திரும்பியது திருவுளச் சீட்டு.

'கொரோனா' ஊரடங்கின் பிறகு முதன்முதலாக, டாஸ்மாக் திறப்புச் சேதி வந்ததும், வட்டார அறிமுகம், செல்வாக்கு என்ற சமூக மரியாதையைக் காக்கும் முனைப்பில் சேது 'டாஸ்மாக்கில்' முகம் காட்ட விரும்பவில்லை. தூண்டிலில் வேறொரு இரையைப் போட்டு – டாஸ்மாக் இரையைக் கவ்விக்கொள்ள ஆள் தேடினான்;

முதலில் தோன்றியது ஊமையன் முகம். மதுக்கடை திறக்கிற அன்று ஊமையன் புண்ணியகோடியை வரிசையில் நிறுத்துவதால் அம்புறாக் கூடு எதுவெனத் தெரியாது. எய்த அம்பு மட்டும் சமூகத்தின் பார்வைக்குப்படும். பெரிய மீனை லபக்கென்று கவ்வி இழுத்துக் கொள்ள தோதான மண்புழு. அந்த மக்காளிப் பயலுக்கு மண்புழுவுக்குள்ள அறிவோ, அசைவோ இல்லை என்ற தெளிவு சேதுவிடம் நிலைகொண்டிருந்தது.

சேதுராமலிங்கம் என்ற பூர்வீகப் பெயர் பிறந்து வளர்ந்த ஊருக்கு மறந்து போயிருந்தது. 'தண்ணி வண்டி சேது' என்ற பேர் ஊரில் உலவியது. அந்தப்பேரின் பொருட்டு அடிக்கடிச் சொந்த ஊரில் கால் மிதிப்பு இல்லாமல் ஆக்கிக் கொண்டான். பக்கத்துச் சிறுநகர் எல்லாக் காரியத்துக்கும் பொருந்துகிற தோதான இடமாக ஆகியிருந்தது. தண்ணி கண்ட இடமெல்லாம் சேது; சேதுவைக் கண்ட இடமெல்லாம் தண்ணி என்று முதுக்குக்குப் பின்னால் 'தண்ணி வண்டி' என்ற பட்டமும் தொடர்ந்தது. அவன் வீட்டு மூலையில் சாத்தியிருந்த காலி பாட்டில்களின் மூட்டை ஊர் வைத்த பெயருக்குச் சாட்சி சொல்லிக்கொண்டிருந்தது. நெஞ்சுவரை துருத்திய மதுக்குட வயிறு மற்றொரு நகரும் சாட்சியம்.

முதல் எதிர்ப்பு ஊமையன் சம்சாரம் லோகநாயகி என்ற லோகுவிடமிருந்து வரும் என அறிவான். ஊமைக்குப் பேச்சு வராது, ஊமை பேச வேண்டியதெல்லாம் சேர்த்து சம்சாரம் லோகு பேசினாள்.

"வேறொருத்தர் ஆதார் அட்டையைக் காட்டி வாங்கணுமாக்கும். வாங்கி வந்து குடிக்கணுமாக்கும். அதுக்கு மாட்டு மூத்திரத்தைக் குடிக்கிறது" என்று கேட்டு விடுவாள் வினைகாரி.

இப்போது அவர்களுடைய எட்டு வயதுப் பொடுசும் அந்தப் பேச்சு பேசுகிறாள் என்று காதில் விழுந்தது.

வாயில்லாமல் ஊரில் பிழைக்க முடியுமா?

"ஊமை மாப்பிள்ளையைக் கட்டிக்கிட்டா ஊமைப் பிள்ளைதான் பெறக்கப் போகுதுன்னு சொன்னாங்க. அப்படிச் சொன்னாங்கள்ளே,

இப்ப நா பேசறனில்லே. அப்ப சொன்னவங்க வாயில கஞ்சியைக் கரைச்சி ஊத்துறதா?”

எட்டு வயதுப் பொடுசு பேசினாள். குளவிக் கூட்டைக் கலைத்தால் தாய்க் குளவி கொட்டுவதை விடக் குட்டிக் குளவி ‘லவலவ’ என்று ஊரைக் கூட்டித் தீர்த்துவிடும் என்றே ஊரில் கணித்து வைத்திருந்தனர். வலது கொமட்டில் குத்தி இடது குமட்டில் எடுத்துவிடும் சிறுசு என ஊரில் பேச்சாகக் கிடந்தது. ஊமையனுக்குப் போய் இப்படியாப்பட்ட சூரப்புலி பிறந்திருக்கே என்று ஆச்சரியமாகிப் போனார்கள்.

அனைவரும் அறியா உண்மை வேறொன்றில் தங்கி இருந்தது. குட்டி தங்கி வெளிவந்த குகையை அவர்கள் கருதிப் பார்த்தார்களில்லை.

இப்போது சேது இரண்டு கருநாக்குகளுக்குத் தப்பித்துப் புண்ணியகோடியைக் கடத்திக் கொண்டுபோயிருந்தான். ஊமையனை விட்டால் வேற கதியில்லை;

-3-

சேது கொஞ்சமும் நினைத்திருக்கவில்லை; நட்சத்திர ஒளி இன்னும் மறைந்திடாத கன்னங் கருக்கலில், வரிசையின் நீளம் கண்ட சேதுவின் கனவு சில்லு சில்லுகளாய் ஆனது. ஊமையன் 201 – வது ஆள்.

“அட, ஈசுவரா” அரற்றினான் வரிசையில் நின்ற குடிகளைப் பார்த்து.

வித்தியாசப்பட்ட காட்சிகளைக் காண நேருமென புண்ணியகோடி நினைத்ததில்லை. ஊரைவிட்டு அதிகம் வெளியேறிப் பழக்கமில்லாதவன். ‘டாஸ்மாக்’ அரங்கேற்றமாகும் நாட்களில் அந்தப் பக்கம் அவன் தலைகாட்டுகிற அவசியமில்லாமல் போனதால் காணும் காட்சிகள் நம்பும்படியில்லை.

முன்னால் நெடிய வரிசையில் முதலில் மனிதர்கள் தென்பட்டார்கள்; நேரம் செல்லச் செல்ல மனுச உருக்கள் காணாமல் போயின. சுழன்று சுழன்று வீசும் கானல் அந்த உருவங்களைக் கரைத்துக் காணாமல் செய்தது. மனிதர்களிருந்த இடத்தில் வட்டங்கள் முளைத்தன. வெயில் தகிக்கத் தொடங்கியபோது மிதியடிகள் முளைத்தன. மிதியடிகளைக் காவலிருக்கச் செய்துவிட்டு மரங்களின் நிழல்கள் தேடி ஒதுங்கின உருவங்கள், விருட்டென்று பாய்ந்து வந்து செருப்புக்களை அடுத்த வட்டத்தில் மாற்றி வைத்து மறுபடியும் நிழலில் ஒதுங்கிக் கொண்டன. கைகளில் கிடைக்கப்போகிற சொர்க்கத்துக்காக எதிர் நிற்கும் நரகத்தை ஏற்றுப் போக அவர்கள் தயார்.

ஊமையன் துண்டைத் தலையில் போட்டுக் கொண்டான்; முன்னாலிருந்த செருப்புகள் நகர நகர, தலைத்துண்டு மூடிய இந்தக் குலுக்கை நகர்ந்து கொண்டிருந்தது. முன்னும் பின்னும் பக்கத்திலும் அவனைப் பார்க்கிற ஒவ்வொருவருக்கும் அந்தக் கேலிப் பேச்சு உண்டு.

அவனுக்கு முன்னால் நின்ற ஒருவன் பையிலிருந்து ஒரு தேங்காயை எடுத்து, வெள்ளையும் சிவப்புமான பூச்சரத்தை தேங்காயைச் சுற்றிக் கட்டினான். மஞ்சள் குங்குமம் தடவி ஆகாயத்தை நோக்கி ஒரு சுற்று சுற்றி மண்ணில் சிதறுகாய் போட்டான்.

வரிசையில் நின்று வாங்கிய பாட்டில்களை ஒரு பெரியவர் பெருமிதத்துடன் மார்போடு அணைத்துக்கொண்டு வந்தார்; பிறர் கண்களில் படாதவாறு பாட்டில்களை மறைத்துக் கொண்டு போவதில் அவருக்கு உடன்பாடில்லை. வெளியில் மற்றவர் காண, காட்டிக்கொண்டு செல்வதில் வெட்கப்பட என்ன உண்டு? நிர்வாணத்தில் என்ன அரை நிர்வாணம், முழு நிர்வாணம். வெட்கமுள்ளவர்களுக்கு அதெல்லாம் வேண்டும். அவருடைய கணக்குப்படி அனைத்தும் ஒன்றேதான். பாட்டில்களை, தரையில் வரிசையாய் நிறுத்தினார். சூடத்தைப் பொருத்தி நெடுஞ்சாண்கிடையாக விழுந்தார். “இன்னும் எவ்வளவு நேரமாயினும் நாங்கள் நின்று கொண்டிருப்போம்; நீ சாய்ந்து விடுவாய்”-வெயிலில் பளிச்சிட்ட பீங்கான் பாட்டில்கள் கிழவரிடம் கண்சிமிட்டின. பாட்டில்களைக் கொஞ்சி அப்படியே மார்போடு ஆவி சேர அணைத்துக்கொண்டு திடலைவிட்டு வெளியேறினார்.

சிறு சுளகு போல் அகலக் கைபேசி. புண்ணியகோடி போன்றவர்களுக்கு அதனால் எந்தப் பயனும் இல்லை. பேசவும் கேட்கவும் இயலாத சாபங்களால் இது போன்ற கருவிகளை உபயோகிப் பதிலிருந்து அவர்கள் விலக்கி வைக்கப்பட்டனர். அவனுக்கு முன்னால் நின்ற ஒரு விடலை பாட்டில்களை ஒரு கையால் நெஞ்சில் அணைத்துக்கொண்டு, மறுகையால் தன்னைத்தானே சொளகு மாதிரி அகலக் கைபேசியால் படமெடுத்துக் கொண்டான்.

அதே காட்சிகளைத் தண்ணி வண்டி சேது அறையில் தொலைக்காட்சியில் கண்டு கொண்டிருந்தான். மதுபானக் கடைகளை நாடக அரங்காக்கி, அங்கு நடைபெறும் கூத்துக்களை டி.வி சேனல்கள் மறித்து மறித்துக் காட்டின. சில குடிமகன்கள் தயக்கமோ, வெட்கமோ இல்லாமல் நேர்காணல் நிகழ்த்திக் கொண்டிருந்தனர்.

பாட்டில்களை வாரிக் கொண்டு, டாஸ்மாக் அங்காடியிலிருந்து வெளியேறிய புண்ணியகோடியைக் கண்டதும், ‘சர்ரென்று’ பைக்கைக்

கொண்டுபோய் நிறுத்தி சேது 'சபாஷ்' என்றான். எவரும் கண்டுவிடு முன்னால் அவனை ஏற்றிக்கொண்டு பறந்தான்.

ஒவ்வொரு திரைச்சீலையாய் இறக்கி நாடகத்தை வெற்றிகரமாக அவன் அரங்கேற்றியதை நண்பர்களிடம் சிரித்தபடிச் சொல்லிக் காட்டினான். நாடகத்தின் முக்கிய கதாபாத்திரம் ஏற்று நடித்த புண்ணியகோடி என்ற ஊமையை செட்-அப் செய்து எப்படிக் கொண்டுவந்தான் என்பது அவனது திறமையாகக் காட்டப்பட்டுக் கொண்டிருந்தது.

சிறுநகரத்தில் சேதுக்கு இன்னொரு தனி வீடு இருக்கிறது என்பது புண்ணியகோடிக்கு அன்று தெரியவந்தது. சொகுசு வீடு; அறைக்குள் குளுகுளு சொர்க்கம். அரை வெளிச்சமாய் மங்கியதோர் நிலவொளி; "இப்படியெல்லாம் இருக்கா லோகத்தில்" என்று ஊமையை வியக்கவைத்தது. புண்ணியகோடி சொர்க்கத்துக்குள் பேதலிப்பு ஆகிக் கவனித்த வேளை முன்னக்கூடியே வந்திருந்த இரண்டு பேரைக் கண்டான்.

புண்ணியகோடியின் வேலை முடிந்தது; சரக்குகளை ஒப்படைத்ததும் புறப்பட வேண்டுமென்று சொன்னான்.

"என்னைக் கொண்டுபோய் விட்டிட்டு வந்திரு சேது, அவ தேடுவா"

கழுத்தில் மஞ்சள் சரடைக் காட்டி சைகை செய்தான் ஊமை.

எதைச் சொர்க்கமென்று நினைத்தானோ, அந்தச் சொர்க்கத்துக்குள் லகுவாக நுழைந்து கொண்டாடித் தீர்க்க இவனொரு இடைஞ்சல். தாழ்வாரத்தில் அவனை உட்காரவைத்த சேது சொன்னான். "இருடா போவம். ஒன்னைய விட்டுட்டு வர்றது எம் பொறுப்பு."

ஒரு டம்ளரில் சரக்கை ஊத்தி ஊமை முன்னால் நீட்டினான் சேது. நாக்கை நீட்டி 'சொள்ளு' விடுவான் என்று போட்ட கணக்கு பிழையானது.

வெளியே இருந்தான் புண்ணியகோடி. அவர்கள் உள்ளே.

கதவைத் தட்டிக் கொண்டேயிருந்தான். கதவைத் திறந்ததும், இரு கைகள் குவித்து மன்றாடுதல் தொடங்கிற்று.

"என்னைய விட்டுரு சேது, நான் போய்க்கிருவேன்"

ஊர்ப் பக்கம் கையைக் காண்பித்தான்.

"எங்கடா போவ, பேப்பயலே, செவிட்டில அறைஞ்சன்னா"

கையை ஓங்கிக் கொண்டு வந்த சேதுவை, நண்பர்கள் தடுத்தார்கள்.

அவனிடம் கேட்டார்கள் “ஏன் கதவை நொட்டு நொட்டுன்னு தட்டுற”

தீர்த்தமாடல் சீராய் நடக்காமல் தடைப்பட இவனொரு காரணம் என்ற குமைச்சல். புண்ணியகோடியின் தோளில் சிநேகமாய் கை போட்டு சமாதானம் செய்த ஒரு நண்பன், மீசையை முறுக்கிச் சைகை காட்டி, “இப்ப ஒரு தம்பி வருவான். அவன் ஒன்னையக் கூட்டிட்டு போவான்“ என்றான். அவர்கள் திரும்பி உள்ளே போனார்கள். சேது, தாழ்வாரத்தில் ஊமையன் முன்னால் வைக்கப்பட்ட டம்ளர் அருந்தப்படாமல் அப்படியே இருந்தது கண்டான்.

“உனக்கு வேண்டாமா?” கேட்டான் சிரித்தபடி.

ஒரே மடக்கில் டம்ளரைக் காலி செய்துவிட்டு அறைக்கு உள்ளே போனான்.

தாழ்வாரத்தில் நெடுநேரம் உட்கார்ந்திருந்த ஊமை, சிரிப்பையும் அழுகையையும் வெளிப்படுத்தினான். சிரிப்பும் கண்ணீரும் வாய்பேசா ஊமைகளிடம் அபூர்மாகவே வெளிப்படும். ஒரு ஊமையின் கண்ணீரைப் பார்க்க முடியும்; அழுகையைக் கேட்டதுண்டா? சத்தமே இல்லாத அழுகை வரமுடியுமா? முடியும். அதுதான் ஊமை மொழி.

கண்ணீர் உலர்ந்து, அது வழிந்த தடமும் காய்ந்து சுவரில் சாய்ந்து அமைதியாய்க் கண்கள் மூடி இருந்தான்.

தனிமைக் குகைகளில் அடர்பச்சை வனத்தில், அமைதி தவழுகிற ஆசிரமத்தில் ஞானிகள் இல்லை. நிதரிசனமான வாழ்வில் ஊமையன் போல் ஞானிகள் நடமாடுகிறார்கள். தியானத்திலிருப்பவன் போல் அமர்ந்திருந்த வேளையிலும் மூடிய கண்கள் வெப்பநீர் சுரப்பை கட்டுப்படுத்தவில்லை.

எட்டு வயதுப் பாப்பா நினைவில் ஆடிக்கொண்டு வந்தாள். இதழ்களில் பூத்த புஞ்சிரிப்பின் மேல் சுடுநீர் நின்றது. கீழிறங்கவா இங்கேயே நிற்கவா என்று வலது கடைவாயின் விளிம்பில் நின்று அல்லாடிற்று.

இன்றைக்கு நடந்த உதாசீனம் வரை ஊமை என்றாலும் ஆண் என்பதன் உச்ச சாட்சி. ஆயுசில் ஒரு நாளும் லோகுவோட சம்மதமின்றி, அவளோட துணையின்றி வெளியேறியதுண்டுமா? ஆம்பிளைத் திமிர் இணுக்குக் குறையவில்லை. பாப்பாவின் நினைப்பில் அப்படியே

மதிமயங்கி புன்னகைத்து, இங்கிருந்தே முத்தினான். உதடுகளில் ஒட்டிய புஞ்சிரிப்பு உடலெங்கும் பூவாய் வழிந்தது.

இடையில் வெளியே வந்த சேதுவின் நண்பன் கத்தினான்

"டே, அவனைக் காணமடா, ஊமையன் ஓடிப் போயிட்டான்'டா"

அந்த ஒளிமயமான தெரு இருண்டு, திசை தெரியாத அந்தகாரம் பரவிக்கிடந்தது. தெருமுனை வரை போய்ப் பார்த்துத் திரும்பி வந்த சேது,

"போனாப் போறான், எங்க போவான், நாயி. திரும்பவும் வருவான்'டா" நண்பர்களை இழுத்துக்கொண்டு உள்ளே நடந்தான்.

-4-

சின்னக் குட்டி அப்பாவின் தொடை மீது இருந்தாள். பெரிய குட்டி லோகு அவன் தொடை மேல் பாதி சாய்மானம்!

ராத்திரி அவன் வந்த கோலம் அப்படி இருந்தது.

அந்தச் சிறுநகரின் பெரிய வீடு, அகல வீதி, சொகுசு பங்களாக்கள் - இப்போது பங்களா வீடுகள் பேய் ரூபங்களாய்த் தென்பட்டன; பேய்களின் பிரதான வீதிகளைத் தவிர்த்துவிட்டு குறுக்கும் நெடுக்குமாக சிறு வீதிகள் வழி ஓடி வந்து கொண்டிருந்தான்.

மந்தைப் புஞ்சையைப் பார்த்திருந்த கீழக் கடைசி வீடு தானும் தேடுவது போல் கதவு விரித்துக் காத்திருந்தது. உள்ளே மினுக்கிட்டது ஒற்றை பல்பு. சின்னவளைத் தடவித் தூங்க வைத்தபடி லோகு சுவரில் சாய்ந்திருந்தாள். நாளெடுத்தாலும் காலம் சென்றாலும் தன் நாயகன் தனக்குக் கிடைத்து விடுவான் என்று உயிர்த்திருந்தன கண் வட்டத்துக்குள் திகுதிகுவென இரண்டு முழிகள். அவன் வந்த கோலம் பார்க்கச் சகிக்கவில்லை.

"வந்துட்டியா என் அய்யா"

அவள் போட்ட சத்தத்தில், சத்தமில்லை அது, கூப்பாட்டில் ஊர் எழும்பிவிட்டது; அப்படியே ஆவி சேரக் கட்டிக்கொண்டாள். அவ்வளவு பெரிய உருவம் சின்னக் குஞ்சுப் பறவையை அள்ளுவது போல் அவளைத் தூக்கி எடுத்துக்கொண்டது; வியர்வைக் கசகசப்பு. எத்தனையோ நாள்களாய் மழிக்கப்படாத முகம், மொசக்குட்டி போல் உரச லோகு கூச்சமற்றுக் கட்டிக்கொண்டாள்.

"ஏ குட்டி, அய்யா வந்தாச்சு; அய்யா வந்தாச்சு" மகளைப் பார்த்துக் கத்தினாள்.

திடுக்கிட்டு எழுந்த பாப்பா, எதிரில் பிணைந்து நின்ற ஈருடல்களுடன் தன்னைக் கோர்த்துக்கொண்டாள்.

புண்ணியகோடி இருந்த இருப்பு, அவன் வந்த வரத்து-இதுவரை காலமும் அவள் கண்டிராத புதிய ஆளைக் காணச் செய்துவிட்டது. இப்போது லோகு ஒரு புதிய மனுசனைக் கண்டு கொண்டிருந்தாள். வாக்கப்பட்டு வாசல்படி மிதித்த இந்த 25 வருசமும் அவன் குணங்களால் பஞ்சகாலமெனத் துயரப்பட்டு காய்ந்து கருவாடாகியிருந்தாள். இது புதிய மழைப்பொழிவு. கானலால் வறண்டு விறுவோடியிருந்த புஞ்சை திடீரெனக் கொளுத்துச் செழித்தது போலிருந்தது. அவனுடைய தொடல், தீண்டல், தடவல் எல்லாமும் அவனுக்குள்ளிருந்து வேறொரு ஆள் வந்திருக்கிறான் என அவளுக்கு உணர்த்தின. ஒருநாள் அனுபவத்தில் இவன் எப்படி மாறிப்போய் வந்திருக்கிறானென, அவனுடைய தழுவலில் உணர்ந்து கொண்டே இருந்தாள்.

ஊமைக்குக் கழுத்தை நீட்டி வந்த பிறகு லோகு அவனுடைய மொழியில் பேசக் கற்றுக் கொண்டாள். லோகுவின் மொழியை புண்ணியகோடி ஒருநாளும் பேசியதில்லை. பெண் மொழி அவனுக்குத் தெரியாது. அவனுக்கு மட்டுமென்ன, ஆண் வர்க்கத்துக்கே உண்டானது எனச் சுற்றியிருந்த பெண்டுகள் சொல்வார்கள்.

தாய்மடி தேடி வந்தடையும் குட்டி போல் இந்த ஆள் தன்னை, குழந்தையை, குடும்பத்தை வந்தடைந்து நிற்கிறான். லோகுவின் நினைப்பில் 'தண்ணி வண்டி' சேது தோன்றினான்.

'நீ நல்லா இருப்பே சாமி' மனசுக்குள் அவனுக்குப் பூப் போட்டாள்.

முரட்டுச் செந்திலாண்டவர் பெரியய்யா, கோபாவேசத்துடன் உள்ளே நுழைந்தார்.

"ஒனக்கு உண்டானதை நீ அடைஞ்சிட்டே. ஆனா எங்களுக்கு உண்டான அந்தப் பய இன்னும் வரலையே; ஒன்னும் தெரியாத கூபையைக் கூட்டிட்டு போயி கந்தர்கோலம் பண்ணி அனுப்புன பய வரட்டும், அவன் வர்றதுக்குத் தான காத்திருக்கோம்"

'தண்ணி வண்டி' ஊருக்குள் வந்ததும் அதை அச்சு வேறு, ஆணி வேறு என்று அக்கக்காய் விசிறியடித்துவிடும் கடும் சினத்தில் ஊர் இருந்தது.

"அவன் வந்ததும் நாங்க ஒரு குரல் கொடுக்கிறோம். நீ வெளக்க மாத்தோட வந்துரு"

ஏற்கனவே லோகு மனசுக்குள் தயாராக வெளக்கமாத்தை எடுத்து வைத்துக் கொண்டுதான் காத்து நின்றாள். இப்போது தூரத் தூக்கி எறிந்து விட்டிருந்தாள். ஊமையனை ஒட்டிக்கொண்டு மனுச வாசத்தை சுவாசித்துக் கொண்டிருந்தாள். 25 வருசங்களின் பின் அவளுக்கு அவளுடைய மனுச வாசம் கிடைத்திருக்கிறது. தன் வாழ்வில் முதன்முதல் மேலான ஒரு பொருளை அடைந்துவிட்டதை எண்ணிக் களிப்புற்றுக் கொண்டிருந்தாள். மகுட்டிரமாய் பூதலிப்பான முகம் எதிரிலிருந்தவர்களை ஏறிட்டுப் பார்த்தது.

அந்த முகம் ஊராரின் கோபத்துக்குப் பதில்.

(செம்மலர் – 2022)

மனுசி

பொய் லானை அடக்கம் செய்த மறுநாள்.

"இளைய ஜமீந்தார் வரலையா?"

பள்ளியில் அத்தனை பெண்டுகளும் கேள்விகளால் மாலை போட்டார்கள். ஆதாரம் போல் சுற்றுமுற்றும் கரணமடித்துக் கொண்டிருந்தன கனக மணியின் விழிகள்.

"இங்கன ஒன்னும் காணலை" உதறிக் காட்டினாள் தாவணியை.

இளங்குமரனை கனகமணி இதயத்தில் பூட்டி வைத்திருக்கிறாள்; மார்த்தாண்டம் பட்டி என்ற பேரூரின் பள்ளிக்குள் அலையும் ஒவ்வொருவரும், ஏன் அசையாச் சடப் பொருள்களும் அறியும். விளையாட்டுத் திடலின் ஒரு மூலையில் 'எனக்கென்னேன்னு' கிடக்கும் தெலாக்கோலும் கிணற்றங்கரையும், கற்தொட்டியும் அறிந்திருந்தன. இருவரின் பிரியமும் பழக்கமும் பேச்சுக்களும் பரிமாறிக்கொண்ட காலத்தில் அவை உயிர்ப்புப் பெற்றிருந்தன. சகசப் பேச்சுக்களும், இச்சை வழியும் குரல்களும், பிரியம் கொட்டும் பார்வைகளும் அவ்விடத்தில் வெளிப்பட்டிருக்கின்றன. சந்திக்கிற இடங்கள் மாறிவிட்டதால் ஜீவனிழந்து இன்று தோன்றின.

இருக்கிற எடம் தெரியாதுன்னா நெனைக்கிறே என கனகமணியை நோண்டினர் சிநேகிதங்கள்.

"நா இங்க இருக்கேன். அவரு எங்க இருக்காரோ?"

'என்னையக் கேட்டு மொய்க்கிறாங்க, அதுவும் இளைய ஜமீந்தாராம்.'

காது மடல்களைத் தொட்ட பேச்சுத் தென்றல் போல, அதன் லாகிரியில் மூழ்கி இளங்குமரன், ஏறிட்டு கனகமணியின் முகம் கண்டு மெய்மறந்தான்.

அவனறிவான். அவனது உரு பள்ளி வளாகத்துள் தென்படாத வேளை, தேனடையில் சேரும் தேனீக்கள் போல கனகமணியைப் மொய்ப்பது, தேன் கிட்டாத போது குளவியாய் மாறுவது.

சிநேகிதங்களால் பகடியடிப்புக்கு ஆளான இளைய ஜமீந்தார் என்னும் இளங்குமரன், தாத்தா பொய்லான் மரணத்தினால் உண்டான துக்கத்திலிருந்து தாழ்த்தப்பட்ட குடியிலிருந்து இன்னும் மீண்டு வந்திருக்க ஏலாது என கனகா எண்ணினாள்.

இளைய ஜமீந்தார் என்பதில் ஒரு அர்த்தமும் காரணகாரியமும் உள்ளன. தோற்றத்தில் உயர் வம்சத்தின் எலுமிச்சை நிறம்; பூட்டன், பாட்டனிலிருந்து அப்பனுக்கும், அவன் மூலம் மரபணுவில் மாற்றித் தரப்பட்ட உருவக்கட்டு ஜமீந்தார் தோற்றத்தை வழங்கியிருந்தது.

வட்டாரத்தில் அப்பன் சித்திர வேலுவை ராஜா – ராணி ஆட்டத்தில் (குறவன் – குறத்தியாட்டம்) தோற்கடிக்க இயலாது. வெளியூர் நிகழ்ச்சிகளுக்குப் போகையில் சித்திரவேல் இடுப்பில் ஒற்றைத் தட்டு வேட்டி தென்படும். ஊர் கடந்து மந்தை தாண்டியதும், வேட்டிக் கட்டு காணாமல்போய், துணிப்பையில் மடித்து வைக்கப்பட்ட ஜிப்பாவை உடுத்தின வேறொரு ஜமீந்தார் உரு வந்துவிடும். உருமால் (தலைத்துண்டு) கட்டிக் கொள்வான். 'ஊர்க்காரங்க கண்ணை எதுக்கு உருத்தனும்? அவங்க அதையிட்டு நம்மை ஏன் அவமானப்படுத்தனும்' என்று சமாதனம் கொள்ளும் சுபாவி.

குறவன் – குறத்தி ஆட்டத்தில் ஜமீந்தார் வேசம் போட்டு மேடையேறினால் ராஜபார்ட் ஆட்டக்காரன் தோற்றான்.

-2-

துக்கம் என்பது சாவைக் கொண்டாட அல்ல; ஆத்துவதற்கும் அமர்த்துவதற்குமானது. ஆனால் பொய்லானின் சாவை ஒரு கொண்டாட்டம் போல் நடத்திற்று தாழ்த்தப்பட்ட குடி.

எனினும் சாவு முக்காடு போட்டு தாழ்த்தப்பட்ட குடியிருப்பு எத்தனை நாள் துக்கத்தில் நிலைக்கக் கூடும்.

"மறுநாளுமின்னா குடல் கூத்தாடிடும்."

இளங்குமரன் ஏதொன்றையும் நேர்ச்சொல்லால் சொல்பவனில்லை. அவனது பயணம் எப்போதும் நாட்டார் கலைச்சொல் வழி பயணிக்கும்.

"குடல் கூத்தாடிடும்" என கலைச்சொல் கோர்த்து, கனகவேணியை வியர்க்கச் செய்தான்.

அவனது சொல்லாடல் வளம், மொத்தப் பள்ளியையும் கக்கத்தில் சொருகிக் கொண்டிருந்தது. கனகமணியின் சேர்மானம், வேறொன்றாய் மாற்றம் கொண்டதை கொஞ்ச நாளில் சிநேகிதங்கள் கண்டுகொண்டன. ஓர் உயர்சாதி தாழ்ந்த சாதி வட்டத்திற்குள் நெஞ்சை அனுப்பிவிட்டது.

வட்டார விசேடத்தினாலேயே ஊர் அறியப்பட்டிருந்தது. சத்தக்குழல் சடையாண்டி வட்டாரத்தின் அடையாளம். "ஓ அந்த ஊரா" வியக்காத, கேட்காத மனுசரில்லை.

"தாத்தா நல்லா இருக்காகளா?" கனகமணி விசாரித்தாள்.

"தாத்தா பின்னாலயே வால் பிடிச்சிப் போயிறலாம்னு பாக்கேன், கழுதை இங்க பள்ளிக்கூடமின்னு ஒன்னு கெடக்கே"

"அது என்ன, கழுதை கிழுதைன்னு, வாயில நல்லவார்த்தை வராதா?" மல்லிகா கோபித்துக் கொள்கிறாள்.

வட்டாரப் பேச்சில் சிறுவயது முதலாய் சேர்த்து வைக்கப்பட்ட கருவூலம் குமரனுக்குள் வழிகிறது. கருவூலத்தை அவன் ஒருக்காலும் குறைய விடுவதில்லை. வற்றவிடாமல் இன்னுமின்னும் புதுசாய் கருவூலத்தை நிரப்பிக்கொண்டு வருகிறான்.

"எங்க அவரு, ரொம்பநாளா தெம்படலே?"

"எப்படித் தெம்படுவாரு, அவரு வாகை மரத்தடியில எலை போட்டு ரெண்டு மாசமாச்சு" – என்பான்.

இது மரண அறிவிப்புச் சேதி. இம்மாதிரிச் சித்தரிப்புக்கு "அவர் சொந்த ஊர் போய்ச் சேந்தாச்சி" என மற்றொரு சொல்லாடலும் சொல்வான்.

"இந்த வருசம் ஒங்க பக்கம் வெள்ளாமை எப்படீ?"

ஒரு கேள்வி வந்தது. பிள்ளையாண்டான் கொஞ்சமும் தயங்கவில்லை;

"ஒரு நம்பர்ல போயிருச்சி"

லாட்டரிச் சீட்டில் ஒரு எண் விட்டுப் போய்விட்டால் அது லாட்டரி இல்லை; வெறும் தாள். ஒரு மழையில்லாமல் எல்லாமும் அடிபட்டுப் போயிருச்சி என்பது அந்த உவமைக்குள் கோர்த்திருக்கும் அர்த்தம். மழை கண்டிருந்தால் வெள்ளாமை கோபுரமாய்க் குவிஞ்சிருக்கும்.

அவன் சொல்லாடலின் அர்த்ததை உருவி எடுத்துக் கோர்க்க, கொல்லன் பட்டறை ஆயுதம் போல் எல்லா மணிப் பொழுதும் மூளையைக் கூர்படுத்தி வைத்திருக்க வாய்க்காது.

“தாவரங்கள் பிராணவாயுவை உட்கொண்டு பச்சையத்தைக் காப்பாற்றிக் கொள்ளுதல் போல, இளங்குமரன் வட்டாரத்துக்கே உரிய சொல்லாடலில் தன்னை வளப்படுத்திக் கொண்டு போனான்.”

“நீ, வரமாட்டேன்னு நெனைச்சன்’யா. எல்லாரும் என்னையக் கேக்குறாங்க”

கனகமணியின் கண்பாவை அசைவுகள் வெள்ள நீர்ச் சுழிகள் போன்றவை.

பிரியத்துக்குரிய கனகமணியைப் பார்த்தான்.

“நாங்க அவ்வளவு மேட்டிமையாவா இருக்கோம். மண்டியும் மகிழியுமா நெறைஞ்சு பொங்குறதுக்கு.”

மீண்டும் இவன் இளங்குமரன்!

கனகமணியிடம் பகிர்ந்து கொள்ள அவனிடம் முக்கியச் சேதியொன்றிருந்தது. பொய்லான் தாத்தா சாவை அப்பன் சித்திரவேலும் சடையாண்டி மாமனும் தாழ்த்தப்பட்ட குடியும் கொண்டாடிய காட்சியை தத்ரூபமாக சித்தரிக்க வேண்டும். விரித்து எடுத்து வைக்க இது சரியான தருணம்.

-3-

‘‘அனைவரையும் அனாதையாக்கி, அவலச்சக்கரத்தின் கால்களில் மாட்டிவிட்டுப் போன பொய்லான் இழப்பால் தாழ்த்தப்பட்ட குடி துயரப் பெருக்கில் மூழ்கியது; வடியாத துயர நீரோடையின் வண்டல் மண் பொதுமலிலிருந்து கால் பெயர்க்க அவர்களுக்கு நாளெடுக்கும்.’

சேதி வந்தது.

“பெரியய்யா போய்ச் சேந்திட்டாங்களா” அலமந்து உட்கார்ந்தார் சடையாண்டி. சட்டை மாட்டுதல் போல், கட்டைக்குழலுக்கு உறையை மாட்டினார். எங்கேனும் புறப்பாடு என்றால், சடையாண்டியின் கைப்பிள்ளையான கட்டைக்குழல் அவருடன் வண்டி ஏறிக்கொள்ளும்.

அன்றைய சோகத்தை எல்லோருக்கும் பந்தி விரித்துப் பகிர்ந்து பரிமாற அவர் குழலுக்கு விதித்திருக்கிறது. தாழ்த்தப்பட்ட குடியிருப்பு முற்றத்தில் அன்று இராச்சபை கூடியிருந்தது.

‘கஞ்சரா’ இசைக்கருவி இல்லாத கும்மி வாத்தியாரைக் காணவியலாது. கும்மி அடிப்புக்கும் கஞ்சராத் தட்டுக்கும் அப்படியொரு

பொருத்தம். கஞ்சரா ஏந்தி வாசிக்கும் அப்பன் சித்திரவேலுவுடன், எங்கேயென்றாலும் சத்தக்குழல் சடையாண்டி மாமன் தென்படுவார். கும்மித்தட்டில் ஒவ்வொரு நாலுவரி முடியவும், அவரது கட்டைக்குழல் இணைவாய் இழைந்து மாயம் செய்யும். 'மாமன் என்ன மாயம் பண்ணுறார்' என்று குதூகலப்படுவான் இளங்குமரன். சடையாண்டி குழல் வாசிப்புப் போல் கண்டதுமில்ல, கேட்டதுமில்ல என்பது வட்டார வழக்கு. இந்த வட்டார வழக்கைப் புறந்தள்ளிப் போக, இன்னைக்கு வரை ஒரு கட்டைக்குழலும் வரவில்லை. நாதசுரமும் பிறப்பெடுக்கக் காணோம்.

சடையாண்டி மாமாவுக்குப் பாம்பு நாக்கு; நீட்டிநீட்டி முன்னகர்ந்து தோட்டம், துரவு பார்த்து வளைந்து நெளிந்து ஊர்வது போல, இன்னமாதிரி இப்படியிப்படி கோர்த்துப் போகுமென்று சொல்ல ஏலாது. ஓட்டை வழியாய்ப் புறப்படும் நாதம் எல்லாத் திக்குகளையும் தீண்டிப் பரவசப்படுத்திவிடும்.

"மாமா வந்திட்டியா?" கேட்டுக்கொண்டே சுற்றுமுற்றும் நோக்கினார். அவருக்கு சித்திரவேலின் கஞ்சராவும் உடுக்கும் வேண்டும். பல பொழுதுகளில் சித்திரவேலு என்ற இசைக்கலைஞனின் நளின விரல்களுக்குள் உடுக்கை தேவதுந்துபி எனச் சொல்லப்படுகிற உறுமியின் இசை இழையும். சடையாண்டியின் கைப்பிள்ளையான கட்டைக்குழலுக்கு உடுக்கையின் பாசமுள்ள மொழி புரியும். 'இசை மகாசமுத்திரத்தை எல்லாருக்கும் திறந்து விடுவேன், என் அப்பன் கட்டளை அப்படி' எனப் பட மெடுத்துக் கொண்டிருந்தது அந்நேரம்.

நாட்டுக்கள்ளும் மாட்டுக்கறியும் உண்டு விரிந்திருந்தன முகங்கள்; பெரிசின் மரணத்தைக் கள்ளும்கறியும் சாப்பிட்டுக் கொண்டாடுவதில் தவறில்லை. மகன்களும் மகள்களும் பேரப் பிள்ளைகளுமாகி மூன்றாம் தலைமுறையைக் கொஞ்சிவிட்டு சொந்த ஊர் போய்ச் சேர்ந்திருக்கிறார் பொய்லான். பந்தல் போட்டு, குழைவாழை கட்டி, கொட்டும் குழலும் முழங்குவதற்கான கலியாணச் சாவு அது.

சிறிசுகள் அப்பத்தாமார் மடியில் கிறங்கிக் கிடந்தனர்.

இளவட்ட வரிசை எழுந்து சடையாண்டி குழலுக்கும், சித்திரவேலின் உடுக்கை இசைப்புக்கும் ஆடிக்கொண்டிருந்தது.

இழைந்து இழைந்து புகைபோல் கவியும் சோகராகம் 'தோடி.'

இருகைகளாலும் நீரை விலக்கி விலக்கி நீச்சுப்போடுதல் போல், கட்டைக்குழல் இசையில் தோடி நீந்திநீந்திப் படரும். சடையனின்

நாதக் கோர்வைக்கு ஈடாய் அப்பனின் 'உடுக்கை' இழைந்தது. எல்லா இரவுகள் போலில்லை. 'சாவு அடையாளம் இம்மியும் இல்லாதவாறு அந்த ராத்திரி வர்ணஜாலங்களை விரித்தது. அப்பனின் கஞ்சராவும் அப்பப்ப மாற்றி மீட்டும் உடுக்கையும் சடையாண்டியின் கட்டைக்குழலும் இணைவாய் குளுமை, மூர்க்கம், கோபம், சோகம் அவ்வளவையும் கலவையாய்க் கரைத்து ஊற்றின. 'இதன்மேல் அதுவா, அதன்மேல் இதுவா, எதன்மேல் எது சவாரி' என அறியமுடியாதபடிக்கு கூட்டத்தை மயக்கிச் சரித்தது.'

"ஏ, சடையப்பா, ஒந்'தோடி' கோடி பெறும்யா" என்று சொல்லி, அவரைத் தழுவப் பொய்லானில்லை. கட்டைக்குழலின் தோடியும் தேவதுந்துபியின் இழுவையும் பிணைந்து போட்டுக்கொடுத்த பாதையில் நடைகோர்த்து 'அந்தத் தர்ம மகாராஜா இந்நேரம் சொர்க்கம் போய்ச் சேர்ந்திருப்பார்' என இழைந்து வந்தது மாடத்தியின் ஒப்பு.

சடையாண்டி சித்திரவேலுவைக் கைகாட்டி கஞ்சரா தட்டலை அமர்த்தினார்; தன் கட்டைக்குழலை சற்றே ஓய்வெடுக்கச் செய்தார்.

"என் ஆத்தா மாடத்தி மகராசி பாடுறா, கொஞ்சம் நிப்பாட்டு. கேப்போம்."

-4-

இதுவரை அக்காவின் கை பிடித்து அலைந்து கொண்டிருந்தாள் பாப்பா.

'வீட்டில் பாப்பாவ எங்க காணோம்' என்று தேடுவார்கள். அந்நேரம் பாப்பா காணாமல் போயிருப்பாள். தெருப்புழுதி, நைமண் கையில் அள்ளி, ஊதி ஊதி தெள்ளி வாயில் போட்டு விழுங்கி கொண்டிருப்பாள். சரியான மண்ணு திண்ணி. பால்குடியிலிருக்கும் போதே, ஜன்னி கண்டு வெட்டி வெட்டி இழுத்து ரெண்டு நாள் ஜுரத்தில் அம்மா உயிர் பிரிந்தது. பால்குடி மறப்பிற்காகாக உண்டாக்கிக் கொண்டது மண் தின்னும் பழக்கம்.

எதையாவது சப்ப வேண்டும். நமநமத்த நாக்குக்கு மண் பரிகாரம் செய்தது. மண் தின்று வயிறு உப்பி போனது. "இந்த வயித்தைக் கொஞ்சம் கீறிப் பாப்பமா, எத்தனை வண்டி மண் இருக்குமோ" அவளுடைய வயிற்றை செல்லம் கொஞ்சுவது போல் தொட்டுக் கேலி செய்வர் பெண்டுகள்.

ஒருநாள் சடையாண்டித் தாத்தா கனகமணியிடம் கேட்டார் "இவ வயித்துக்கு ஒரு வைத்தியம் பாப்பமா தாயீ"

ஏலுமா தாத்தா என்பதாக கனகாவின் கண்கள் விரிந்தன. கருக்கிருட்டு மழையானாலும் குறி தவறாது கிளை பிடித்துத் தாவும் மந்தி போல், மருத்துவம் செய்யும் குறியிலிருந்தது தாத்தாவின் பார்வை.

பட்டாளத்திற்கு ஆள் எடுப்பவன் என்ன கேட்கிறான்? பெரிய பத்துப் படித்திருக்க வேண்டும்; எடை, உயரம், உடம்புத் திரட்சி. திடலில் ஐந்து சுற்று ஓடி வரச் சொல்கிறான்; மொத்தம் 1000 மீட்டர். இளங்குமரன் தன்திறனுள்ள ஆள்; எது வேண்டுமோ அதைத் தன் கையைத் தானே ஊன்றிக் கரணம் அடித்துச் சாதித்துக் கொள்வான்.

ஊரின் தார்ச்சாலை ஓட்டக்களம் ஆயிற்று. தார்ச் சாலையைக் கடந்து பக்கம் இறங்கினால், பொதுமலாய்க் கரிசல்; அதிலும் கால் பதியப் பதிய ஓடிப் பழகிக் கொண்டான். பின்பொருநாள் இராணுவத்தில் தேர்வு செய்யப்பட்டதாக ஆணை வந்தது.

இராணுவத்தில் போய்ச் சேர்ந்த பயல் ஒரு தொடர்புமற்றுப் போனான்; இளங்குமரனைப் பற்றி அவள் இதயத்தில் சேகரம் செய்த கனவுகளைப் பொசுக்கிச் சாம்பல் பொடி செய்தாள். அப்பனுக்குக் கடிதம் எழுதாதவன், அவளைப் பற்றியா கவலை கொள்வான். அப்போது கனகாவுக்குத் திருமணம் உறுதியாகியிருந்தது. ஒன்று தெளிவாக கனகாவுக்குப் புலனானது. குமரன் சவடால் பேர்வழி. எல்லாம் வெத்து வாய்ச்சவடால்.

ஒரு பெண் நினைக்கிற நினைப்புகள் அளவிலாதவை. காணும் கனவுகளும் அகலப் பாய்ந்து பரவும் ஒரு ஜீவநதி. எந்தவொரு பெண்ணுக்கும் வாழ்க்கை விருப்பங்களின் படியும் கனவுகள் படியும் அமைவதில்லை. எந்தத் திசைக்கு கழுத்து நீட்டச் சொன்னாலும் அத்திசை நோக்கிப் போய்ச் சேரவேண்டியது பெண்ணுக்கு விதிக்கப்பட்டது. கழுத்தில் சுருக்கிடும் ஒரு கயிறு நினைப்புகளையும் கனவுகளையும் தீர்மானிக்கிறது. கனகாவுக்கெனத் திறந்திருந்த ஒரு வழியில் அசலூருக்கு வாக்கப்பட்டுப் போனாள்.

கல்யாணமாகிக் கணவன் வீடு போகும் வரை கனகாவின் சுண்டுவிரல் பாப்பாவுக்காக உண்டாக்கப்பட்டிருந்தது. அய்யா வயசாளி. கனகா வாக்கப்பட்டுப் போனதும், பாப்பா அனாதையாக ஆகிவிட்டவள் போலத் தோன்றினாள்.

சடயாண்டித் தாத்தா கை கொடுத்தார். பெருமரத்தைச் சுற்றித் தானே படர்ந்து பிடித்துக்கொள்ளும் கொடி போல, இச்சிறு பெண்

இந்த நேரத்தில் அனாதையில்லை; இச்சிறு கொடிக்குக் குளுச்சியுள்ள புங்கை மரம் அவர் என நினைத்தாள்.

"இவள எங்கிட்ட விட்டுரும்மா, நான் பாத்துக்கிறேன்."

சடையாண்டி என்ற நாட்டு மருத்துவர் மறுநாளே தன் வைத்தியத்தைத் தொடங்கினார்.

-5-

"இப்போ மண்ணு திங்கறியா பிள்ளை?"

வாக்கப்பட்டுப் போன ஊரிலிருந்து விசாரித்தாள்.

"இல்லக்கா".

"யார் மேல சத்தியஞ் சாத்துற?"

"தாத்தா மேல சத்தியமாக்கா"

"இனிமே வயித்துக்குள்ள மண்ணு போச்சுன்னா ஒன்னய என்ன பண்ணலாம்?"

"அதை விட்டுட்டேன், போதுமா?"

கிராமத்தில் திகிடு முகடான இளவட்டப் பேர்வழிகள் மொடாவைத் தூக்கிக்கொண்டு தண்ணீர் சுமப்பார்கள். தாத்தா வைத்தியம் செய்யத் தொடங்கிய போது, அவள் வயிற்றில் ஒரு மொடா.

மருத்துவம் தொடர்ந்த சில நாட்களில் வயிற்றில் ஒரு பானை; முக்கால்வாசி குணமான பின்னர் ஒரு கலயம்; சன்ன சன்னமாய் வயிறு குறைந்து ஆலிலையாகிரும் என்கிறாள் பாப்பா.

"ரொம்ப சரிதான். தாத்தா அப்படிச் சொன்னாரா?"

"ஆமாக்கா"

"தாத்தா சொன்னாப் பலிக்கும். இப்ப நீ?"

"இப்போ நா கலயம்"

தங்கையின் புத்திசாலித்தனம் கனகாவுக்குக் கொக்கி போட்டது. வயிறு தள்ளிப் பிள்ளை இப்போது மூளையுள்ள பெட்டையாக மாறியிருக்கிறாள். எந்த ஒரு மனுச ஆத்மாவுக்கும் அது தான் நியதி. வயிறு குறையக்குறைய மூளை கெக்கலிப்பு கொள்ளும் என்பது பொது நியதி.

மருந்து சாப்பிடறதுக்குத்தான் சடையாண்டித் தாத்தாவைத் தோதுபோட்டுக் கொண்டு அலைகிறாள்.

வடக்கு ஓடை தாண்டி ஐந்து ஏக்கர் ஓடங்காடு;

மரங்களில் ஒட்டிக்கிடக்கும் நத்தைகளுக்கு மழைக்கால விழிப்பு வரும். மழை பெய்கையில் விழித்து ஒவ்வொரு இடமாய் ஊர்ந்து செல்கின்றன. நகரும் நத்தைகளைப் பிடித்துச் சேகரித்து, சடையாண்டித் தாத்தா உள்ளிருக்கும் சதையை ஒன்னாய் ஒரு சட்டியில் போட்டு, ஆட்டுக்கறி, கோழிக்கறி போலப் பொரிப்பார்.

“பொரிக்கிறதுக்கு என்ன எண்ணெ?”

“வெண்ணெ.”

“வெண்ணெயா, கெட்ட வாடை வீசுது. ஒங்களுக்கு?”

பாப்பா கேட்டாள்.

“எனக்கு வாடை பழகிப் போச்சி.”

ஊருக்குள் மாடு வைத்திருந்த வீட்டு வீட்டுக்குப் போவார் சடையாண்டி. கெட்டிகெட்டியாய் வெண்ணெ வாங்கி வருவார். கெட்டி வெண்ணெ திரட்டி வைத்திருப்பவர்களிடம் வாங்கி, அவரே உருக்கி வைத்துக்கொள்வார். மருந்துக்கு என்பதால் கொடுப்பவர்களும் ஒன்னுக்கு ரெண்டாய் காசு பார்ப்பதில்லை.

“எங்க வீட்ல எருமாடு தான் கெடக்கு.”

“எருமாடுன்னு லேசா நெனைச்சிராதீக. அதுகள்ள சேகரமாகிற கொழுப்புச் சத்து பசு வெண்ணெயை மெத்தீரும்” (ஜெயிச்சிரும்) என்பார்.

நெய் உருக்குகையில் பரிமளிக்கும் வாசனை தெருவெல்லாம் மணக்க ஒரு நடை போய்வரும்.

தாத்தா கேட்டார்;

“பிள்ளை, எப்படி இருக்கு நத்தை வறுவல்?”

“இப்ப பேஷா இருக்கு”

“கொன்னாப் பாவம், தின்னாத் தீரும்னு ஒரு பழமொழி இருக்கில்ல”

ஆனா வேற வழியில்ல, குமட்டிக்கிட்டு வருது. பத்தியங் காக்கணுமே.

“எம்புட்டுக் காலத்துக்கு?” துடிப்பாய் விசாரித்தாள்.

“இப்பவே கொணம் தெரியுனுமே? பாப்பூ”

அவளைக் கூப்பிடுவது பாப்பா இல்லை. “பாப்பூ”.

உடலும் மனசும் பூரித்துக் கொண்டது. வயிறு வீக்கம் சுத்தமாக வற்றிவிட்டது.

-6-

‘குதிரைவாலிக் கருது போல் வளைந்து நரைத்த புருவங்கள். தோகைக்குள் கோர்த்து நிற்கும் மணிக்கதிராய் கவிந்த பார்வை. கண்களோ, காதோ, நாசியோ, கைகளோ எந்த அங்கமும் 83 வயதிலும் பழுதில்லை. நடையொன்னு கொஞ்சம் தளர்ந்துட்டார் சடையாண்டித் தாத்தா.’

பாதத்துக்கு மேல், உள்மூட்டில் ஒரு புண். ஆட்டையைப் போட்டுத் தீரமாட்டேன் என்கிற மாதிரி கொதகொதப்பாகிக் கிடக்கிறது. இரண்டு வருசத்துக்கு மேற்பட்டு சகல வைத்தியமும் பார்த்தாகிவிட்டது. ஊசி போட்டுக்கொண்டு வந்தால் ‘சுக்காய்’ புண் ஆறிவிடும் என்றார்கள். தொயந்தொடியாய் ஊசி போட்டும் ஒன்னும் பலனில்லை.

தாத்தாவுக்கு முன்னால் நின்றாள் பேத்தி கனகா. இரண்டு வருசம் இடை விழுந்துவிட்டது. அடிக்கடி வந்து பார்க்க முடியவில்லை. அவள் வாக்கப்பட்டுப் போன இடம் வடக்கில் வெகுதூரம்; வம்பு தும்பில்லாமல் ஓடிக்கொண்டிருக்கிறது வாழ்க்கை.

அவரின் முட்டிக் காலைத் தடவி சோகம் பொதிந்த கசப்பு மாத்திரைகளைத் தின்பது மாதிரி கேட்டாள்.

“நல்லா இருக்கீகளா, தாத்தா?”

விழியில் லேசாய் நீர் கட்டிற்று. “இந்தக் கால் ஒன்னு தாம்மா, வசத்துக்கு வரமாட்டேங்குது” என்றார் .

துளசியுடன் சேர்ந்து விழுந்து கும்பிட்டு ஆசீர்வாதம் வேண்டினாள்.

பனைநார்க் கொட்டானிலிருந்து எடுத்துக் கொடுத்த திருநீற்றை துளசி, கனகா இரு பெண்களின் நெற்றியிலும் பூசுகிறார்.

சினைமாடு போல் வயிற்றைத் தள்ளிக்கொண்டு அசைந்த சிறுமி, சின்னப் பிள்ளையாவே இருந்து விடுவாளோ என்று அச்சப்பட்ட சிறுமி -அச்சத்தை ஓட்டாஞ்சில் மாதிரி சில்லுசில்லாய் உடைத்து தூக்கிப் போட்டு பெண்ணாக்கித் தந்திருக்கிறார்.

சடையாண்டித் தாத்தா மேன்மையிலிருந்த காலத்தை கனகா ஞாபகமாய்ப் பார்க்கிறாள். அவரோட இசையில் மயங்கி மேடை முன் தலையாட்டியிருக்கிறாள். பாப்பூ இன்னைக்கு மஞ்சப்பூரிச்ச

மின்னல்கொடி போல் அசைகிறாள். அவளை இந்த மேன்மைக்குக் கொண்டுவந்த கருணை இல்லத்தைப் பூப்போட்டு வணங்க வேண்டும்.

"பிள்ளை"

சடையாண்டி கனகமணியை அழைத்தார்.

அவள் வாங்கி வந்திருந்த மாதுளை, சாத்துக்குடி, ஆப்பிள் பழங்களை நீட்டினாள்.

"இப்பவோ, பெறகோன்னு இருக்கேன். சொந்த ஊர் போகிறதுக்கு எத்தனையோ ஓட்டைகள்: அத்தனை ஓட்டையையும் இந்தப் பழங்கள் ஒன்னாச் சேர்ந்து அடைச்சிரும்னா நெனைச்சே, மகளே."

பின்னர் சொல்வார் "பாப்பூ ரொம்ப புத்திசாலிம்மா"

உள்முற்றத்தில் நின்று வானத்தைப் பார்த்தாள் கனகமணி. வெண்நகக் கீற்றுப் போல் கோர்வையாய் வளைந்து நூறு கொக்குகள் பறந்தன. ரொம்பத் தொலைவு பின்னால் பறந்து வந்துகொண்டிருந்த ஒரு தொத்தல் கொக்கு தொடரமுடியாமல் திசையறியாது மேகங்களில் பின்தங்கிப் போய்க் கொண்டிருந்தது.

துளசியை ஏறிட்டு நோக்கி, சட்டென்று கேட்டாள் "நீ படிக்கிறயா?"

"நானா?"

"ஆமா."

"இந்த வயசிலயா?" துளசிக்குச் சந்தேகம் மூள, மிரண்டு பார்த்தாள்.

அறிவுத் தீட்சண்யமுள்ள பெண். பலதையும் அலசி ஆராயும் சக்தி கொண்ட இவள் சிறு பிள்ளையல்ல. ஒரு நோயாளி, எப்போதும் கூடுன அறிவாளியாகவுமிருக்கிறான்; நோயாளியாகித் தேறியிருகிற இளங்குமரியின் கை பிடித்து தாத்தாவின் கைகளில் கோர்த்தாள்.

"அவளை நீங்க ஒரு மனுசியாக்கிட்டீங்க.... ...பொட்டப்புள்ளையாப் போய்ட்டா. அதுக்கின்னாலும் துளசிக்குப் படிப்புச் சொல்லித் தரனுந் தாத்தா. நாலு எழுத்து படிச்சிக்கிட்டா மனுவாகிக்கீருவா. ஒங்ககிட்ட பேசுறதுக்கு, கலந்துக்கீறதுக்கு, மருத்துவம் பாக்கிறதுக்குன்னு நெறைய வாத்திமார்கள் வர்றாங்கள்ளே."

அவரிடம் மருத்துவம் பார்க்க, அவர் பெற்றுள்ள பிரபஞ்ச ஞானம் குறித்து பகிர்ந்து கொள்ள, அனுபவங்கள் பற்றி உரையாட ஆசிரியர், பேராசிரியர், ஏன் டாக்டர்மார்கள்கள் கூட அவ்வப்போது வருகிறார்கள். கல்வித்துறை சார்ந்து இயங்குகிறவர்கள் அவர்கள்.

கதிர் அருவாள் போல் வளைந்த புருவங்களை மேலும் வளைத்துப் பார்வையைக் கூர்மையாக்கினார். எதிரில் பசுமை மரங்களில் படரும் கொடிகள் போல அவரின் செல்லங்கள்.

விழிகளை உயர்த்தினார் தாத்தா. விடை ஒளிவீச்சாக 'பாப்பூ' மேல் பதிந்தது.

(காக்கைச் சிறகினிலே, நவம்பர் 2022)

வாசிக்காத எழுத்து

“மீனாட்சிபுரத்தில ஒங்களோட எட்டாம் வகுப்பு வரை படிச்சேன்”

இருகை கூப்பினார் ரத்தினவேல்.

எதிர்நின்ற பெண்ணின் விழிகள் மேலேறின; இந்த வயதில் இப்படி ஒருத்தர் சந்திப்பு எனத் துளசிநாயகி எதிர்பார்க்கவில்லை. ஞாபகக் கிணற்றின் மேல் தளத்தின் கண்ணாடி அலைகளை அகற்றி ஆழத்துக்குள் பாய்ந்தார்.

“ராமநாதன்... துளசிமணி... ரத்தினவேல்...” பெயர்கள் மனக்கூட்டிலிருந்து மெலிந்து ஒலித்தன.

“ஆ... அந்தக் கூட்டுல தான் நானும்.”

கன்னம் ஊதி, நெற்றி சுருங்கிய ரத்தினவேல் இதழ்களின் நுனியில் சிரிப்பு ஊசலாட்டம் போட்டது.

“ரத்தினவேலு ஜாடைதான் தெரியுது, சரிதான.”

ரத்தினவேலுவைக் கூட்டிவந்த ஆசிரியர் வரதராசன் “நல்லா சித்திரம் எழுதுற ஆளு. இன்னைக்குத் தினத்துல பிரபல ஓவியர்” என்றார்.

“இவர் நல்லாப் படிப்பாருன்னு தெரியும். வகுப்பில கெட்டிக்காரர்; வகுப்புல என்ன, பள்ளிக்கூடத்தில இவர்தான். அப்பப்ப இவர்கிட்ட நாங்க சந்தேகங் கேப்போம், இவர் சொல்லிக் கொடுப்பார். இப்ப பிரபலமான ஓவியர்ன்னு சொல்றது ஆச்சரியமா இருக்கு.”

“சரி, நா வரட்டுங்களா டீச்சர், பள்ளிக்கூடத்துல எட்டாம் வகுப்புக்குச் சாயங்காலம் ஸ்பெஷல் கிளாஸ் வச்சிருக்கு.”

ஒவ்வொரு சமூகத்துக்கும் தமக்குள் உறவாட ஒரு மொழியுண்டு. ஆசிரியர் சமூகம் ஒருவரை ஒருவர் “டீச்சர்” என்னும் மதிப்புறு சொல்லால் அழைத்தது.

இரண்டு தூரத்து மேகங்களைச் சந்திக்க வைத்துவிட்ட குதூகலத்துடன் வரதராசன் விடை பெற்றுக்கொண்டார். இனி மின்னல் கீறுவதும், இடி இடிப்பதும், மழை கொட்டுவதும் அவர்கள் பாடு.

-2-

"நீங்க சொல்றவங்க எங்க பள்ளிக்கூடத்துல, வேலை பாத்தாங்க. இப்போ ஓய்வுபெற்று ஊர்ல இருக்கிறாங்க. போனா பிடிச்சிறலாம்"

வரதராசன் விபரங்களைச் சொல்லிமுடித்தார்.

புறப்பாட்டுக்குத் தயாரானவர்களை வரவேற்கக் காத்திருந்தது பூதலூர். மீனாட்சிபுரத்திலிருந்து இரண்டு கிலோமீட்டர் தொலைவு பூதலூர். அந்த ஊரில் தொடக்கத்தில் 5-ஆம் வகுப்புவரை துவக்கப் பள்ளி இருந்தது. பூதலூரிலிருந்து பையன்களும் பெண் பிள்ளைகளும் அஞ்சாம் வகுப்புக்குப் பின்னர் மீனாட்சிபுரம். இப்போது பூதலூர் நடுநிலைப் பள்ளியாக உயர்வு பெற்றதை மாநில அளவில் உச்சத்திற்குக் கொண்டு செல்லும் முனைப்பில் இருக்கிறார் தலைமை ஆசிரியர் வரதராசன். முன்மாதிரிப் பள்ளியாக உருவாக்குவதில் மாவட்டத்தின் எல்லாப் பள்ளிகளையும் வந்து பார் என்கிறார். "சுற்றுச்சூழல் கேடு செய்யும் நெகிழி (பிளாஸ்டிக்) இல்லாத பள்ளி"-சுற்றுச்சுவரில் பளிச்சிட்டது வாசகம்: வெறும் எழுத்து அல்ல; மாவட்ட ஆட்சியரின் "முன்னோடிப் பள்ளி" அங்கீகாரம் பெற்றமைக்கான சிறப்பு விருதும், குடியரசுத் தலைவரின் கையொப்பத்துடன் கூடிய நல்லாசிரியர் விருதுச் சான்றிதழும் பெற்றுத் தந்த எழுத்து. தலைமை ஆசிரியர் அறையின் பக்கம் வருபவர்களுக்கு வலப்புறம் கேடயமும், நடுப்புறம் சான்றிதழும், இடப்புறமாய் வட்ட வடிவிலான மெடல் பதக்கங்களும் புடைசூழ நின்று வரவேற்பளித்தன. கல்விச்சோலை என ஒன்றிருக்குமாயின், அவர் தலைமையாற்றும் பள்ளிதான் அது. அவரது சேவை ஓய்வதற்கு எஞ்சியிருந்தன நான்கு ஆண்டுகள்.

பூதலூரில் அவர்கள் காலடிவைத்த வேளை "பொலியடிப்புக் களத்துல கெடக்காங்க" வீட்டெதிரே அமர்ந்திருந்த பாட்டியின் குரல் திசைகாட்டியது.

பொலியடிப்புப் பக்கத்திற்குத் திரும்பிய தேடுமுள் தடுமாறிக் கொண்டே போகையில், தங்கள் தலைமையாசிரியரைக் கண்டதும் வீதியில் விளையாடிக் கொண்டிருந்த பையன்கள் விரைப்பாய் 'சல்யூட்' வைத்தனர்;

“குட்மார்னிங், ஐயா!”

களையெடுப்பு முடிந்து வீடு திரும்புகிற நேரம். பொழுது ஏறுவதெல்லாம் கணக்கில் இல்லை.

“அவ்வா எக்கடரா?” (பாட்டி எங்கே) தெலுகில் வந்தது விசாரிப்பு.

“அக்கட” என்று களத்தைக் கை காட்டிவிட்டு ஓட்டம் பிடித்தான்.

“அந்தா ஓடுறானே, சேவு ஒசரத்துக்கு. நம்ம பள்ளிக்கூடத்துல நாலாம் வகுப்பு. அவந்தான் நீங்க தேடி வந்தவங்களோட பேரன்.”

தேடி வந்த துளசிநாயகி களத்துமேட்டில் தென்படவில்லை. தோட்டக் காட்டைச் சுட்டிக் காட்டின களத்துமேட்டுப் பார்வையும் சுட்டு விரல்களும்.

“அம்மா அங்க இருக்காங்க” என்றார் மகன் ஆச்சரியப் பார்வையுடன்.

தோட்டக் காட்டில் பாத்திகளின் சால்களில் சாரைப் பாம்புகளாய் நீளநீளமாய்ப் சொட்டுநீர்ப் பாசனத்திற்காகப் பதிக்கப்பட்ட குழாய்கள்; ஒருபக்கம் மிளகாய்ப் பயிர். இன்னொரு பக்கம் வெள்ளரி; பூச்சியடித்து, சுருண்ட கடைசிப் பருவத்தைக் காட்டிக்கொண்டிருந்தது.

தலையில் வேடுகட்டி குனிந்து களையெடுத்துக் கொண்டிருந்த பெண் இவர்களைப் பார்த்து நிமிர்ந்தாள். வகுப்பில் பார்த்த உயரம், எலுமிச்சை நிறம், வட்டப் பாவாடைச் சட்டை, உடுப்பு அத்தனையுமில்லை.

“வாங்க சார், சௌக்கியங்களா? கூட யாரு”. நிமிந்தவுடன் பேச்சொலி வந்தது. குரலிலும் மாற்றம். ஓவியர் ரத்தினவேலுக்குப் புதுக்குரல். இதுவரை காணாத உருவம். பார்த்துக் கொண்டிருப்பவரின் உருவமும் பார்க்கத் தேடும் முதிரிளம் பிராயத்திற்கும், சம்பந்தமில்லாமல் பட்டது. உருவம் மாறினும், சதுரம் குறையினும், உயரம் கரைந்தாலும், கடைசியாய் ஓய்வது பேச்சு என்பார்கள். சன்னமாய் காதில் ஒலித்துப் பழக்கப்பட்ட புறாக்குரல் அல்ல.

“ஐயா உங்களத்தான் பாக்க வந்திருக்கார். இவரத் தெரியல? பட்டணத்துல சித்திரம் எழுதுறாரு. நம்ம பக்கத்தாளுதான். ஒங்க கூடப் படிச்சவராம். பாக்க வந்திருக்கார்.”

“எம்பேரு, துளசிநாயகி தான். ஆனா நானில்ல”

விசாரிப்பாளர் தேடிவந்த துளசிநாயகி இல்லை இவர்.

“பல்குணன் வாத்தியாரு மக தேவியும் நானும் ஒன்னாப் படிச்சோம். அந்த ‘செட்டா’ நீங்க?”

உங்களைப் பாத்ததில்லையே என்ற மறுதலிப்பு;

"ஓங்க பேரும் துளசிநாயகியா?" வந்தவரின் கண்ணில் தேடல் தத்தளித்தது.

"அவங்க இந்த ஊரிலேருந்துதான் மீனாட்சிபுரம் வந்தாங்க. எட்டாம் வகுப்பு எனக்கு நாலு வருசம் முன்னால படிச்சாங்க. நா ஆறாம் வகுப்பு போகையில் அவங்க முடிச்சிப் போயிட்டாங்க"

எதிர்நின்ற பெண், மனசில் அகப்பட்டுவிட்ட 'உள்ளாஞ் சுருக்கை' சட்டென்று அவிழ்த்தார்;

"நீங்க தேடுற துளசிநாயகி இப்ப கீழூரில் இருக்காங்க. டீச்சரா இருந்து அவுங்களும் இப்போதான் ஓய்வு பெற்றாங்க."

துப்புக் கிடைத்துவிட்டது.

"வாங்க போவம்"

கீழூர்த் திசைக்கு இழுத்தார் வரதராசன். தேடி வந்தவரைச் சரியான இடத்தில் சேர்த்துவிட்டால் எடுத்த காரியம் சேமமடையும் என்னும் முனைப்பு, வரதராசனைச் சலிப்பில்லாமல் இயக்கிற்று.

"இப்ப அங்க போகவா?" மலைத்துப் போய் நின்றார் தேடல்காரர். வம்பு பிடிச்ச வேலை, கீழூர் அங்கிருந்து பத்து கிலோ மீட்டர்.

"என்ன நடந்தா போகப்போறோம். காரில தான, சரட்டு'ன்னு போயிறலாம்"

-3-

ஜீவ சமாதியாக்கப்பட்ட நினைப்பைத் தோண்டி மேலெடுத்துக் கூறாய்வு செய்வது லேசான காரியம் அல்ல. இரண்டு மனக்கிடங்கும் அடையாளச் சொற்களைத் தூசி தட்டி எடுத்துக் கொண்டிருந்தன.

"அங்கயெல்லாமா தேடிப் போனீங்க?" என்றார் துளசிநாயகி. ரொம்ப தூரம் அலைஞ்சிட்டீங்க என்கிற கவலை அவரைத் தொத்தியது.

"எவ்வளவு காலம், அம்பது வருசத்துக்கு மேல இருக்குமா?" துளசிநாயகி கேட்டார்.

"சரியா அம்பத்தி நாலு வருசம் டீச்சர் " ஓவியர் ரத்தினவேல் சொன்னார்.

இருவரையும் மூச்சுவாங்கச் செய்தன ஐம்பத்திநான்கு வருசங்களின் பிரயாணச் சோர்வு.

பதவி, பணம், ஊர் சுற்றல், வெளிநாடு, மாலை, மரியாதை என மண்டை மயிரிறுதிக் காலம் வரை, எத்தனையைத் துரத்தித் துரத்தி ஓடுவது? புத்தனின் ஞானோதயம் உலகுக்கு வெளிச்சத்தைப் பாய்ச்சியது. ஓவியக் கல்லூரிப் பேராசிரியராகவிருந்து பணி ஓய்வு பெற்றபின், தன் வாழ்விலுண்டான இந்த ஞானோதயம் பின்னாட்களில் தனக்குள் பாய்ச்சப்படப் போகிற ஒளி என ஓவியப் பிரபலத்துக்குப் பட்டது.

“என்னைப் பிடிச்சிருவியா பாக்குறேன்” என்று ஓடிக்கொண்டிருக்கும் நாணயத்தின் ஓட்டத்தைத் துரத்தித் துரத்தி ஓடி, வாழ்க்கை ஒருநாள் நம்மிடமிருந்து ஓடிவிடும் காலம் நெருங்கிக் கொண்டிருக்கிறது. பணமும் அங்கீகாரப் புகழும் ஒரே எடையளவானவை தாம். ஓரிடத்தில் நிறுத்தி நின்று நிதானித்து திசை பார்க்கவேண்டும்; அடையாளம் பார்த்துப் பிடித்துக் கொண்ட அது இந்த இடம்தான். பள்ளிக்கால, சிநேகிதிகளை, சேத்தாளிகளை சென்று சந்தித்து பழம் நினைவுகளில் எருமை நீரில் முங்குவது போல் முங்கி எழும் இடம்.

பள்ளிப்பருவ நண்பர்கள், தோழியர் சந்திப்பு – ஆடு மேய்ப்புக்கு, மாடு மேய்ப்புக்கு, ஏர் பிடித்தலுக்கு உடனின்ற சேக்காளிகளைக் கண்டு குலாவுதல்-குழந்தைகள், பேரன் பேத்திகள் என அவர்களின் குடும்ப உறவுகளைக் தேடிக் கண்டுபிடித்து உறவாடல்-இனி மீதி வாழ்வின் உரையாடல் அதுதான். தேடிப் போன சிலபேர் மண்ணிலிருந்து விடைபெற்றுச் சொந்த ஊர் சேர்ந்திருந்தனர். ஆண்டவன் எப்பக் கூப்பிடுறானோ அப்பப் போகவேண்டியது தான் எனச் சிலர் காத்துக் கொண்டு நின்றார்கள். எல்லோரையும் தரிசிக்க வேண்டும். 68-நெடிய வருசங்களின் பின் என்பதால், அது தரிசனம்.

சக மனிதர்களின் பங்களிப்பு இல்லாமல், இந்த ஓவியன் வாழ்வு இத்தனை பிரபலமானதாக மாறியிருக்குமா? தாய் தந்தை, தாத்தா பாட்டி, தங்கை அண்ணன், மனைவி பிள்ளைகள், பள்ளிச் சிநேகித சிநேகிதிகள், தெருவாசிகள், ஊர், சனம் அனைவரும் அவர் ஓவியத்தை அர்த்தமுள்ளதாக்கி இருக்கிறார்கள். பழைய சேக்காளிகளைச் சந்தித்து நினைவை, அனுபவங்களைப் புதுப்பித்துக் கொள்வது-முந்திய தடத்துக்குள் மாட்டுப்படாது வாழ்வில் இனி புதுத்தடம் பதிக்கும் காலம் என மகிழ்வில் திளைத்தார்.

மோசமான மனிதர்கள் கூட, அவருக்குச் சிறப்புள்ள ஓவியத்தைக் கொடையளித்துப் போயிருக்கிறார்கள். வார இதழ் ஒன்றிலிருந்து “சவ ஊர்வலம்” என்ற கதைக்குச் சித்திரம் வரைந்து தரக்கேட்டிருந்தனர்.

கதையின் நாயகர் அவர் நண்பன்; குடும்ப நல அலுவலகத்தில் அலுவலர். அந்த ஓவியத்துக்கு தான்தான் மூலப்பொருள் என அந்த மோசமான மனிதர் வாழ்ந்து முடியும் வரை அறியார். பிரசித்தி பெற்ற ஒரு கதையின் ஓவியப் படைப்பு எங்கிருந்து உருவானது என தூரிகையின் அடிமனம் அறியும். இப்போது அந்த அலுவலர் நன்றி சொல்ல இயலாத மேலுலகத்தில் வாழ்ந்திருந்தார்.

இருப்பவர்களைத் தன் மறைவுக்கு முன் சந்தித்துவிடும் வெறிச்சியில், அந்த யாத்திரையாளர் பயணத்தின் இலக்கை அடைய வாழ்வின் பழைய சந்து பொந்துகளெங்கும் ஓடிக்கொண்டிருக்கிறார்.

-4-

"ஒன்பதாம் வகுப்புக்கு நா மதுரை போயிட்டன்; நம்ம ஊர்ல உயர்நிலைப் பள்ளி வந்திருச்சி. நீங்க அதுக்கு மேல படிச்சீங்களா?"

"எங்க படிக்க விட்டாங்க?"

"உங்ககூட படிச்ச அன்னம், ஆதிலட்சுமி, நாகம்மா?"

பெண்டிரைக் குறித்து தெரிந்து கொள்ள ரொம்ப சுதாரிப்பாய் வெளிப்பட்டது ஓவியரின் கேள்வி.

"ஆதிலட்சுமி இல்ல. அவ செத்து மூனு வருசம் இருக்கும்".

துக்கக் குறிப்பிலிருந்து மீண்ட துளசி நாயகி சொல்வார் "இங்க பூதலூரிலிருந்து அன்ன லட்சுமி, ஆதிலட்சுமி, நாகம்மா, நாங்க நாலு பேரும் ஒன்னா மீனாட்சிபுரம் ஸ்கூலுக்கு போய் வந்தோம். பெத்தவங்களுக்கும் மத்தவங்களுக்கும் நாங்க படிக்கிறத ஏத்துக்கிற மனசில்ல. பொம்பிளப் பிள்ளக படிக்கனுமா? 'படிச்சுப் பல கத்தும் பொம்பிளை பொம்பிளதான்'ங்கிற பழங்கயிறு எங்களச் சுத்தி இன்னும் அறுபடாமல் தொங்கிக்கிட்டிருந்துச்சு. படிப்பு, வாத்தியார் வேலை, மாத வருமானம்-என்பதெல்லாம் அவங்க நெனைச்சுப் பாக்கல".

பெண் என்றால் கல்யாணம், பிள்ளைகள், குடும்பம் என்ற முக்கோணச் சட்டகம். வாழ்க்கையை விசாலமான அர்த்தத்தில் பார்க்க தெரியாத முட்டங்கியில் தங்களைக் கிடத்தியிருந்தனர் கிராமத்துப் பெண்டுகள்.

"பெறகு அதன் பலனை அனுபவிச்சாங்க தான டீச்சர்?"

"சும்மாவா, வாத்தியார் வேலையில முதல் மாதச் சம்பளம், அதும் அரசாங்கச் சம்பளம், வந்ததும் எங்கம்மாவுக்கு உடம்பெல்லாம் முகமாகீருச்சி"

அதொரு சுனை; வாழ்க்கை எத்தனை காலத்துக்குப் போகுமோ அத்தனை காலமும் அரசாங்கத்தின் ஓய்வூதியம் என்னும் சுனையில் நீராடிப் போகலாம்;

நிராசையாகிப் போகிற எத்தனையோ கனவுகளைப் பலிதமாக்கிட வேண்டுமெனும் வைராக்கியத்துடன் நாலு பெண்களும் சேர்ந்து பள்ளிப் பயணிப்பு. சேர்ந்து சிந்திப்பு. சேர்ந்து திட்டமிடல்.

"ஒருத்தரக் கண்டா இன்னொருத்தரக் காண வேண்டாங்கிற மாதிரி இருந்தீங்க, இல்லையா டீச்சர்" ரத்தினவேல் கேட்டார்.

சிறு புஞ்சிரிப்புடன் "சென்னம்மா டீச்சர் கூட ஆச்சரியப்படுவாங்க, ஒண்ணே போல வந்து நிக்கிகளேன்னு" என்று சொல்லியவர் முகம் முந்தைய நினைவுகளுக்குள் மூழ்கிக் கொண்டிருப்பது கண்ணுக்குப்பட்டது.

எட்டாம் வகுப்போடு பெண்களை நிறுத்திவிட்டார்கள்.

"எங்க அய்யாவுக்கு மூணு பெண்டாட்டி."

ஓவியர் நிமிந்து உட்கார்ந்தார், துளசிநாயகி தூக்கி எறிந்த சொற்குண்டு எதிரே அமர்ந்து உரையாடும் அவரை அதிர்ச்சியில் அலக்காய்த் தூக்கிச் சிதறடித்தது.

"இது எங்க அண்ணனுக்குப் பிடிக்கல. ஏற்கனவே ரெண்டு இருக்குன்னு தெரியுமில்ல, பெறகு எதுக்கு மூணாவதா வந்து நின்ன?"

அய்யா இல்லாத நேரமா பார்த்து, முறுக்கிக்கிட்டு அம்மாவைக் கேட்பான். அவன் உடன் பிறப்பில்லை. இரண்டாந் தாரத்துக்குப் பிறந்தவன்.

முதல் பெண்டாட்டிக்கு இரண்டு பெண் பிள்ளைகள்; இரண்டாவதுக்கு ஒரு ஆண். அவன் அண்ணன். இவளோட அம்மாவுக்கு இரண்டு பெண் பிள்ளைகள்.

முதலிரண்டு தாரமும் நிலபுலம், சொத்து பத்து, சுமக்க முடியாமச் சுமந்து வந்து சேர்ந்தவர்கள்; எல்லாமும் அய்யாவோட சொத்தோடு சொத்தாகக் குவிமானம் ஆகிற்று.

"பெறகு ஏன் அம்மாவை?" ஓவியருக்குச் சந்தேகம் முண்டியது.

"அவர்ட்டத் தான் கேக்கனும். இரண்டு பெண்டாட்டிகள் இருக்கையிலே, அய்யா எங்க அம்மாவை வளைத்தார். அம்மா சின்னப்பிள்ளை, பதினைஞ்சு அல்லது பதினாறு வயசிருக்கலாம்.

சிவப்பா குத்துச்செடி மாதிரி இருந்தா. செல்வாக்கு, ஊர் மதிப்பு, தாட்டீகம். கொப்பும் குலையுமாய்ப் பெருகிய பெருமரத்துக்குக் கீழக் குத்துச் செடி மாட்டிக்கீருச்சி. ஒருநாள் ராத்திரி கார் எடுத்து வந்து அம்மாவை ஏத்தீட்டு சீரங்கம் கூட்டிப் போனார். கார் எடுத்து வந்ததும் நான் மதிமயங்கிப் போயிட்டேன்'ன்னு அம்மா எங்கிட்டச் சொல்லீருக்கா."

நேரே சீரங்கம் கோயிலுக்குப் போய் தாலி கட்டிப் பத்து நாள் தங்கி ஊருக்கு அழைத்து வந்திருக்கிறார் அய்யா.

மூன்றாம் தாரம் வந்து சேர்ந்தது அண்ணன் நெஞ்சுக்குள் நட்டுக்க கத்தி பாய்ந்தது. அது வாரீசுக் கத்தி. ஒவ்வொரு குழந்தையும் நிலம் தொட்ட வேளை, கேட்ட அழுகுரல் ஆணில்லை எனத் தெரிந்த போது "அப்பாடா, இப்பத்தான் உசிரு வந்திச்சி" என்று பொங்கிக் கூப்பாடு போட்டானாம். இரண்டும் பெண்ணாகப் பிறந்து அவன் கவலை துடைத்தன.

அய்யாவுக்கு மூத்த சம்சாரங்களோடும் பிள்ளைகளோடும் பேச்சு வார்த்தை அத்துப் போனது. அவரது சாவுக்குப் பெறகு, அந்த வீடு தாய்ப் பறவைக்கும், இரு குஞ்சுகளுக்கும் சிதைந்த கூடாகியது.

"ஏற்கனவே ரெண்டு பொண்டாட்டிக்காரர்னு தெரியுமில்ல, மூணாவதா எதுக்கு அவனைக் கல்யாணம் செய்திட்டு வந்தே?" அம்மாவைக் கொத்திக் கொண்டே இருந்தவன், ஒருநாள் அம்மாவையும் ரெண்டு பச்சை மண்ணுகளையும் வீட்டை விட்டுத் துரத்தினான். மண்டை மறைஞ்சாச்சி, இனி என்ன வேண்டுமென்றாலும் பேசலாம், இருக்கிற வரை மரியாதை, இனி எதுவும் செய்யலாம்.

"அய்யா ஒங்களுக்கு எதுவுமே செய்யலையா?" கேட்டார் ரத்தினவேல்.

"நாங்க வைப்பாட்டி பிள்ளைக தானே?"

"வைப்பாட்டி பிள்ளைகளா?" அதிர்ச்சி அவரைச் சூழத் திணறிப் போய் நோக்கினார்.

"தாலி கட்டிக் கொண்டு வந்தாச்சின்னா ஆச்சா, ஒரு பெண்ணுக்குச் செய்ய வேண்டியதை செஞ்சாத் தானே குடும்பம்."

இங்கே வாழ்வின் முக்கியமான துயரக் கட்டத்தை எளிதான சில சொற்களில் கடந்து போனார் துளசிநாயகி.

"எங்க செஞ்சாரு? ஆயிரம் மரம் கண்ட தச்சன் ஒரு மரமும் தேறாங்கிற மாதிரி எதுவுமே ஒதுக்காமப் போயிட்டாரு. அவர்

நெனைப்புக்கும், எடுத்த எடுப்புக்கும் சாகுந்தட்டியும் அம்மா வேணும். அவளும் கொடுத்துக்கிடே இருந்தா"

"அப்ப அவங்களுக்கு என்ன வயசு?"

"அம்மாவுக்கு நாற்பது, அவருக்கு அறுபத்தஞ்சு"

நேரமும் இடமும் அவலத்தின் கனமாயிற்று. தொண்டை அடைத்து நாக்கு வரள, கண்ணில் நீர் வடியும் நிர்க்கதியிலிருந்தார். மருமகள் பார்கவி தண்ணீர் கொண்டு வந்தார். மகன் பார்த்திபன் பரிதவிப்பானார். இனி வார்த்தைகள் வராது. மனம் சமானமாக வேண்டும். இமைக்குடை நுனிகளில் இரு துளிகள் ஆடின.

"அம்மாவைப் பெத்த பாட்டி வீட்டுக்குப் போய் அடைக்கல மாகிட்டோம். பாட்டி ஏத்துக்கிட்டா. பாட்டி இல்லாமப் போயிருந்தா எங்க கதி? எந்தச் சிரீரங்கத்தை நெனைச்சி சீரெங்க நாயகி, துளசிநாயகின்னு பேர் வச்சாரோ, அந்த சீரங்கம் போய்ப் பிச்சை எடுத்திருப்போம்"

ரத்தினவேல் சொல்வார் "எனக்கும் அந்தக் கதிதான். நா கைப்பிள்ளையா இருந்தபோதே அம்மா செத்துப் போனாங்க. எங்கள வளத்து, படிக்க வச்சி, ஆளாக்கினது எல்லாம் பாட்டி தான்."

துளசிநாயகி சொல்வார் "நீங்க பாட்டி பிள்ளைன்னு தெரியும். பாட்டி வீட்டுல தான் வளந்தீங்க, படிச்சீங்க, சிவகாமி வீட்டுக்குப் போகிறபோது மத்தியான சாப்பாட்டு வேளையில் பாத்திருக்கேன். நம்மளை ஆதரிக்க ஒவ்வொரு வீட்டுலயும் ஒரு பாட்டி இருக்கனும் போல."

-5-

அன்னம், ஆதிலட்சுமி, நாகம்மா, துளசிநாயகி நான்கு பேர் பெண்கள், மூன்று பையன்கள் : ஒரு குழுவாக பூதலூரிலிருந்து ஆறாம் வகுப்புக்கு மீனாட்சிபுரம் போனார்கள்.

"என்னைய மீறி அவ பள்ளிக்கூடத்துல கால் வச்சிருவாளா, பாக்கிறேன்"

மீனாட்சிபுரம் போகும் பாதையில் ஊர்க்காரர்கள் பார்த்துக் கொண்டிருக்க அண்ணன் மறித்து நின்றான்.

"இது நல்லாருக்கா, சீரங்கா-என்று ஒருத்தராவது அவனுக்கு மூக்கணாங் கயிறு போடலை. அய்யாவுக்குக் கொடுத்து வந்த

மரியாதையை, மதிப்பை அவனுக்குக் கொடுத்தாங்க" அவந்தான் இனி அத்தனை சொத்துக்கும் வாரீசு.

துயரத்தைப் பகிர்ந்து கொண்டபோது வாடிப்போன பூச்செண்டு மாதிரி முகம்.

ஒரு கிளையில் பூத்த மலர்கள் ஒன்னாய்ச் சேர்ந்து ஆடும்; கைகோர்த்து கும்மி போடும். சிப்பாணி பூக்கும். இவன் கருநாகப் படம். கருநாகப் படமும் ஒரு பூப் போலத்தான்.

வழிமறித்து நிற்கிறான் என்று தெரிந்த ஊடுகாட்டு வழியில் குறுக்குப் பாதையில் பள்ளிக்கு நடந்தாள். இவள் போய்ச் சேருகிற இடத்தில் சிநேகிதிகளும் பையன்களும் வெகுநேரம் காத்து நின்று கூட்டிப் போனார்கள். பையன்கள் நல்ல சீருக்கு ஒத்தாசை. அவர்களும் சிநேகிதிகளும் இல்லையென்றால் இவள் பள்ளிக்கூடம் மிதித்திருக்க வாய்த்திருக்காது.

வீட்டிலிருந்து புறப்படுகையில் மதியம் வாங்கித் திங்க ஒரு கூறு பருத்தி அல்லது கம்மம் புல்லு. இல்லை என்றால் பொம்பிளைப் பிள்ளைகளுக்கு எல்லாப் புஞ்சைகளும் தம் புஞ்சைதான். பையன்களிடம் பைக்கூட்டைத் கொடுத்திட்டு அரக்கப் பரக்க பருத்தி எடுத்து தாவணியில் சுருட்டல். ஆளுக்கொரு கூறு பைக்கூட்டில் திணித்துக் கொண்டு, மீனாட்சிபுரம் போய் கடையில் போட்டு பயறு கிழங்கு வாங்கி, வகுப்புப் பிள்ளைகளுக்குப் பகிர்வார்கள்.

"மகிழ்ச்சிக்கு எது மூலம்? மற்றவர்களுக்குக் கொடுப்பதும் வழங்குவதும் தான்; அவ்வளவு சந்தோசமா இருக்கும் அது" என நினைத்து உப்பிப் போனார் ரத்தினவேல்.

தூக்குப் பாத்திரத்தில் கம்பங் கஞ்சியில் பெருவிரல் தண்டி வெல்லக்கட்டி; ஒன்னோ ரெண்டோ மிதக்க விட்டார்கள். மதியத்திற்குள் கரைந்து தித்திப்பு வெந்தயக்களி ஆகியிருக்கும். அபூர்வமாய்க் குதிரைவாலிச் சோறு, வரகுச் சோறு பருப்புக் குழம்புடன்.

வெள்ளையன் தூக்குப் பாத்திரத்தில் வெல்லக்கட்டியை ஊறவைத்து வருவது மட்டுமில்லை, டவுசர் பையில் நாலைந்து திணித்துக் கொள்வான். டவுசர் பையும் வாயும் எப்போதும் குரங்குவாய் போல் புடைத்திருக்க, வெல்லக்கட்டி என்று பேராகிவிட்டிருந்தது. பள்ளிப் படிப்பு முடிந்து வாத்தியார் ஆன பிற்பாடும் வெள்ளையனை மறந்து போனார்கள். வெல்லக்கட்டி வாத்தியார் என்றார்கள். பிறகு அப்படிக் கூப்பிட்டால்தான் திரும்பிப் பார்த்தார்.

பூப்பெய்தல் பெண்ணுக்கு ஒரு 'பெரு வினை'. எட்டாம் வகுப்பு தொடக்கத்தில் துளசிநாயகி பருவத்துக்கு வந்தாள்; படித்தது போதும் என்று நிறுத்தி விட்டாள் அம்மா. நிறுத்தியவர்கள் வாதுக்கு முளைத்த சக்களத்திகள் அல்ல; வம்புக்கு நிற்கும் அண்ணணல்ல.

அன்னம், ஆதி, நாகு பருவத்துக்கு வந்திருந்தாலும் குள்ளக்காளிகள் போல் இருந்ததால் படிப்பைத் தொடர்ந்தனர். துளசி நல்ல வளர்த்தி. வாளிப்பு, மாதுளைச் சிவப்பு. பெரியவளாகத் தெரிந்தாள். எந்த ஆணுடைய கண்களும் தொடரலாம்.

"களையெடுப்புக்கு வரமாட்டேன்"

முரண்டு பிடித்து அழுதாள். அழுகையும் வீறிடலுமாய் பிடிவாதம் செய்தவளை, களையெடுப்புக் காட்டுக்கு இழுத்துக்கொண்டு போனாள் அம்மா.

"பேனாக் குச்சி பிடிக்கிற கையில களைக்குச்சியைக் குடுக்குற? சின்னப் பிள்ளைக்குக் களைக்குச்சி கையில் ஏறுமா? அவளை களைக்குக் கூட்டி வர்றதா இருந்தா, நாளையிலேருந்து நீயும் வேண்டாம்."

வயசு வந்த பெண்ணாக அம்மாவுக்குத் தோன்றியவள், நிலச் சொந்தக்காரர்களுக்கு சிறு பிள்ளையாய்த் தெரிந்தாள். ஒருநாள் துளசி திட்டமாக அறிவித்தாள்.

"நா பள்ளிக்கூடம் போவேன்"

அவளிடமிருந்து இந்த முடிவு வெளியாவதற்குள் மூன்று மாதம் ஓடியிருந்தது. அந்தக்காலப் பள்ளியில் அதொன்றும் பெரிய வித்தையில்லை, கூறு கிள்ளுகிற மாதிரி விலக்கி வைத்து விடமாட்டார்கள். எத்தனை காலம் சென்றாலும் வகுப்பில் உள்ளே போகலாம், வரலாம்.

துளசிநாயகியைப் பொறுத்தவரை மகிழ்வின் மரணம் எப்போதும் அடுத்த அறையின் மூலையில் காத்திருந்தது. துயரத்தின் போர்வையை விரித்து கவித்துவிடக் காத்து நின்றது. ஆனாலும் அவளால் நம்பமுடியவில்லை. பள்ளியில் சிநேகிதங்கள் பட்டொளி வீசும் சூரியன்களாய்க் காத்திருந்தனர். "வந்திட்டயா தாயி" கொண்டாடித் தீர்த்தனர். சிநேகிதிகள் குலவை போட்டுக் கும்மியடித்துக் கோலாட்டம் போடாதது தான் பாக்கி. மிச்சம் எல்லாத்தையும் நடத்தி, அந்த வருசம் அவளைப் பள்ளி மாணவத் தலைவியாகத் தூக்கி வைத்துக் கொண்டாடினர்.

“கூடப் படிச்ச சிநேகிதிகளைப் பாக்கப் பாக்க எனக்கு அழுகை வந்துச்சி, எப்பேர்ப்பட்ட கொடுமையான நரகத்திலிருந்து தப்பிச்சேன். அன்னைக்கு முழுசும் பெஞ்சுக்கடியில் தலை கவிந்து அழுது தீத்தேன்.”

துளசிநாயகி போராடி வகுப்புக்குள் கால் வைக்காமல் போயிருந்தால் துயர எல்லை தகர்ந்திருக்காது; இன்றைக்கு இந்த சந்திப்பு வாய்த்திருக்காது. வெள்ளம் நிரம்பி கரைபுரண்டு ஓடி ஆளைச் சுழற்றி இழுத்த காலத்தைப் பற்றி ரத்தின்வேலுக்கு ஏதொன்றும் தெரியாது. இதுபற்றி ஒரு துளியும் அறியும் வாய்ப்பில்லை.

“எனக்குத் தெரியாதே” வெள்ளந்தியாகப் பார்த்தார்.

-6-

சனிக்கிழமை மாணவர் சங்கக் கூட்டம்; அரை நாள் பள்ளிக்கூடம். அது ஒரு சங்கமம்; தெற்கில் இரண்டு கிலோமீட்டர் பூதலூர், அதே தூரத்தில் கிழக்கில் பூசாரிப்பட்டி, சங்கராபுரம் அத்தனை வெளியூர்களிலிருந்தும் மாணவ மனசுகள் துள்ளாட்டம் போட்டு போட்டுச் சங்கமம் ஆவார்கள். ஐந்து நரகங்கள் முடிவில் அவர்களுக்கு ஒரு ஆறாவது சொர்க்கம்! சனிக்கிழமைச் சொர்க்கத்தில் கூடினர். கட்டிப்போட்ட சங்கிலிகள் அரைநாளில் மாயமாய் மறைய மனசுகள் விடுதலை பெற்றுக் கொள்ளும் வசந்த தரிசனம் அவர்களுக்கு.

ஒரு பாடல், ஒரு கதை, அழிப்பாங் கதை, கோமாளிப் பேச்சு, சிறு நாடகம், வேடிக்கைப் பாட்டு, ஒயிலாட்டம், கும்மி-விதவிதமான வானவில் கருக்கொள்ளும் வானமாக மாறிப்போகும் அந்த நாள். இளமனசுகளினது தங்குதடையில்லா கலை நதி பெருக்கெடுத்து ஓடுவதை, ஆச்சரியம் மீதூற ஆசிரியர்கள், பெற்றோர்கள் கவனித்துக் கொண்டிருந்தனர்.

பெற்றோர்களுக்கு மாணவர் சங்கக் கூட்டத்துக்கு அனுமதி.

“ஏ யப்பா, இவ்வளவு தண்ணியா இந்த நதியில்”

வாய் பிளந்து, மனம் அகலித்துக் கை தட்டுவார்கள். சின்னஞ்சிறிய தூக்கணாங் குருவிகள் ஒரு கலைக் கூட்டை எவ்வளவு பிரமாதமாக நெய்கின்றன என பிரமிப்பு. “நம்ம பிள்ளைகளா?” பார்த்தோருக்கு மூச்சடைப்பானது. அது பிள்ளைகளின் நதி; அவர்களின் அணை; அவர்களின் மதகு; காலை பத்தரை முதல் ஒரு மணி வரை அவர்களின் வயல்; மாணவர் சங்கக் கூட்டம் என்ற பெருவயலில் பெருத்த வெள்ளாமை.

எப்பேர்ப்பட்ட வெயிலானாலும் பையன்கள் தாமசிக்க மாட்டார்கள். கூட்டம் முடிந்ததும் கையில் கொண்டுபோனதைச் சாப்பிட்டு ஊர் திரும்பி விடுவார்கள். பெண் பிள்ளைகளுக்குச் சிவகாமி வீடு. மீனாட்சிபுரத்தின் பிரசித்தி பெற்ற "கிளப்புக் கடை" சிவகாமி. அவள் வீட்டில் மதியச் சாப்பாட்டுக்குத் தாமசித்து, வெயில் தாழ ஊர் திரும்புதல்.

ரத்தினவேலின் பாட்டி வீடு கடந்து கடைசியிலிருந்தது சிவகாமி வீடு; மதியப் பின்னேரம் வாசல் வெளிச்சத்தில் முக்காலியில் 'நோட்புக்' வைத்து எழுதிக் கொண்டிருந்தான். இப்போது ஒரு கலைஞனாய் முக்காலியை உற்று நோக்குகிறான். மன்னர் காலத்து சப்ர மஞ்சக் கட்டில் கால்கள் போல் முக்காலிக் கால்கள், பலகை அத்தனை நேர்த்தியாய் கடைசல் செய்யப்பட்டிருந்தன. அதை உருவாக்கிய தச்சுக் கலைஞனும் அதில் ரத்தமும் ஜீவனுமாய் வாழ்ந்து கொண்டிருந்தான்.

ரத்தின்வேல் முன் 'தொப்பென்று' விழுந்தது ஒரு பை. நிமிர்ந்து பார்க்கையில் "உங்க சித்தப்பா கொடுத்துட்டுப் போனார்" சொல்லியபடி ஐந்தரையடியில் பூத்த சூரியகாந்தி. பின்னால் ஒரு பூக்காடு வெளியில்; மதுரையிலிருந்த சித்தப்பா ஊருக்குப் போகிறபோது, ஏதாவது வாங்கிக் கொண்டு வந்து கிளப்புக் கடையில் கொடுத்துப் போவார். வழக்கமாய் கொண்டு வந்து தருவது சிவகாமி. முறை மாறி, இன்றைக்கு எதிரில் துளசிநாயகி! ஆச்சரியமாய் கண்கள் விரிந்து அச்சுடரொளியை ஏறிட்டான்.

அன்றிரவு முழுதும் அந்த நிலா அவனது வானில் அலைந்துகொண்டிருந்தது. மெதுமெதுவாய் கனவுகளைக் கூசிக் கொண்டு ஊர்ந்தது. பிணக்கும் ஊடலும் பொய்க்கோபமும் கற்பனையில் வலம் வந்தன. அன்றிரவின் அந்த கனவுப் பாதை, அவன் வாசித்த வாரப் பத்திரிக்கையில் ஒரு காதல் கதை போட்டுத்தந்த எல்லை அளவில் முடிந்தது.

-7-

"உங்களைப் பார்க்க ஏலாது என்று சொன்னார்கள்"

துளசிநாயகியிடம் நேருக்குநேர் தெரிவித்தார் ரத்தினவேல்.

"என்ன சொன்னாங்க?"

அவர்கள் என்ன சொன்னார்களோ அந்த வார்த்தைகளை வெளிப்படுத்தத் துணிவில்லை. சொல்லாத சேதி துளசிக்குப் புரிந்தது.

"நா நல்லாத்தான இருக்கேன். கல்லுக் குத்தியாட்டம்"

"இத்தனை காலம் இருந்திருக்கக் கூடாது"என்றார் திடீரென.

68-ஆண்டுகள் ஒரு பெண்ணாய் வாழ்ந்ததின் சூட்டுத் தழும்பு பேசியது.

ஓவியர் மென்சிரிப்பில் சொன்னார் "இவ்வளவு காலம் வாழ்ந்ததினாலதான், இப்ப பாத்துக்கிட்டோம்."

"ஆமா, இல்ல"

தன்னிலை உணர்ந்து மெல்லமாய்ச் சிரித்தார்.

அவனது ஓவிய நடமாட்டம் பள்ளிப் பருவச் சிநேகிதத்துக்குத் தெரியாததில் வியப்பில்லை; அவன் ஒரு ஓவியனாவான் என அவனே நினைத்துப் பார்த்திருக்கவில்லை. ஒவ்வொரு உயிரையும் உச்சிக்குடுமியைப் பிடித்துச் செண்டு போல் சுழற்றி எங்கெங்கோ வீசி எறிந்துவிடுகிறது காலம்.

துளசிநாயகி என்ற குத்துக் கல் என்னைக்கோ இல்லாமல் போய்விட்டது என்று சேதி பகிர்ந்தவன் பள்ளி நண்பன்; ஆசிரியர் பணியாற்றி ஓய்வு பெற்ற கந்தசாமி.

"யாரு கந்தசாமியா, அவருக்கென்ன தெரியும்" என்பதாய்ப் பார்ப்பார்.

கந்தசாமி வாத்தியார் உத்தியோகம் பார்த்ததில்லை; அவனுக்கு ஆசிரியர் வேலை ஒரு வரம்; வகுப்பில் அதிகம் தங்க மாட்டான். பிள்ளைகள் வருகை குறைந்த தொடக்கப் பள்ளிகளைக் குறிவைத்து இடம் வாங்கிக் கொள்வான். யாரேனும் ஒரு ஆசிரியரை அணைவாக வைத்துக்கொள்வது அவன் பழக்கம், வகுப்பைப் பார்க்கச் சொல்லிவிட்டு சைக்கிளில் கிளம்பி விடுவான். கல்யாணப் புரோக்கர் வேலை.

புரோக்கர் தொழில் பல சம்பளம் கொட்டும் வேலை. பணியிலிருந்த காலத்தில் யார் எங்கெங்கு பணியிலிருக்கிறார்கள் என்பதெல்லாம் அவனுக்குத் தெரியாது. தெரிய வேண்டிய அவசியமுமில்லை. ஆசிரிய சமுதாயத்தை விட, தொழில் செய்வதற்கு ஏமாற்றுதலுக்குரிய வெகுமக்கள் கூட்டம் வெளியே இருக்கிறது.

அவன் நாக்கில் புரளும் எந்தவொரு சொல்லும் உண்மையானது அல்ல.

“யாரு அவரா?” கேட்டுவிட்டு துளசிநாயகி பெலமாகச் சிரித்தார்.

“அவர் சொந்த ஊரில தான நா ஏழு வருசம் வேலை பாத்தேன். அங்க இருந்து தான கடைசியா ஓய்வு வாங்குனேன்”

அதுகூடத் தெரியாமல் ஓய்வு பெற்ற அடுத்த வருசம் துளசிநாயகி இறந்து போனதாகக் கூசாமல் சொன்னான். செத்துப் போனதாய்ச் சொல்லப்பட்ட ஒரு ஆத்மாவுடன் இப்போது நடந்து கொண்டிருக்கிறது ஓவியரின் உரையாடல்.

-8-

கந்தவேல்புரம் தாண்டி மூன்று கிலோ மீட்டரில் கீழூர். கீழூரில் தான் துளசிநாயகியும் ஆதியும் ஆசிரியைகளாக தொடக்கத்தில் பணியாற்றினார்கள். அவர்களைப் பார்த்துப் போகவேண்டுமென்ற நினைப்பு தோன்றினாலும், எடுத்துச் செய்ய முடியாமல் அழிந்தது காலம். இயலாமையை வெளிப்படுத்திய போது, ஒரு பதில் டீச்சரிடமிருந்து வெளிப்பட்டது.

“அதான் மொத்தமாச் சேத்துப் பாத்துக்கிட்டமே”

பட்டியல் போட்டு விசாரிக்கலானர் ரத்தினவேல்.

“சிவகாமி இருக்காங்களா?” ரத்தினவேலுக்குத் தெரியவேண்டி இருந்தது.

“சாட்டை அவரைக்காய் மாதிரி வாட்டசாட்டமா நிமிந்து இருப்பா. அப்படி இருக்கிறதே பெண்ணுக்குக் கேடுதான. சிவகாமியைப் படிக்கவிடவில்லை. கல்யாணம் பண்ணி வச்சிட்டாரு அவங்க அய்யா.”

“இப்ப வர்றாங்களா?”

“அவ சாத்தூரில் இருக்கா. நல்ல வியாபாரம். வீட்டுக்காரருக்கு ரொம்ப போட்ஸா வியாபாரம் நடக்குதுன்னு கேள்வி. பேரன் பேத்தின்னு ஏகப்பட்ட குழந்தைக. எப்பவாவது இந்தப்பக்கம் கார் போட்டு வருவா. வர்றபோது ஒரு பேரனோ, பேத்தியோ அவ கையில.”

“துளசிமணியைப் பாத்தீங்களா, எப்படி இருக்கார்?”

“வகுப்பில கடலை மிட்டாய் வியாபாரம் பண்ணுனாரே, அந்தத் துளசிமணிய கேக்குறீங்களா” திருப்பிக் கேட்டார் துளசி.

“ஒளிச்சி ஒளிச்சிப் பண்ணுவாரு. காந்திமதி டீச்சர் கண்டுக்கிட்டு பெரம்புல சாத்துனாங்க இல்லே” லேசாய்ச் சிரிப்பு.

“இப்ப தூத்துக்குடியில அவன் இருக்கான்னு கேள்வி.”

“ஒன்னே ஒன்னு எனக்கு நல்லா ஞாபகமிருக்கு.”

அவர் காதுகளைத் திறந்துவைத்தார். பிஸ்கட் போடும் நாய்க்குட்டி போல் தாவிப் பிடிக்கத் தயாரானார் ரத்தினவேல்.

“ஏழாப்பு படிக்கையிலே நீங்க மதுரைக்குப் படிக்கப் போகனும்னு துடிச்சீங்க. ஏழாம் வகுப்பு முடியும் நேரத்தில் அது நடந்தது. ‘நா மதுரைக்குப் படிக்கப் போறேன். டி.சி வேனுன்னு பிடிசாதனையா நின்னீங்க. தேங்காய்ச்சில்லு பல் தெரியச் சிரித்த காந்திமதி நாக்கைத் துருத்திக்கிட்டு அடிக்க வந்தாங்க.

“படவா, ராஸ்கல், நீ போவே, நாங்க விட்டிருவமா. நான் பத்தும் பதினைஞ்சும் எண்ணத்தை வச்சிக்கிட்டு பிள்ளைக இல்லாம குமைஞ்சி போய் நிக்கேன்.”

சத்தம் போட்டார்.

“அப்ப சுந்தரிக்கு மட்டும் கொடுத்தீங்க.”

“அவ சடங்காயிட்டா கொடுத்தேன். நீ சடங்காகு.”

வகுப்பு சிரித்துக் குலுங்கிற்று. டீச்சர் ஆத்திரத்திலிருந்தார்.

“அந்தம்மா சொன்னதைக் கேட்டு பொம்பிள்ளைகளுக்கு வெக்கமாகிருச்சி. நானெல்லாம் பெஞ்சுக்கடியில தலையைக் குனிஞ்சிட்டு சிரிச்சேன். இந்த டீச்சர் இவ்வளவு தெறப்பாப் பேசீட்டாங்களேன்னு”

“அப்படிக் கேட்டப்ப நீங்க இருந்தீங்களா?”

“எல்லாம் இருந்தோம். ரொம்ப நல்லாச் சொன்னாரில்ல டீச்சர்?”

மீண்டும் மெல்லீசாய்ச் சிரிப்புக் கீற்று.

-9-

“நா ஒரு ஊசி கூடப் போட்டுக்கிட்டது கெடையாது”

ஆறு மாசம் முன்பு இடுப்பு எலும்பு தேய்மானம் ஆகிவிட்டது. நடக்கையில், எழுந்திருக்கையில், புரண்டு படுக்கையில் ’சரட் சரட்டென்று’ வலி. மகன் பார்த்திபன் மதுரையில் எலும்பு மருத்துவரிடம்

கூட்டிப் போனார். எக்ஸ்ரே, ஸ்கேன் எல்லாச் சோதனைகளும் பார்த்ததில் இடுப்பில் தண்டுவடம் சேருமிடத்தில் தேய்மானம்.

"அப்பத்தான் முதல் ஊசி போட்டது."

எல்லாப் பரிசோதனைகளும் செய்து, எலும்பு மருத்துவ நிபுணர் சொன்னார்.

"இடுப்பு எலும்பு தேய்மானம் ஆகிருக்கு. வயசு கூடக்கூட இன்னும் கூடிக்கொண்டே போகும். நிரந்தரமா இடுப்பு பெல்ட் மாட்டிக்கீறனும்."

"இப்படியே எவ்வளவு காலம் முடியுதோ அவ்வளவு காலம் இருந்துக்குவேன், பெல்ட் மாட்டிக்கீறப் போறதில்ல."

பிடிவாதமாய் இருந்தார். பள்ளிக்கூடம் போயிருவாளா பாத்துறேன் என்று திமிர்கொண்டு விரட்டியடித்த அண்ணனை எதிர்த்துச் சொந்தமாக நிமிர்ந்து வாழ்ந்தவர். ஒரு பெல்ட் என்னைக் கட்டுப்படுத்தக் கூடுமா என்று நினைத்திருக்கலாம்.

"கேட்கிறதுக்கு நல்லாத்தான் இருக்கு. இப்ப யார் டாக்டர், யார் நோயாளின்னு தீர்மானிக்கனும்" மகன் கேட்டான்.

"இதுகாலமும் நீங்க சொல்றதை நாங்க கேட்டு நடந்திட்டோம். இனிமே டாக்டர் சொல்றதை நீங்க செய்யணும்."

அதன் பிறகுதான் பெல்ட் மாட்டிக்கொண்டது.

நடந்து போகையில் ஒருச்சாய்த்து தாங்கித் தாங்கி நடந்தார்.

"இப்பவும் மாட்டிக்கிட்டுதான் நடக்கிறேன்."

படிக்கிற காலத்தில் தாவணி பாவாடையில் கண்ட ஆலிலை வயிறு, 'பெல்ட்' அணிந்ததால் கொஞ்சம் புடைத்துத் தெரிந்தது. இடுப்பு அகலிப்பாகி இருந்தது. மருமகள் பார்கவி ஒரு தட்டில் வேகவைத்த துவரங்காய், மொச்சைக்காய் கொண்டுவந்து வைத்தார்;

"சாப்பிடுங்க" என்றார் துளசி.

"இப்ப ரகசியம் வெளிப்பட்டிருச்சி" சிரித்தார் ரத்தினவேல்.

"என்ன?"

"நீங்க ஏன் ஒரு ஊசி கூடப் போட்டதில்லங்கிற ரகசியம்"

அந்த உடம்பு வயோதிகத்தை எதிர்த்து வளர்ந்தது எதனால் என சூட்சுமம் புரிந்தது. உணவே மருந்து;

அவர் துளசிநாயகியிடம் ஒன்று கேட்க மிச்சமிருந்தது.

"இன்னொரு நாள் நா வந்து ஒங்களப் பாக்கணும்."

"சரி வாங்க" என்றார் துளசி. ஏன் எதற்கு என ஒருதுளிக் கேள்வியில்லை.

மகன் பார்த்திபன், மருமகள் பார்கவியின் வியப்பான முகங்கள் ஏறிட்டன. "ஒங்கள ஒரு ஓவியம் வரையனும், இப்ப தற்செயலாப் புறப்பட்டு வந்துட்டேன், எதுவும் எடுத்திட்டு வரல."

துளசியை சாய்மானமாய் உட்காரவைத்துப் படம் வரைந்து கொடுத்துவிடலாம்.

"நீங்க செய்ங்க, நீங்க ஓவியர்" சொல்லிச் சிரித்தார்.

-10-

வீட்டுக்குள் உட்கார்ந்திருந்த போது வேக்காடு, மின்விசிறிகள் ஓடினாலும் வெக்கை. வீதி கடந்து ஊர் முகனைக்குப் போனவேளை ஓவியனுக்கு வேறொரு உலகம் காத்திருந்தது. ஊரைச் சுற்றி ஆதாளி போட்டது இயற்கை; நிறைய வேலை இருக்கிறது வா என கண்சிமிட்டி அழைத்தது.

நீண்ட கூந்தலைத் தட்டி வாரி முடித்த குமரி போல, நெடிய பகல் அந்திப் பொழுதை வாரிச் சூடியிருந்தது.

சுற்றிலும் கொழிக்கும் பச்சையம் ஒரு ஓவியம்; வண்ணங்களை மாயக் கலவை செய்து வீசும் சாயந்தரம் ஒரு ஓவியம்; 'தொர தொரவென்று' ஒரே சீராய் துடுப்புகள் அசைய தாளம் அடித்துப் பறக்கும் நாரைகள் ஒரு ஓவியம்; கூடடையும் பறவையினத்தின் இசை ஒரு சொக்குப் பொடி.

பால் குடித்த குழந்தை எதுக்களித்து கொட்டுவது போல் இதயத்தின் கட்டளையை நிறைவேற்ற தலைகீழாய் நிற்கும் தூரிகை உள்ளருந்தியதைக் கொட்டத் துடிக்கிறது.

புல்வெளி சூடிக் கொண்ட பூக்களின் மீது உதிர்ந்திருந்தன பழுத்த இலைகள்; வெள்ளை வெள்ளையாய்ப் பூத்துத் தொங்கும் எள்ளுச் செடிகள், விண்மீன்களைச் வீசியடித்ததுபோல் நின்றாடும் கொத்தமல்லிக்காடு, இந்த ஆகாயத்தின் கீழ் நீயாநானா என்று வானத்துக்கு போட்டிப் போட்டு ஆடியது. சாயந்திரக் காற்றில் ஒரே சீராய் வெண்ணிற அலைகள் போல் அசைவு.

“நீ இதுகாலமும் நகரமயத்தில் கண்டிராத புதிய நிலக்காட்சி. வா மகனே வா” எனக் காத்திருந்தன புஞ்சைக்காடுகள்.

நெற்றிக்குப் போட்டிட்டுக் கொண்டதுபோல் மேற்கில் மஞ்சளும் சிவப்பும் முயங்கிய சூரிய வட்டத்தில் சாலையின் இருமருங்கும் செழித்த பயிர், பச்சை ருதுவாகிப் பளபளத்தது. கொஞ்சப் பொழுதில் நிலவொளி நீவும் பயிர்கள் மினுமினுப்புக் கொண்டுவிடும்.

ஒரு சூரிய காந்திப்புஞ்சை கருகி தலை கவிழ்ந்திருந்தது.

“ஏந் தம்பி இப்படி இருக்கு?” ஓவியனுக்குத் தெரிய வேண்டியிருந்தது.

ஒருவேளை மனுச வெக்கை பட்டிருக்குமோ? மனுச குணம் பொல்லாதது. மனுச வெக்கையால் நிறையத் தளிரும் குருத்தும் கருகிப் போயிருக்கின்றன. கருகிய சூரியகாந்திப் புஞ்சையிடமிருந்து கற்றுக் கொள்வதற்கு நிறைய உண்டு என்பதாய் சிறுவனைப் பார்த்தார்.

சாலையின் வலது பக்கம் பெரிய வட்டக்கிணறு. மேலுறை வரை நீரலைகள். பையன்கள் தண்ணீரில் குதித்து ‘சளப்’பென்று வாகரையில் தெறித்தது. துணிகளுக்கு அரணாயிருந்த இருந்த சிறுவன் சொன்னான்

“அது விளைஞ்சிருச்சி. விளைஞ்சாச்சின்னா கருத்து தலை கவிந்திரும்”

தண்ணீர் தேசத்தின் வயல்வெளிகளை அந்த ஓவியன் வரைந்துள்ளான். தலைகீழாய் வணங்கிக் கொண்டிருக்கும் நெற்கதிர்கள் தீட்டியிருக்கிறான். மானாவாரியில் சூரியகாந்தி இம்மாதிரி கருகிச் சோடை பிடித்துப் போயிருக்கும் என்பது தூரிகை தீட்டாப் புதிய காட்சி.

மஞ்சக் குளியலாய் சாலையின் வலப்பக்கம் பளிச்சிடும் சூரியகாந்திப் புஞ்சைகளைக் காட்டி அதே இளையவன் பேசினான்

“இப்ப பப்பளா பளபளான்னு ஆட்டம் போடுது, அது ஆயுசு ஒரே மாசம். 'குமரி ஒரு பிள்ளை, கோடி ஒரு வெள்ளைங்கிற' மாதிரி பெறகு பாக்கச் சகிக்காது.”

இந்த வயசிலும் மூத்த அனுபவச் சொலவம் குடிகொண்டுள்ள சிறுபயலை வியப்போடு நோக்கினார்.

சாயந்திரப் பொழுது; மேற்கு மேகம் திறந்து ‘சர்ரென்று’ பாய்ந்த வெயிலில் கொழுத்த புஞ்சைக் காட்டின் பச்சைப் பயிர்கள் மினுக்கம் கொண்டன. பாலியகாலத் தோழி அமர்ந்திருந்த அறை, அந்தச்

சிரிப்பு சாயங்கால வெயிலின் புஞ்சையாய் நெஞ்சில் தகதகத்துக் கொண்டிருந்தது.

-11-

“அன்னைக்கு அம்மாகிட்ட பேசினனில்ல ஓவியர் ரத்தினவேல். அம்மா இருக்காங்களா?”

“டீச்சர் தூங்குறாங்க.“

பிற்பகல் நான்கு மணி. மகன் பார்த்திபனிடம் கைபேசியிருந்தது.

“அம்மாவின் ஓவியத்தைப் பதிவு பண்ணனும்”

“யு டியூப், பேஸ் புக்ல போடுவீங்களா?”

“இல்ல, பதிவு செய்றத சி.டி போட்டு எனக்கு ஒன்னு, ஒங்களுக்கு ஒன்னு ஞாபகார்த்தமா வச்சிக்கிறது. பள்ளிக் காலத்தின் நினைவுகளையும் வரைஞ்சி தரனும் “

“அம்மாவுக்கு வெவரம் சொன்னீங்களா?”

“அன்னைக்கு கேக்குறப்போ நீங்க இருந்தீங்களே.”

புதன்கிழமை வருவதாகச் சொல்லியிருந்தார். அதை உறுதிப்படுத்திக்கொள்ள மகனிடம் கைபேசியில் தொடர்பெடுத்தார்.

“ரெம்ப நேரத்துக்குக் குறுக்குத் தாங்காது. ஓவியம் வரையறுதுன்னா”

“ஓவியத்துக்கு உட்காறது அவங்களுக்கு முடியாதுன்னா வேண்டாம். ஒரு போட்டோ எடுத்துக்கீறலாம்; அதுக்குத்தான் கூடவே படம் எடுக்கிறவரும் வாறாரு. அதை வச்சி அவங்கள வரைஞ்சிடலாம்.

“அம்மா கிட்டச் சொல்றேன்”

அவர் வாயெடுப்பதற்குள் கைபேசி அணைக்கப்பட்டது. உலக முழுசும் தொட்டுப்பரவும் நவீனத் தகவல் பரிமாற்ற சாதனம் துளசிநாயகி கையில் இன்னும் ஏன் ஏறவில்லை? அவர் கைவசம் ஒரு பேசி வைத்திருந்தால், அவரிடமே உறுதிப் படுத்தியிருக்கலாம். அன்றைக்கு வெளிப்படையாகப் பேசினார்; மூன்றுமணிப் பொழுது-மொத்த வாழ்வையும் கொட்டிக் குவித்திருந்தது. வாழ்க்கை ஏடுகளை பக்கம் பக்கமாய்ப் புரட்டி திறப்பாய் வாசிக்கத் தந்தார் துளசிநாயகி. சரளமாக யாதொரு தடையுமின்றி எந்தக் காற்றின் அலைக்கழிப்புமிலாது அந்த மழை அடித்தது. சுயமாகப் பேசும் மனுசியைச் சந்தித்ததில் வியந்துபோனார் ரத்தினவேல்.

ஒளிப்பதிவுக் கருவியுடன் புறப்பட்டு கீழூர் போய் காரில் இறங்கியபோது, வீடு பூட்டியிருந்தது. எதிர்வீட்டு அம்மா பதிலோடு காத்திருந்தார்

"அவங்க சின்ன மகன் ஊருக்கு 'திருநெல்வெலிக்கு' போயிருக்காங்க, நாளெடுக்கும்."

"மகன் பார்த்திபன்?"

"அவருதான் கூட்டிட்டுப் போறார்"

ஏன் புறப்பட்டுப் போனார்? அவர் ஒன்றும் சொல்லிவிட்டுப் போகலையா? பதில்கள் எதிர் வீட்டு அம்மாவிடமில்லை. பதிலேதும் தாராத வீடு மவுனம் கொண்டு அவரைப் பார்த்துக் கொண்டிருந்தது.

ஐம்பத்தி நான்கு வருசங்களுக்கு முந்திய நினைவுகளின் குடையை ஏந்தி, ரத்தினவேல் வீட்டுவாசலில் யோசிப்புடன் நின்றார்.

"பள்ளிக்கூடம் போயிருவாளா பாக்குறேன்."

மீனாட்சிபுரம் போகும் பாதையில் ருத்திரமூர்த்தியாய் மறித்து நின்ற அண்ணன். அண்ணன் மறிப்பிலிருந்து தப்பிக்க தங்கச்சிக்கு அப்போது துணிச்சலிருந்தது. ஆணின் கீழே அழுத்தப்பட்ட பெண் வாழ்க்கையின், மற்றொரு முக்கியமான பக்கத்தை வாசிக்கத் தவறிப் போனார் துளசிநாயகி.

(கணையாழி – டிசம்பர், 2020)

வாழைப் பூ

-1-

“ஸார் ஓங்கள யாரோ கூப்பிடுறாங்க”

மதுரை மையப்பேருந்து நிலையத்தில் நாளைக்கு நூற்றுக் கணக்கில் பேருந்துகள் வந்து போகின்றன; ஆயிரக்கணக்கில் மக்கள் உள்ளே இழுத்து வெளியே தள்ளப்படுகிறார்கள். இரவில் பேருந்து நிலையம் ஆகாயத்தைப் பார்த்து மூச்சுவிட்டு இளைப்பாறுகிறது.

சொன்னவர் வசந்தனை நிறுத்திப் பின்னால் கைகாட்டினார்.

“ஸார் ஸார்”

பின்தொடரும் பெண் குரல். பேரைச் சொல்லக் கூச்சப்பட்டிருக்க வேண்டும். பேர் தெரியாமலும் போயிருக்கலாம்.

“யப்பா பிடிச்சாச்சு” என்றாள் அருகில் வந்ததும். வேக ஓட்டமும் நடையுமாய்ப் பின் தொடர்ந்ததில் உண்டான இளைப்பைத் தீர்த்துக் கொள்ள நெஞ்சில் கை வைத்து நின்றாள். அவளை வசந்தனுக்கு அடையாளம் தெரியவில்லை.

மற்றவர்கள் போல பிரதான வாயிலில் நுழைந்து நேரே நடைமேடையை அடைபவனாக இருந்தால் அவளால் வசந்தனை அடைந்திருக்க இயலாது. அதைக் கிறுக்குப் புத்தியென்று சொல்ல வேண்டும். வசந்தன் ஒருபோதும் நேர்வழி நழைந்து வெளியேறுவதில்லை. பேருந்துக்கு வருவது, வெளியேறுவது பிரதான வாயிலில் அல்ல; அவனுடைய வாழ்க்கையில் அந்தக் கொடுப்பினை இல்லை. என்றாகிலும் ஒருநாள், இந்தப் பேருந்து நிலையத்தில் அவனுடைய 'வாழைப் பூ' எதிர்ப்படக்கூடும். பேருந்தின் சன்னலோரம் அமர்ந்து தென்படக்கூடும். அவளது அம்மா ஊருக்குச் செல்லவும் புருசன் ஊருக்குத் திரும்பவும் 'வாழைப் பூ' மதுரை மத்திய பேருந்து

நிலையத்தில் மாறவேண்டும். பிரதான வாயிலில் நுழைந்து, இடது பக்கம் திரும்பி ஒவ்வொரு நடைமேடையாக வலதும் இடதும் கடந்து அலைவுற்று இறுதியாய்ப் பத்தாவது நடைமேடை அடைவது அவன் பழக்கம். வேட்டைக் கண்கள் இருபக்கமும் பேருந்து சன்னல்களை துளைத்து வரும்.

“நல்லா இருக்கீங்களா?”

இந்தப் பெண்ணை அவன் இதுகாறும் சந்தித்ததில்லை.

சம்சயத்துடன் அவள் கழுத்தை நோக்கினான். அவளுடைய நெஞ்சிளைப்பில் மேலும்கீழும் ஏறி இறங்கி அசைந்தது மஞ்சள் கயிறு.

டக்கென்று அடையாளம் பிடிபட்டது.

“ஆங், நீங்க மேகலாவோட அண்ணி தான” அதிசயித்தான்.

-2-

ஒரு சொடக்குப் போட்டால் நூறு உடற்பயிற்சி ஆசிரியர் இடைநிலைப் பள்ளிக்கு வந்து நிற்பார்கள். அரசு உதவிபெறும் தனியார் பள்ளிகளில், பள்ளி உரிமையாளர் வேலைவாய்ப்பு அலுவலகம் வழி காலியிடங்களை நிரப்பிக் கொள்ளலாம் என்று கல்வித் துறை ’பட்டா’ கொடுத்திருக்கிறது. விலை நிர்ணயம் செய்யும் தாளாளர் லட்சாதிபதிகளுக்குக் காத்திருந்தார். இரண்டு ஆண்டுகள் வெறுமனே கடந்துவிட்டன. குத்துக் கல்லுக்கென்ன குளிரா வெயிலா என்பது போல் விளையாட்டுத் திடலற்ற கலைமகள் பள்ளி மக்கள் நடமாடும் பொதுவழியைத் திடலாக ஆக்கிக் கொண்டது.

குந்துவான் ஆட்டம். கால்களை அகட்டிக் கட்டங்கட்டமாய்த் தாவிக் குதித்தாள் மேகலா. எட்டாம் வகுப்புப் பாவாடையிலிருந்தது; அதனால் முழங்காலுக்கு மேலே எளிதாய்ப் பாவாடையைச் சொருகியிருந்தது. இடைநிலைப் பள்ளியில் பெரியவளாய்த் தோன்றும் பெண்ணுக்காக இரண்டு கி.மீ தொலைவிலுள்ள அரசுப் பெண்கள் உயர்நிலைப்பள்ளி காத்திருந்தது. சில சனிக்கிழமை சிறப்பு வகுப்புக்களில் சேலை உடுத்தி மதமதர்த்த சூரியகாந்திச் செடி போலக் காட்சி கிடைக்கும். வளமான உடலமைப்பு. வஞ்சகமில்லா வளர்த்திக்கு, இவளைப் போல பெரிய மனுசியாய் தோற்றமளித்த தண்டித் தண்டிப் பிள்ளைகள் அரசு உயர்நிலைப் பள்ளியில் படித்தனர்.

அழகேசபுரம் ஆலை வட்டாரத்தில் ஒரு சோதனை நடத்தினால், இடைநிலைப் பள்ளியைத் தாண்டி உயர்நிலைப் பள்ளிக்கு எந்தப் பெண் பிள்ளையும் போன சரித்திரமிருக்காது.

மாலை வெயில் கழுத்து, வியர்வையில் வைரக்கற்களாய் மின்னின; அந்திப்பொழுதில் தனக்கொரு புதுவகை நகையணியைச் சூடிக்கொண்டிருந்தாள் மேகலா. பருவப் பெண்ணுக்குப் புதுப் புது நகையணி சூடி வடிவரசியாக்குவது அந்தி எனப் பொழுதின் தீராத விளையாட்டுச் சொல்லிக் காட்டிற்று.

எட்டாம் வகுப்புக் குமரி குனிந்து நிமிர்ந்து குதித்து ஆடிய வேளையில், பக்கத்துவீட்டு வசந்தன் அந்த வழியாக அறைக்குப் போனான். கழுத்தில் வழியும் வியர்வயைத் தாவணி முந்தானையால் துடைத்ததும் முகமெனும் ஒரு மெருகேறிய வெங்கலவிளக்குத் தெரிந்தது. விளையாட்டிலும் வறண்டிடாது ஈரம் கசிந்த ‘கொடுக்காப்புளி’ உதடுகள்.

-3-

50 ஆண்டுகள் முன் மதுரையின் உள்ளும் புறமும் இருபதுக்கு மேற்பட்ட நூற்பு ஆலைகள் உண்டாகியிருந்தன.

லாபம் சம்பாதித்துத் தரும் உழைப்பாளிகளைப் பராமரிக்க வேண்டும் என்ற நல்லெண்ணம் ஹார்.வி என்ற முதலாளிக்கு உண்டானது. லண்டன் போன்ற பெருநகரங்கள் தொழிற்சாலைகளின் கேந்திரமாகிய போது கற்றுக் கொண்ட பாடம். ரயில் நிலையத்திலிருந்து தென்மேற்கில் திருப்பரங்குன்றம் தாண்டி ஹார்.வி பட்டி என்ற குடியிருப்பை தன் பெயரில், தன் ஆலையது பெயரில் தோற்றுவித்தார். பின்னாளில் ஹார்.வி பட்டி என்பதானது தமிழ் நாக்குகளுக்கு ஆர்.வி பட்டி என்ற உச்சரிப்பு வசதியானது.

ஆலையிலிருந்து ஆர்.வி பட்டிக்குத் தொழிலாளிகள் போகவர தனியாக ஒரு ரயில்; காலையில் ஆறு மணிக்கு ஆர்.வி. பட்டியிலிருந்து புறப்பட்டு ரயில் நிலையம் வழியாக நேரே ஆலையில் நுழைகிறது ரயில். மொதுமொதுவென்று இறங்கும் ஆண்களையும் பெண்களையும் ஆலை உள்ளிழுத்துக் கொள்கிறது. ஒரே ஒரு ஷிப்ட்-காலை ஏழு மணிக்கு உள்ளிழுத்து மூன்று மணிக்கு வெளியே தள்ளுகிற வரை காத்திருக்கிறது அந்த ரயில்.

அந்த ஒரு ஷிப்டுடன் சரி. அக்காலத்தில் இக்காலத்திய முதலாளிகள் போல மூன்று ஷிப்டுகள் என்ற பேச்சே இல்லை. தொழிலாளிகளது உழைப்பைச் சுரண்டியதில் இந்திய முதலாளிகள் கைதேர்ந்த கொள்ளையர்கள். ஆர்.வி.யின் பெருந்தன்மையில் ஒரு கால்பங்கு கூட இவர்களுக்குக் கிள்ளிப்போட லாயக்கில்லை. புள்ளிக்கு

ரெண்டுமூணு சொகுசு பங்களாக்களை, தொடர்ந்து புதியபுதிய ஆலைகளை உண்டாக்கிக் கொண்டார்கள். இந்தியப் பகாசுரர்களுக்குத் தொழிலாளிகளை வாழவைக்க குடியிருப்புக் கட்டிக் கொடுக்க வேண்டுமென்ற எண்ணம் உண்டாகாத வேளையில் ஆர்விக்கு அது ஏற்பட்டிருந்தது.

இந்திய அசுரர்கள் வாழுகிறபடி வாழட்டும் தொழிலாளிகள் என தண்ணி தெளித்து விட்டனர்.

ஆலையைச் சுற்றி காம்பவுண்ட் என்ற வளைவு வீடுகள் முளைவிட்டன. பத்து முதல் இருபது குடித்தனங்களைக் கொண்டிருந்தது ஒரு வளைவு. இவ்வாறான ஒரு வளைவில் பக்கத்துப் பக்கத்து வீடு. நடுவில் நடைபாதையும் புழங்க முற்றமும், காம்பவுண்ட் முடிவிடத்தில் ஒரு கிணறு, ஒரு குளியல் அறை, ஒரே ஒரு பொதுக் கழிப்பறை. அதைச் சுத்தம் செய்வதற்குக் காலையில் நகராட்சி பணிப்பெண் (தொம்பச்சி) வருவாள்.

ஆட்டத்தை ஊடறுத்துக் கெடுக்காமல் வசந்தன் காத்திருந்தான். எம்பி எம்பிக் குதித்து ஆடும் மேகலா, சட்டென வசந்தனைக் கவனித்தவள், வேறொரு பக்கமாய்த் திரும்பி வெட்கப்பட்டு நின்ற கோலம், அவளோடு விளையாடிக் கொண்டிருந்த மற்ற பிள்ளைகளுக்கு அய்யறவை உண்டாக்கிற்று. இல்லையெனில் ஒரு குமரி, கோணக்க மாணக்க காய் போல வளைந்து, அப்படி அந்த பழச் சிவப்பாய் நாணம் கொள்ள வேண்டியதில்லை. பருவத்தின் நுழைவாயிலில் கால்வைக்கும் பிள்ளைகள், அவளையும் வசந்தனையும் மாறிமாறி ஆச்சரியத்துடன் கோர்த்துப் பார்த்ததில் வியப்பில்லை.

அவன் கடந்துபோன பின், கண்களால் பிள்ளைகள் யார் என்று கேள்வி பதித்தார்கள்.

“ஆட்டத்தைப் பாருங்கடி” அரட்டுப் போட்டாள் மேகலா.

-4-

வசந்தனுடைய தங்கைகள் நான்காம், ஐந்தாம் வகுப்பு. இரண்டுபேரும் இரவு வாசிப்பில் எட்டாம் வகுப்பு மேகலாவைத் தங்களுடன் சேர்த்துக்கொள்ள வேண்டுமென வம்பு பண்ணினார்கள். அம்மாவுக்குப் பிடிக்கவில்லை. “வாயை வச்சிட்டு சும்மா இருக்குதுங்களா, கழுதைக” புறுபுறுத்தாள். மேகலா ஆறு மாசமாய் இரவுப் படிப்புக்கு வீட்டுக்கு வந்து போகிறாள். அவர்களுடன் அவளை உட்காரவைத்ததில் அவர்களைப் பிடிக்க முடியவில்லை.

“பகலில் வந்தம் போனமின்னு சந்தேகம் கேட்டுட்டுப் போகனும். ஒரு சமைஞ்ச பொண்ணு ராத்திரிக்கு வரணுமா.”

அம்மாக்களின் எண்ணங்கள் எப்போதும் தனியானவை, கைரேகை போலத்தான். கோடு எங்கு போய் ஊடாடுகிறது எனக் காணவியலாது. மேகலாவின் அம்மா ஒரு போலீஸ்காரன் மனைவி. எல்லோருக்கும் சேலைக்கட்டு ஒருமாதிரி என்றால், அந்தம்மா சில வட்டாரங்களில் கட்டுவது போல் பின் குதிங்காலிலிருந்து தோளுக்கு வாங்கி, ஒரு சுற்றுச் சுற்றி மார்பு வழியாக இழுத்து இடுப்பில் சொருகியிருப்பாள். சேலைக் கட்டிலே வித்தியாசம் காட்டியவள் போலீஸ்காரன் சம்சாரம்.

“அந்தத் தம்பி அறையில் தங்கி வீட்டுக்குச் சாப்பிட வந்து போகுது. வயசுப் பையன், தங்கச்சி மாதிரி படிப்புச் சொல்லிக் கொடுக்குது” என்று நினைத்திருக்கலாம்; ரொம்ப மெத்தனம் பிடிச்ச பொம்பிள என அவளை மதிப்பிட்டிருந்தாள் வசந்தனின் அம்மா.

மேலிருந்து குண்டு பல்பு தலைகுனிந்து மேகலாவைப் பார்த்தது. தலை நிமிராமல் இரு தங்கைகளும் எழுதிக் கொண்டிருந்தனர். விளக்கு இவளை வாசிக்கிறதா, இவள் எழுத்துக்களை வாசிக்கிறாளா என்று வாசல்நிலைப் படியில் நின்று அதிசயிப்பாய்ப் பார்த்துக் கொண்டிருந்தான் வசந்தன். எதிர்த் திசையில் வாசலில் நிற்கும் வசந்தனை ஏறிட்டுப் பார்த்துத் தலை குனிந்தாள். நேராய்ச் செல்லும் ஒத்தையடிப் பாதையாய் நெற்றியில் தொடங்கி, பின்னந் தலையில் இறங்கிக் கூந்தல் பிரிக்கும் வகிடு. பின்னந்தலையின் இருபக்கச் சடைப் பின்னல்கள். இவனது வேட்டி பின்னந்தலையில் உரசியபடி இருந்ததின் அருகாமையை அவளால் உணர முடிந்தது. மூச்சை மெதுவாக உள்ளிழுத்து மேலே விட்டாள். வீட்டுக்குள் வந்து தங்கைகளின் பின்னால் ’ஸ்டூலில்’ அமர்ந்து சொல்லிக் கொடுப்பது வசந்தன் வழக்கம். இன்றைக்கு மேகலாவுக்குப் பின்னால் பின்னிற்கிறான் என்பதான உணர்வில் வாசிப்பிலிருந்து சுயமதி விடுபட, விளக்குக்குப் பதில் விரிக்கப்பட்ட புத்தகம் அவளைப் படித்துக் கொண்டிருந்தது.

வாழைப்பூவின் கொண்டை போல் தலை, வரிவரியாய் கீழிறங்கும் பாகம் போல் கழுத்து, அகன்று விரிந்த தோள்கள், பிறகு வடிவாய் வழவழப்பாய் ஊன்றிய கால்கள். வேறு எதனுடனும் தன்னவளை ஒப்பிட முடியாதென வசந்தன் மனசுக்குள் சொல்லிக்கொள்வான். இரவு வாசிப்புக்கு பின், ‘வாழைப் பூ’ எழுந்து போகும்.

-5-

குடும்பத்துக்கு என்னென்ன தர இயலுமோ அதையெல்லாம் தரக் காத்திருக்குக்கும் கற்பகத் தரு, பெண்; தன் குடும்பத்துக்கு மட்டுமில்லை; எதிர்கொள்ள உள்ள குடும்பத்துக்கும் எல்லாம் தரத் தயாரான கற்பகத் தரு. குடும்பம் என்ற அமைப்போ, சமுதாயமோ எதுவும் அவளுக்குத் தருவதில்லை. பெண்ணுக்கு உடல் அவள் முதல் எதிரி. இடையில் வேறு எவராவது அபகரித்துவிடக் கூடாது என்ற எண்ணத்தில், பிறிதொரு கைமாற்றித் தங்கள் கடன் தீர்த்துக் கொள்ளும் பெற்றவர்கள் அவளுக்கு வாய்த்திருந்தனர்.

ஒவ்வொரு வாழ்க்கையையும் ஒரு இடத்தில் முடித்து வைக்கிற நிகழ்வுக்குப் பெயர் தத்து அல்லது கண்டம். எட்டாம் வகுப்புத் தேர்வு நிகழ்வு மேகலாவுக்குக் கண்டமாகி விட்டது. அந்த வகுப்போடு நிறுத்தி அவளுடைய கல்வியைச் சங்காரம் செய்து விட்டாள் போலீஸ்காரி.

எட்டாம் வகுப்போடு வெட்டி வீழ்த்தப்பட்ட படிப்பும், இரண்டு வருசங்களின் முடிவில் வேளை வாய்த்தது என முடித்து வைக்கப்பட்ட திருமணமும் திட்டமிட்ட கதியில் அரங்கேற்றப்பட்டது.

-6-

மேகலா கழுத்தில் புது மஞ்சள் சரடு; மாணவர் போராட்டம் தீவிரப்பட்டு அவன் தலைமறைவு வாழ்விலிருக்கும் காலத்தில், மணமான மேகலாவை முதன்முதலாகச் மேலமாசி வீதி பேருந்து நிறுத்தத்தில் சந்திக்கிறான். பக்கத்தில் நிற்கும் வாலிபன் அவளுடைய கணவன். இளைய இணையர் வருகையும் காத்திருப்பும் அங்கு நிலவும் காலைச் சூழலைப் பிரகாசப்படுத்தியது. மீனாட்சி அம்மனைத் தரிசித்து வந்த புதுமணத் தம்பதிகள் சூரியோதய ஒளியில் புதிய தளிர்களாய்த் தளும்பிப் பேருந்துக்குக் காத்திருந்தனர்.

மேகலா வசந்தனை அதிர்ந்து பார்த்தாள். வலது பக்கவாட்டில் இருபாகம் தள்ளி நிற்கிறவனை ஏறிட்டு அதிர்ந்தாள். அந்த நிறுத்தத்தில் வசந்தன் திடீரெனத் தென்படுவானென அவள் நினைத்திருக்கவில்லை. பின்னர் அவன் பக்கம் தலை திருப்பவில்லை; தன் பார்வையை எதிர் வீதியில் சுவரொட்டிகள் ஒட்டிய சுவரில் கதிக்க நிறுத்திக் கொண்டாள். முக நரம்புகளில் அதிர்ச்சி, துடிப்பு, அசைவு எல்லாவற்றினையும் உறையச் செய்திருந்தாள். வாழ்நாள் முழுக்கத் தனக்குப் பாதுகாப்பாய் வரும் புருசனின் பொறுப்பெடுத்துள்ள ஆண் இம்மியும் தன்மேல்

ஐயறவு கொண்டுவிடக்கூடாது என்ற உணர்வு அவளுக்குள் இயங்கிக் கொண்டிருந்தது.

ஏழைக்குக் கிடைத்த பெருஞ்செல்வம் போல் எல்லையற்ற மகிழ்ச்சியைப் பக்கத்திலிருந்தவனின் முகம் காட்டிற்று. ஒரு நடுத்தர விவசாயியாக அல்லது சிறு வியாபாரியாக வசந்தனால் கணிக்கக் கூடியதாய் இருந்தது.

பருவமெய்திய பின் பள்ளிக்குப் புறப்பட்ட நாளில் பாவாடைக்கு மேல், வெளிர் பச்சைத் தாவணி உடுத்தி நடந்த காட்சி நினவில் மேலேறியது. இன்று இளங்காலைப் பொழுதில் அதே வெளிர்பச்சைப் புடவை.

அவன் அறிவான். பெண்ணும் மாப்பிள்ளையும் எந்த நிறுத்தத்தில் இறங்குகிறார்களோ, அந்த இடத்தில் தான் அவனுக்கும் வீடு. ஆனால் இறங்கவில்லை. திருப்பரங்குன்றம் நுழைவில் ஒரு பொறியியல் கல்லூரிக்குப் போராட்ட ஒருங்கிணைப்புக்குச் சென்று கொண்டிருக்கிறான்.

-7-

பூமி தன்னைத் தானே சுற்றுகிறது என்று வாசித்திருக்கிறான். அந்தச் சுற்று இந்தப் பேருந்து நிலையத்திற்கு அவனுடைய ஜீவனைக் கொண்டுவந்து போட்டுப் போயிருந்தது.

ஆடாமல் அசையாமல் நின்றபடி இவன் எதிர் நடைமேடையில் நின்ற வேளையில், பக்கத்தில் அமர்ந்திருந்த ஒரு நடுத்தர வயதுப் பெண்ணிடம் சொல்லிவிட்டு மேகலா பஸ்ஸிலிருந்து இறங்கி வந்தாள். அவளை எங்க அண்ணி என்பாள்.

உலகம் முறையாய் சுற்றி அவன் பக்கம் வந்து நிற்கிறது. இன்னைக்கு முதல் தடவை அவனின் மேகலாவைப் பேருந்து நிலையத்தில் சந்திப்பது.

"அன்னைக்கு ஒங்க கிட்ட பேச முடியல. அவர் பக்கத்திலிருந்தாரு".

கல்யாணமான புதுசைச் சொல்லுகிறாள். புதுமண இணையராய் மேலமாசி வீதி பேருந்து நிறுத்தத்தில் நின்ற நான்காண்டுக்கு முன்னான காட்சியை மேகலா நினைவு கூருகிறாள்.

நான்காண்டுகளின் பின் பேருந்தில் இன்று அவளுடன் வந்த நடுத்தர வயதுப் பெண்-அண்ணி அங்கிருந்தே பார்த்துக் கொண்டிருந்தாள்.

"அப்படிச் சொன்னாளா அவ?"

இப்போது சந்தித்த பெண் அதிசயித்தாள்.

"எம் பேர் கூட அன்னைக்குச் சொல்ல முடியலே, சொல்லியிருக்க மாட்டாளே"

இவள் பேர் வனிதா.

பக்கத்து வீடாக இருந்து, எல்லாக் காரியத்துக்கும், துன்ப துயரங்களுக்கும் உதவுகிறவள். மாமனார், மாமியார், நாத்தனார்கள், புருசன், என்னும் உறவுப் பாலத்திலிருந்து கீழே தள்ளப்பட்டு வாழ்வின் இருளை எதிர்கொள்ளப் போகும் மேகலா என்னும் அபலைக்குத் துணையாய் வந்திருந்தாள் இந்தப் பெண். தாய் வீடு நோக்கி விரட்டப்படுகிற அபலை, இடையில் ஏதாவது ஒரு முடிவு எடுத்து உயிரைக் கழற்றிவிட்டுவிட்டால் என்ன செய்வது? பாதுகாப்பாய் அம்மா ஊரில் விட்டுப்போக வந்தவள். விட்டுவிட்டு வந்த பிறகும் தொயந்து போய்ப் பார்த்து வருகிறாள்.

கொல்லனின் உலைக்களத்தில் தெறிக்கும் ஒரு பொறி போல் சட்டன மூளையில் வெளிச்சம் வீசியது.

சந்தேகம் போக்கிக்கொள்ளக் கேட்டான்

"நீங்க மேகலாவோட மதினி தானே?"

"மதினியா, அது யார் சொன்னது?"

இந்தப் பெண் பெயர் வனிதா. மேகலா அன்றைக்குத் தவிப்புடன் பேசியது உண்மையில்லை.

வனிதா சொல்வாள் "நா அவங்களுக்கு பக்கத்து வீடு. நடக்கிற கண்றாவியைப் பார்த்துக்கிட்டு சும்மா இருக்க முடியுதா".

"இப்ப மேகலாவோட ஊருக்குத் தான் போய்ட்டிருக்கேன்"

அன்னைக்கு மேகலா பொய் சொன்னாள்

"சீக்காளியாய் படுத்த படுக்கையாய்க் கிடக்கும் அம்மாவைப் பாரத்துப் போக மதினியும் கூட வர்றாங்க;"

நடந்த அத்தனையையும் மாற்றிச் சொல்வதாக இருந்தது. ஏன் பொய் சொன்னாள்? கடந்த காலத்தை அவள் ஒளித்திடவில்லை. நிகழ்ந்த அத்தனையும் அவள் சக்திக்குட்பட்டதல்ல. கூபை, எதன் பொருட்டு நிகழ்காலத்தைஃஹ் திரைகள் ஆயிரமிட்டு மறைத்தாள்? எதை யாரிடம் மறைப்பது, பேசுவது என்பது கூடத் தெரியாதவளா? இருக்கலாம்,

சமீப காலமாய் அவள் மாட்டுப்பட்டிருந்த கொடூரங்களிலிருந்து அவள் பேதலித்துப் போயிருந்திருக்கலாம். கோரமான நெருக்குதலில் சாறு பிழியப்பட்ட சக்கை மட்டுமே அன்று அவனுடன் பேசியது. அம்மாவுக்கு உடம்பு சரியாகும் வரை அங்கேயே இருந்து திரும்புவேன் என்று மேகலா சொன்னதும் உண்மை இல்லை.

எதிர் முகம் பார்த்து வனிதா, ஆத்தமாட்டாத துக்கத்துடன் சொன்னாள், "இனிமே அவ புருஷன் வீட்டுக்குத் திரும்ப மாட்டா. அதுக்குத் தான் அவளை விட்டு வர நா பாதுகாப்பா துணையா வந்து போனன் அன்னைக்கு"

வனிதாவுக்கு எல்லாவற்றையும் விரித்துப் பேசவேண்டியிருந்தது. அவளையே பார்த்துக் கொண்டிருந்தான் வசந்தன்.

சட்டென்று நினைவு வந்தது போல "உங்களுக்கு பஸ்ஸூக்கு நேரம் ஆகலையா?" கேட்டான்.

"அது கெடக்கு நெறைய, ஒரு மணி நேரத்துக்கு ஒன்னு" லேஸாகப் பஸ்ஸை ஒதுக்கிவிட்டாள்.

பக்கத்திலிருந்த சிமெண்ட் பெஞ்ச் அடைக்கலம் தந்தது. வந்திருந்தவளுக்கு வசந்தனிடம் தெரிவிக்கும் முக்கிய தகவல் இருந்தது. காலம் அந்த வாய்ப்பை உண்டாக்கித் தந்திருந்தது.

"மேகலா பெரிய மனுஷியாகலே தெரியுமா ? அவ இன்னும் வயசுக்கு வரலை"

வனிதா வீசியெறிந்த கையெறி குண்டில் வசந்தன் சிதறிப் போய்க் கிடந்தான்.

"என்ன? இருக்காது ,நானே பார்த்து இருக்கேன்"

"எப்படித் தெரியும்?"

"நா பாத்திருக்கேன்"

"எதை?" வனிதா திருப்பினாள் கேள்வி அர்த்தத்துடன்

மேகலா எட்டாம் வகுப்பில் பூப்பெய்தி உட்கார்ந்த நாள் முதல் அறிவான்; ஒரு வாரம் அவளுடைய வெளி நடமாட்டமில்லை. வெயில் ஒட்டாமல் காற்று தீண்டாது; இருட்டில் விதையிட்டு வளர்ந்த முளைப்பாரிப் பயிர் போல் அவள் பள்ளிக்கூடத்துக்குக் கிளம்பிப் போன வேளை இனிய இளங்காலை. தெரு முனைக்கோயிலில் கும்பிட்டு விட்டு அம்மா உடன் வரப் போனாள். புதுச் சட்டை,

புதுப் பாவாடை கால்களில் புது வெள்ளிக் கொலுசு. மேலே ஒட்டிய எலுமிச்சை நிறம் இன்னும் பழுத்து வெளிறியிருந்தது போலத் தோன்றியது.

ஒவ்வொரு மாதமும் மாதவிடாய் வருகிறபோது, எல்லாப் பெண்ணுக்கும் மூணு நாள்; மேகலாவுக்கு அது தீர ஐந்து நாட்களுக்கு எடுத்தது. ரத்தப் போக்கு அதிகம். அடிவயிற்றைப் பிசைந்து உருண்டு புரண்டு போடும் கத்தல், பக்கத்து வீட்டுச் சுவரைத் தட்டிக் கேட்கும். யாராவது வாங்களேன் எனக் கூப்பிடுவது போல இருக்கும். கூப்பிடும் குரலை ஒவ்வொரு மாதமும் வசந்தன் கேட்டுக் கொண்டிருந்தான். பிடுங்கிப் போட்ட கீரைச் செடி போல வதங்கிப் போவாள். மாதாமாதம் புதுப் பிறவி எடுத்து வந்தாள்.

-8-

வீட்டு முன்னுள்ள தனியான மாட்டுக் கொட்டில் இருள். அது அவர்களுடையது தான். பால்கார அம்மா என்று போலீஸ்காரன் சம்சாரத்தைத் தெருவும் ஆலை வட்டாரமும் அறிந்திருந்தது. அழைத்துக் கொண்டிருந்தது. ஒருநாள் மாட்டுக் கொட்டிலில் விடிவெள்ளி நேரத்தில் அவளிடம் கேட்டான்,

“இன்னைக்கு ஏன் என்னோட நிலா இவ்வளவு அழகா இருக்கு?”

அவள் உதடு திறந்தாள், வாய் துவர்ப்பு வாசம்.

“இன்னிக்கு காலையில்தான் முடிஞ்சது, அந்தச் சனியன்.”

மீண்டுவரும் நாளில் புத்தம் புதிதாய்ப் பூத்த ஒரு நிலா போல் ஒவ்வொரு பெண்ணும் தெரிவாள். அப்போது அவள் சொன்னாள்

“யப்பா, அந்த நாலு நாளும் உயிரை எடுத்து, உயிரை எடுத்துக் கொடுக்குது, போதும்யா சாமி”

இதெல்லாம் மேகலா சொன்னதாக வசந்தனே சாட்சியாகி இருக்கிறான்.

வனிதா அந்த மர்மத்தை உடைத்தாள்;

“நீங்க சொல்றது சரி. தீட்டெல்லாம் வெளியேறும், ஆனா அந்தப் பாதை திறக்கவே இல்ல. அவ பெண்ணாய்ப் பழுக்கவே இல்ல”

ஆசையுடன் விருந்து சாப்பிட வந்த மாப்பிள்ளைக்கு முதலிரவு அற்றது. அடுத்து அனைத்து இரவுகளும் அவனுக்குத் திறக்க முடியாத இரவுகள் ஆயின.

“நல்ல டாக்டராப் பாத்தா எல்லாத்தையும் சரி பண்ணிரலாம்” என்றார்கள். கைனாகாலஜிஸ்ட் என்று சொல்லப்படும் பெரிய டாக்டரம்மாவைப் போய்ப் பார்த்தார்கள். ஒன்னும் செய்ய முடியாது என்றார் பெரிய டாக்டர். அறுவைச் சிகிச்சை? அது உயிர்நிலையாக இருப்பதால், ஆபத்தில் முடியும் என்று டாக்டர் சொல்லிவிட்டார்.

காத்திருந்த கணவனுக்கு உடலுறவு சாத்தியமாகவில்லை. அது திறக்கவில்லை.

“இவ நமக்காக மாட்டா, ஒனக்கு உதவப் போறதில்லை”

எங்கேயாவது தொலைச்சிட்டு வா என்று பெற்றோர்கள் உருவேத்த கோபம் அவள் மீது பாய்ந்தது. கர்ப்பப்பை திறக்கவில்லையானால், அது மலட்டுத்தனம். ஆனால் நுழைவுப்பாதையே அற்றுப்போயிருக்கும் கூத்து எங்கயாவது கேள்விப்பட்டிருக்கமா என்றார்கள்.

தீர்த்துக்கட்டுவது அவர்கள் சாதியில சாதாரணம். பஞ்சாயத்து வைத்து அறுத்தெறிந்து விட்டார்கள்.

வனிதா விவரித்தாள். “இனிமே எப்பவும் அவ அம்மா வீட்டில் தான் கெடக்கனும்.”

அறுத்துத் தீர்த்த பின் புருசன் வீட்டிலிருந்து அவளைத் தனியே அனுப்பினார்கள். “நாந்தான் இந்தப் பெண் எங்கேயாவது போய் ஏதாவது செய்து கொண்டால் என்ன செய்யன்னு துணைக்கு அன்னைக்கு வந்தேன்”.

பெண்ணுக்கு அவள் உடலே முதல் எதிரியாவது மேகலா வாழ்வில் வேறொரு வித்தியாசமான விதத்தில் அமைந்து போனது.

ஆக மேகலா பழைய கதையை ஒதுக்கிப் புதுக்கதை உண்டாக்கி யிருக்கிறாள்.

“ஆச்சு, தீர்த்து முடித்து இன்னையோட ஆறு மாதம் உருண்டிருச்சு. அவ மனசு இழந்துவிடக் கூடாது. அடிக்கடி போய்ப் பார்த்துப் பேசி ஆறுதல் சொல்லிட்டு வாரேன்.”

இப்போது அந்த வனிதா மேகலா வாழும் மேட்டுப்பட்டி நோக்கித்தான் போய்க் கொண்டிருக்கிறாள்.

“அவளுக்கு மதுரை அல்வா, முறுக்குன்னா ரொம்ப பிரியம். வாங்கி வரப் போனன்”

ஆதூரமும் வேதனையும் நிறைந்த எதிர் முகத்தைக் கூர்ந்து நோக்கினான்.

"நீங்க இல்லாம போயிருந்தா மேகலா இந்தப் பூமியில் வாழ்ந்ததற்கான எந்த அடையாளமும் இல்லாமத் தீர்ந்திருப்பாள்"

மனசுக்குள் வாழ்த்தி, அவளை நோக்கி இரு கை குவித்தான்.

"ஐயய்யோ என்ன இது" வனிதா பதறினாள்.

"நீங்க சொல்லச் சொல்ல உங்க ஒசரம் எனக்குள்ளே கூடிட்டே போகுது"

பெண்ணுடல்தான் வாழ்க்கைக்கான மூலதனப் பொருள்: அதை முன்வைத்துதான் ஒரு பெண்ணோட வாழ்க்கையின் லாப நஷ்டக் கணக்கைப் போட வேண்டியிருக்கிறது. எவ்வளவு பெரிய அவமானம்? குமைந்தான்.

அவன் தனது முகத்தையே படித்துக் கொண்டிருப்பதாகத் தோன்றியது வனிதாவுக்கு.

"என்ன, அப்படிப் பாக்கிறீங்க? என்ன யோசனை?"

வசந்தன் உண்மையைக் கக்கினான்.

"நானும் வரவா ஒங்க கூட மேகலாவைப் பாக்க?"

-9-

நெடு நேர அமைதி. வனிதா வீட்டிற்குள் வரவில்லை.

"போங்க,போய்ப் பாத்துக்கோங்க" வீட்டிற்குள் கை காட்டிவிட்டாள்.

வாசல் நிலையில் ஒரு நிழல் படர்ந்தது. அந்தக் கரு நிழலை விலக்கி அல்லது ஊடறுத்து மேகலாவால் பார்க்க முடியாது போயிற்று. பயன்படுத்திய காய்ந்த வாழைத்தண்டை போல் இருளில் ஒருத்தி சுருண்டு கிடந்தாள். இருவரின் பார்வைகளும் எதிர் முகத்தின் மீதே பதிந்திருந்தன. யாருக்கும் அமைதியை உடைத்துப் பேச அனுமதி இல்லை என்பது போல், அவன் ஒரு மூலையிலும் அவள் ஒரு மூலையிலும் அமர்ந்திருந்தனர்.

மேகலா பேசினாள் " நா ஒங்கள எதிர்பார்க்கவே இல்ல."

"இந்த அக்கா இதெல்லாம் பண்ணுவாங்க" லேசாய்ச் சிரித்தாள். சுவரில் அண்டக் கொடுத்து சாய்ந்து கொண்டாள். நீதானா இந்த காரியம் பண்ணினது என்பது போல் வனிதாவைப் பார்த்தாள்.

'ஆமா, நாந்தான்' வனிதாவின் எதிர்ப்பார்வையில் கர்வம் தெறித்தது.

அச்சொல்லுக்குள் நல்லதை வரவேற்கும் நயத்தகு நாகரிகம் கிடந்ததைத் தெரிந்து, ஒருவரை ஒருவர் பார்த்துச் சிரித்தார்கள். அவனுக்குப் பழைய மேகலா கிடைத்துவிட்டாள்.

அவள்தான் பேசினாள் "நான் ஒங்கள ஏமாத்திட்டேன்"

முகட்டை வெறித்துப் பதிந்திருந்தது பார்வை.

உலகம் தன்னைத்தானே ஒரு சுற்றி சுற்றி வந்து இந்தப் பேருந்து நிலையத்தில் நின்ற போது நடந்ததையெல்லாம் மறைத்துப் பேசியது பொய்யா? யாருடைய கதை? எதை?

"ஆமாம், அன்னைக்குப் பொய் பேசினேன்"

அவள் சுருண்டிருந்த அந்த இடம் தான் அவளைப் பேச வைத்தது.

மின்சாரம் நின்று போயிருந்தது. அரை வெளிச்சத்தில் அவளைக் கூர்ந்து நோக்கினான். அவனுடைய வாழைப்பூ ரத்த ஓட்டமின்றி சுண்டி சுவறி காய்ந்து போயிருந்தது.

வெளியேற்றம்

"ஒங்களுக்குத் தெரியுதா சின்னையா, அந்த எடம்?"

பார்வதிக்கு சோசியர் சின்னையா முறை. கடைக்குட்டி என்பதால் 'செல்லம்' என்று அழைப்பார்.

"அவளப் பேர் சொல்லிக் கூப்பிட்டுரட்டும் மாமாவுக. அந்த இடத்தில நூறு தேங்காய் ஒடைக்கேன்."

அந்த ஊரில் தேவாணை பகடி பேர்போனது.

கரம்பக்குடியைச் சேர்ந்த சோசியர் ஆறுமுகம் வரத்து நேரே கீழத்தெரு பார்வதி வீட்டில் முடியும். ஊரின் கிழக்கு மூலையில் கிடந்தது பார்வதி வீடு. மூத்தவள் புவனேஷ்வரி, இரண்டாவது பரமேஷ்வரி, அடுத்து செந்திலீஷ்வரி, கடைக்குட்டி பார்வதீஸ்வரி. வீடு முழுதும் ஈஸ்வரிகளாகவே சேர்த்துக் குவித்துக் கொண்டார் அவளோட அய்யா.

விவசாய வேலை மும்முரம் கொண்டிருக்கும் பருவத்தில் வீட்டுக்கு முன் போய் நின்றால், ஒரு கூலி ஆள் நிச்சயம். களையெடுக்க, மிளகாய் நாற்று நட, பருத்தி எடுப்பு, கதிரறுப்பு, மிளகாய்ப்பழம் பறிப்பு – என எந்த வேலையானாலும் ஆள் கிடைக்கிற உழைப்பாளிகள் இல்லம்.

கடைக்குட்டி சுதாரிப்பானவள். இந்த சுதாரிப்பு எப்படி ஒரு ஊமையைக் கட்டிக்கொண்டு வந்து நின்றது என்பதுதான் எந்த சோசியத்திலும் பிடிபடாத விசயம்.

மத்த அக்காமாரும் கல்யாணம் ஆகிக் கடந்து போகனுமில்லயா, அதற்காக இவள் எடுத்த முடிவில் நல்லெண்ணம் தவிர வேற ரகசியமில்லை. மர்மமில்லை. அதன்படியே ஆயிற்று. கடைக்குட்டியான பார்வதி முதலில் முடித்து வீட்டைவிட்டு வெளியேறின பிறகு, முன்னாலிருந்த எல்லாப் பெண்டுகளும் மளமளவென்று திருமணக்

கோலத்தில் வெளியேறிப் போனார்கள். எல்லாவற்றையும் காலி செய்து அவர்கள் ஒன்னுமில்லாமல் சுரண்டி வெளியேறிய பின், இவளுக்கிருந்தது அம்மா, அய்யா.

“மணல் குவாரி நடக்கிற கரம்பக்குடி தெரியாதா?” சோசியர் கேட்கிறார்.

“ஏதோ கேள்வி”

“தெரியலென்னா ஒனக்குத்தான் அஞ்ஞானம். இப்ப இங்கன சுத்துமுத்தும் மணல் குவாரி கதைதான ஓடிட்டிருக்கு.”

மணல் குவாரி பற்றி வேர் முதல் உச்சி வரை துல்லியம் கொண்டிருப்பவர் சோசியர்.

கைரேகை பார்ப்பது, ஜாதகம் பார்த்துச் சொல்வது, திருமணம், மங்கல நாள் குறித்துக் கொடுப்பது, மூலை முடுக்குக்குள் போய் ஜாதகப் பொருத்தம் பார்த்துத் தேடித் தேடி திருமண இணையை உண்டு பண்ணுவது இவையெல்லாம் அவர் வேலைகள். அவரே சொல்வது போல “சத்தா சமுத்திரம்” தாவிக் கடந்து செல்ல வேண்டாம். எதிர்ப்படுகிறவர்கள், சந்திப்பவர்கள், உற்றம், உறவு இவர்களிடம் விசாரித்தால் பிடிபட்டுப் போகும். ஒன்னு இல்லாவிட்டாலும் ஒன்னு நல்லதாய் அமைந்துவிடும். இந்த வகையில் வாழ்க்கை மருத்துவர் அவர். வட்டாரத்தில், சுற்றுப் பட்டிகளில் நடைபெறும் தலைகீழ்ப் புரட்டுகள் அறிந்து குமைந்து போகும் காலக்கணிதராகவுமிருந்தார்.

தூத்துக்குடி பிரதான நெடுஞ்சாலையின் கீழ்ப்புறம் கரம்பக்குடியில் ‘மணல் யார்டு’. மணல் மலைகள் கண்ணில் படாமல் எவருக்கும் தூத்துக்குடிப் பயணம் வாய்க்காது.

-2-

“குற்றாலம் போயிருக்கியா?”

சோசியர் கேட்டு நிறுத்துகிறார்.

“நா என்னத்த சொல்ல, இந்த ஊமையைக் கட்டிக்கிட்டு வந்த பிறகு, வடக்குந் தெரியாது. தெக்குந் தெரியாது”

அந்த ஊமைப் புருசன் அங்கேதான் சுவருக்கு அண்டக்கொடுத்து அமர்ந்திருந்தான்.

ஊமைகளுக்குக்` காது கேட்காது.

“அருவியில் குளிச்சிட்டு வர்றவங்க தங்குறதுக்கு 'குடில்' அமைச்சிருக்காங்க. ஒவ்வொரு குடிலும் தனிப் பங்களா. அதுபோல இங்கன குவாரி முதலாளிகள், கண்காணிப்புச் செய்ய, தாமசிச்சிப் போக வடிவான குடில் ஆத்து மேட்டில் கோட்டநத்தம் முகனையில் இருக்கு பாத்திருக்கியா”

அக்கம் பக்கமான கிராமங்கள் பொசுபொசுவென்று, புறுபுறுவென்று பொருந்தாமையோ முணுமுணுப்போ காட்டினாலும் குடிலின் காதுக்கு கேட்டுவிடும் என்றார். காற்று எடுத்துவரும் சேதி தூராதூரத்திலிருக்கும் மணல் வாரிகளின் குடிலில் கொண்டு சேர்த்தது. அந்த எதிர்ப்புக்களைச் சரி செய்ய தமக்குள் மந்திராலோசனை மேற்கொள்ள, தொழில் மேம்பாடு பற்றிப் பேச, மணல் கொள்ளையடிக்க, தோதான பல காரியங்கள் திட்டமிட வலுவான ஆலோசனை மையம் குடில்.

அரசாங்கத்தின் அத்தனை துறைகளும் குவாரியர் கைச்சொடுக்கில்: மக்களுக்கென்றால் திரும்பிக்கூடப் பார்க்காத கண்களும் காதுகளும் கொண்ட கடோத்கஜன்களான ஒவ்வொரு அதிகாரியும் மின்சார இணைப்பு முதல் சாலை அமைப்பது வரை எல்லாவற்றையும் மந்திரம் போட்டது போல் செய்து முடித்தனர். குவாரி முதலாளிகள் பூசிவிட்ட திருநீறு பலமாய் காரியம் செய்தது.

“மண்ணில சொர்க்கலோகத்தை அமைச்சிருக்கான்”

குடில் பற்றி விவரித்து, வாராய், வாராய், நீ வாராய், உனக்கு அதைக் காட்டுவேன் என்பது போல நோக்கினார்.

அப்படியென்றால் அவள் ஊமைப் புருசன் சக்கணன் சொர்க்கத்தின் காவல்காரன். சொர்க்கத்தின் காவலாளியான அவனுக்கு மஹாராஜா சைக்கிள் வாங்கிக் தந்திருந்தனர். அதில்தான் காக்கிச்சட்டைச் சீருடை, இடுப்பு பெல்ட், பளபள பூட்ஸ் என மஹாரஜா வந்திறங்கினார். அது அவனுக்குப் பிடித்திருக்கிறது.

“இன்னும் என்ன யோசனை அர்த்தமில்லாம” என்பதாய் கண் சிமிட்டி இளித்துப் பார்த்துக்கொண்டிருந்தான்.

“நா ஒருத்தன் இங்க விருதாவா நிக்கனில்ல, சீக்கிரம் கலந்து சொல்லுங்க” பார்வதியையும் சோசியரையும் சைகையில் கேட்டான்.

அவனுடைய மொழி சைகை. ஒரு இதுக்கு, அவனைப் பார்க்காதது மாதிரி தோது பண்ணிக்கொண்டு சோசியர் பார்வதிக்குச் சொல்வார்” பேசாம சரின்னு சொல்லு”.

கழுத்தில் தாலி ஏற்றியவன் நிழலாகக் கூட்டிச்செல்வான்; இப்போது நிறைவேத்தமாகி இருக்கிறது. எப்படியாவது எங்கேயாவது ஏதாவது ஒரு வேலையில் பதிவாய் இருந்தால் சரி. பார்வதி புருசனை நினைத்து சந்தோசப்பட்டாள்.

குடிலில் சமையலுக்கு ஒரு பொம்பிளை ஆள் தேவை. காலையில் ஏழு மணிப் பஸ் ஏறினால், இரவு ஏழு மணிக்குத் திரும்பலாம். இரண்டு கை விரல்களையும் விரித்துக்காட்டி 2000 ரூபாய் சம்பளம் என்றான் சக்கணன் சைகையில்.

"ஏன் நீரு போய்ச் செய்யும்" கோபத்தோடு கேட்பாள்.

வாயை அகலமாக்கி இளித்தான். மீசையை முறுக்கி, இரு பக்கமும் தலையை ஆட்டி "ஆண்கள் சமையல் சரியாய் வராது" என்றான். நெஞ்சுக்கு முன் பெண் மார்புகள் போல் இருகை குவித்து 'பொம்பளை சமையல் போல் வராது' என்கிறான்.

"இவனக் கிருசு கெட்டபயன்னு நெனைச்சோம். எல்லாப் புத்தியும் இப்ப அவங்கிட்டதான்மா இருக்கு" சோசியர் சொல்வார்.

"விவசாய வேலையும் இல்ல. இப்ப நூறு நாள் வேலையும் ஆகமாய்க் கெடைக்கல. உழைப்பை நம்பி அப்படியே போய் வேலை செய்து வந்தபோதும், பேங்கில் பதிவாகி கையில் வந்தடைவது பாதி. மீதி வாங்கியும் வாங்காமலும் கழியும். வாழ்க்கை மட்டுப் படுத்தப் பட்டுக் கிடக்கிறது.

இனியொரு உப்புக்கல்லும் தேறாது. வாழக் கதியில்லாமல் மானாவாரி நிலத்தைச் சுரண்டி சுரண்டி என்னத்தைக் கண்டோம்? விவசாயக் குடும்பங்கள் கூலி வேலை செய்து ஜீவன் வைத்திருக்கும் காலமாகிவிட்டது.

பார்வதி சமாதானம் கொள்வதற்கு இத்தனை காரணங்களிருந்தன.

"நான் வாரேன் சம்மதம்" என்றாள்.

-3-

குடில் வேலை பார்வதிக்குப் பிடித்துப் போனது.

ஏழு மணி பஸ் ஏறினால் கரம்பக்குடி வந்துசேர அரைமணி. ஊமையனுக்கு ராத்தங்கல் குடில்.

பகலில் சாப்பிடுகிறவர்கள் நிறைய; ராத்திரி உணவுக்கு மூணு எண்ணம் தவறாது. புருசனைச் சேர்த்து நாலு.

ஊமைப் புருசனைக் காவலாளி வேலையில் சேர்த்த மர்மம் பார்வதிக்கு மெல்லமெல்லத் தெளிந்தது. காதும் கேட்காது. வாயும் பேசவராது; பேசுகிறது கேட்டால்தானே வெளியில் போய்ச் சொல்ல? குவாரித் தொழிலை விருத்தி செய்யும் குடில் காக்க 'நல்ல வாய்ச்ச ஆள்' கிடைத்தான். பாண்டவர்களில் மூத்தவராகிய தர்ம மகாராஜா கடைசிக்கட்டத்தில் சொர்க்கத்துக்கு நடந்து போகையில் பின்னாலயே தொடர்ந்து நடந்து வந்ததாம் ஒரு நாய். அப்படி ஒரு நாய் கிடைத்ததில் குவாரியர்களுக்கு இரட்டிப்பு மகிழ்வு. அதும் குலைக்கத் தெரியாத ஒரு நாய். 'செட்டப் பண்ணிக்' கொடுத்த மேஸ்திரிக்குப் பாராட்டுக்கள் கிடைத்தன.

காது கேளாத, வாய் பேச முடியாத புருசன் குடில் காவலுக்கு. காது கேட்கிற, வாய் பேச முடிகிற, நளபாகம் செய்து கொடுக்கிற பெண்டாட்டி சமையலுக்கு;

பகல் உணவுக்குப் பின் குடிலில் ஆட்கள் அதிகம் தாமசிக்க மாட்டார்கள். காலையில் போனதும் ஒரு தேநீர். அப்போது குவாரியர்கள் வந்துசேருவார்கள். பிறகு மதியச் சமையல்; அது ஒன்று பூரணமாயிருக்க வேண்டும். ராத்திரிக்கு அவர்களுக்கு எதுஎது என்று கேட்டு விருப்பப்படித் தயார் செய்து வைத்துவிட்டு அவள் வெளியேற வேண்டும். ஊமையனுக்கு ராத்தங்கல். சைக்கிளில் உட்காரவைத்து ஊமையன் ஆறு மணி பஸ் ஏற்றிவிட்டால் ஊர் வந்தடைய அரைமணிப் பொழுது.

பத்துப்பேர் உட்கார்ந்து சாப்பிடக் கூடிய வட்டச் சுழல் மேசை. அதுபோல் வித்தியாசமான சாப்பாட்டு மேசையை, அவள் கண்டிருக்கவில்லை. உணவுப் பாத்திரங்கள் மேசையில் வைக்கப் பட்டிருக்கும். அவரவருக்குத் தேவையான உணவை மேசையைச் சுழற்றி எடுத்துப் போட்டுக்கொள்ள சுழன்று கொண்டேயிருக்கும்.

சாப்பிடுகிற அவர்கள் முகத்தை, குழந்தை போல் நின்று நோக்கினாள். உண்ணும் செயல்பாட்டில் பார்வையும் புலன்களும் முனைப்பிலிருந்தனவே தவிர இவளுக்கு முகம்கொடுக்கத் தோணவில்லை.

அந்த முகங்கள் இந்தப் பிரதேசத்து முகங்களில்லை. வேற்றுப் புலத்து முகங்கள். உருளைக் கிழங்கு போல மொழுக் மொழுக்கென்று உடம்பு வாகு. எலுமிச்சை நிறம். பேசும் மொழியும் நம்மது இல்லை. அவர்கள் 'கெக்கரே புக்கரே' என்று தங்களுக்குள் உரையாடிக் கொண்டனர். மொழியறியா வடபுலத்தைச் சேர்ந்தவர்கள், இங்கே

படையெடுத்து வந்து குவாரியைக் கைப்பற்றி மணல் என்னும் தங்கத்தைக் கொண்டு சென்றார்கள். படையெடுப்புச் செய்ய, வழி போட்டுக் கொடுத்து ஏலம் எடுக்க வைக்க அமைச்சர்கள் முதலாக ஆட்களுண்டு என சோசியர் சின்னையா சொல்லியிருக்கிறார்.

மதியச் சாப்பாடு முடித்து மாலை ஒரு தேநீர். குவாரி பிரபுக்கள் நகரத்துக்குக் கிளம்பி விடுவார்கள். யாரும் இல்லையென்றால் ஊமைச் சக்கண்ணனுக்கு கொண்டாட்டம். அவனுக்குக் கறிவிறாய் கொஞ்சமும் குறையவில்லை. சைக்கிளை கவுட்டில் இடுக்கிக்கொண்டு பக்கத்து சிறு நகரத்துக்கு ஓடிவிடுவான். பரோட்டக் கடை முன்னால் 'சக்'கென்று சைக்கிளை நிறுத்துவான். பரோட்டா இருந்தால் போதும்.

ஆளைப்பார்த்து, ஒரு நாள் பரோட்டாக் கடைக்காரன் கேட்டிருக் கிறான் “பரொட்டா அடிக்க ஆள்வேணும், வாறீயா”

பரொட்டாக் கடைக்காரன் கோட்டிக்காரப் பயல். மஹாராஜா விடமிருந்து ஒப்புதல் எப்படிக் கிடைக்கும்!

பரொட்டா சாப்பிட்டு வந்த அன்றைக்கு ‘டர்புர்’ என்று சத்தத்துடன் கெட்டகாத்து வெளியேறிக் கொண்டிருக்கும். நாத்தம் தாங்கமுடியாமல், முகம் திருப்பி பால்கனிக்குப் போய்விடுவாள் பார்வதி.

அன்று பரோட்டா வேட்டைக்குப் போய்விட்ட பின், 'கல்லாங்கோரை'யும் கருகுகிற வெயிலில், லேசாய் உடம்பைக் கிடத்தி சுளுக்குத் தீர்க்க வேண்டுமென நினைத்தாள். குடில் பின்னுள்ள தாழ்வாரத்தில் காற்றோட்டமாய் இருக்கும். பாய் விரித்துப் படுத்தவள் தன்னறியாமல் தூக்கம் கொண்டுவிட்டாள்.

திடீரென முழிப்புத் தட்டிற்று. கண் விழித்துப் பார்த்தவள் நின்னமானைக்கு அந்த வாலிபன் இவளையே வைத்த கண் வாங்காது உற்றுப்நோக்கிக் கொண்டிருந்ததைக் கண்டு 'பளிரென' எழுந்தாள். இச்சை தேங்கிக் கிடந்த கண்கள். 'சட்டென்று' சேலையை இழுத்து மாரை மூடிக்கொண்டு,

“என்ன?” என்றாள்.

“சாப்பாடு இருக்கான்னு பார்க்க வந்தேன்”

“அதுக்குப் பின்னால வந்தா பாக்கனும். உள்ளதான இருக்கு” பட்டென்று விரட்டினாள்.

குவாரியை மேற்பார்வை செய்கிறவர்களில் ஒருவன் அவன். அந்த இளைஞன் ஒன்னும் பேசாமல் நகர்ந்தான்.

இனிமேல்பட்டு புருசனில்லா நேரத்தில் எச்சரிக்கையாய் இருக்கவேண்டும். ஊமைன்னாலும் புருசன். பகல் பொழுது தலை சாய்த்திரக் கூடாது என்று முடிவெடுத்தாள்.

“கடைசில ஈடேற்றிக்கொள்ள இந்த வழிதானா உனக்குக் கிடைத்தது” சோசியர் நொந்து பேசினார். நாலு ஆம்பிளைகள் வந்துபோகிற, ஓய்வெடுத்துச் செல்கிற இடம்.

“நா எங்க வந்தேன், இந்த ஆம்பிளை தான இங்க இழுத்து வந்தான்”

புலப்பம் விட்டவாறு, விதிக்கோளாறு என்று மனசில் முடிச்சுப் போட்டு இறுக்கினாள். அவளுடைய நலம் விரும்பும் நல்லவர் சோசியர். எப்படிப் பார்த்தாலும் அவர் இந்தத் தொழிலுக்குள் வந்தடைந்திருக்கக்கூடாது. சோசியத் தொழிலுக்குண்டான வல்லமை கிடையாது. அதை நினைத்து “அதான பாக்கிறேன்” நைப்பாய்ச் சிரித்தாள் பார்வதி.

“என்ன சிரிக்கிறே?”

“நீங்க இந்தத் தொழிலுக்கு வந்தது போலத்தான் நானும். அதென்ன சின்னையா ரெண்டுபேரு சாதகமும் ஒன்னா அமைஞ்சிது”

சோசியருக்கு உண்மை புரிந்தது, பெண் என்றாலும் ஊமை இல்லை. வாயுள்ள ஆண் அவள்.

-4-

மற்றொரு சேதி பார்வதியை வந்தடைந்திருந்தது.

பிரதான சாலையிலிருந்து மேற்குத்திசையில் உள்ளடங்கியிருந்தது நத்தம்பட்டி. சாலையிலிருந்து ஒரு கி.மீ போனால், புதருக்குள் மறைந்து கிடக்கும் காடை விருட்டெனப் பறப்பது போல் தென்படும் ஊர். மலைக்குன்று போல் உயர்ந்த கண்மாய்க்கரை, பெருமரங்கள், தோப்பு, செடிகொடி, தாவரக் கும்மலில் ஒளித்து வைக்கப்பட்டிருந்தது ஊர்.

இரண்டு பயிற்சி முகாம் நடத்த ஏதுவாய் ஊர்ப் பொது மண்டபத்தை இரண்டாய்ப் பிரித்திருந்தனர். பெண்களுக்கு சுயநிதிக்குழுப் பயிற்சி: விவசாயிகளுக்கு விழிப்புணர்வு முகாம் – ஒருங்கிணைப்பாளர்கள் கொடுக்கிற புதிய விசயங்களைக் பெற்றுக்கொண்டு வரலாம்; 15 கி.மீ அருகிலுள்ள மணவாள நகர் மக்கள் சக்தி இயக்கத்திலிருந்து இசக்கிமுத்தும் சந்தானமேரியும் போயிருந்தார்கள். செல்விமேரி விரல்

மாதிரி இருந்தாள்: அதற்குமேல் 'பொடிவட்டு' பார்க்க முடியாது: பேசுகிறபோது நெஞ்சுத்தகை வந்து மூச்சுவாங்கும். இளைப்பு நோய் என்றார்கள்.

இரு பயிற்சிகளும் முடிவடைந்த போது மாலை மரித்து, சாம்பல் தூவிய முன்னிரவு கவிந்திருந்தது. சமுதாய நலக் கூடத்துக்குப் பின்னிருந்த சமையல் கூடத்தில் சாம்பார் கொதிப்பு வாசனை மோதியது: அங்கிருந்து ஒரு சத்தம் கேட்டது,

"ஒரு ஈங்குருவி, சுடுகுஞ்சும் சாப்பிடாமப் போகக்கூடாது"

கூடத்தின் இரும்புக் கதவைப் பூட்டிக் கையில் கம்புடன் வாசலில் கனத்த குரல். போனால் பூசை கிடைக்கும் என்று கம்பை உயர்த்திக் காட்டினார்.

பஸ் பிடித்து ஊர் போகும் அவசரத்தில் இசக்கிமுத்து, சந்தானமேரி. சாப்பிட்டு முடிக்க இரவு ஒன்பது மணி: இவர்களைப் போல் பஸ் பிடித்து 15 கிலோமீட்டர் தொலைவு சேர வேண்டியவர்கள் யாருமில்லை.

இரண்டு பேரும் மண்டபத்திலிருந்து வெளியேறிச் சாலையை வந்தடைந்தபோது இரவு ஒன்பதரை. சாலையில் பஸ்ஸுக்காக இருவர் மட்டும். 'வெருக்வெருக்கென்று' பஸ் வரும் திசையைப் நோக்கி நின்றிருந்தவர்களை அடையாளம் கண்டுகொண்டு தூத்துக்குடியிலிருந்து வந்த ஒரு 'டாடா சுமோ' வாகனம் நின்றது.

மனித அசைவில்லாத சாலை. காற்றின் ஆணைக்காய்க் காத்து நிற்கும் மரங்கள். அபயக்குரல் கொடுத்தால் எவரும் எடுத்தேறி வரமுடியாது போல், நத்தம்பட்டி தொலைவில் ஒடுங்கிக் கிடந்தது.

வந்திருக்கக்கூடாது. வந்தது வம்பாப்போச்சு என்று சிறு பெண் மேரி கலக்கமானாள்.

வந்த பாதையிலேயே பொத்தினாப் போல் திரும்பிப் போய் விடலாமா? 'மகாராசனா இருங்க: இரவு தங்கிட்டு வெள்ளனப் புறப்படலாம். நாங்களே வந்து பஸ் ஏத்தி விடுறோம்' என்று தாங்கிப் பிடித்திருப்பார்கள்.

யோசித்துக் கொண்டிருக்கையில் முகப்பு விளக்கை அணைத்து கொஞ்ச தூரம் போய் 'டாடா சுமோ' பிரேக் போட்டு நிற்கிறது. பின்னால் திரும்பி பஸ் நிறுத்தத்துக்கு வருகிறது. பக்கமாக வந்து கண்ணாடி வழியாய்ப் பார்த்து எங்க போகனும் என்றது ஒரு குரல். இவர்கள் பதில் பேசவில்லை.

“மணவாள நகர் போகுது. எடம் இருக்கு. ஏறிக்கோங்க”

வலியுறுத்திய குரலைக் கேட்டார்கள். உள்ளே இருக்கும் உருவங்களைக் கண்டு சந்தேகமாகியது.

பெண்ணுக்கு ஏறிப் போயிறலாமா என்ற தடுமாற்றம். திரும்ப வாகனம் உள்ளிருந்து “வாங்க” குரல்.

“போயிருவம்” என்கிறாள் மேரி.

“வேண்டாம், நாங்க வரலை” திட்டவட்டமாக மறுக்கிறார் இசக்கிமுத்து.

கொஞ்ச தூரம் நகர்ந்த வாகனம் அங்கேயே நிற்க, உள்ளே இருந்தவர்கள் இவர்களைக் கண்காணிப்பது தெரிகிறது. பத்து மணிக்கு வந்தது கடைசி பஸ். 'டாடா சுமோ' விரித்த வலையில் அகப்படாது தப்பித்துவிட்டார்கள்.

இரண்டுபேரும் ஏறியிருந்தால், இசக்கிமுத்துவை உருட்டித்தள்ளி விட்டு, மேரியை 'வலுவந்தம்' செய்திருப்பார்கள். அவர்கள் எத்தனை பேர் என்று தெரியவில்லை. பொடிவட்டோ பருவெட்டோ, ஒல்லியோ தண்டியோ துளிக் கவலையில்லை; சேலை கட்டியிருந்தால் போதும்.

“அவனுகளப் பார்த்தால் சரியான ஆட்களாத் தெரியல, அதனாலதான் வேண்டாமின்னு சொன்னேன்”

மணவாள நகரில் இறங்கியதும், இசக்கிமுத்து தெரிவித்தார். எதிர்காலத்தில் இதுபோன்ற சமயங்களில் எச்சரிக்கையாய்ப் பாதுகாத்துக் கொள்ளவேண்டும் என்று மேரியை வீடுவரை உடன்வந்து விட்டுப்போனார்.

தூத்துக்குடியில் குவாரி வேலையைப் பார்த்து விட்டு 'டாட்டா சுமோவில்' திரும்பிக் கொண்டிருந்தார்கள். ‘டாடா சுமோவின்’ திறந்த கண்ணாடிகள் மது வாசனையை சாலை முழுக்க வழிந்தோட அடித்திக் கொண்டிருந்ததன. மணவாள நகர் உள்ளுக்குள்ளும் வளைந்து வளைந்து மதுவின் நெடி ஊர்கோலம் போய்க் கொண்டிருந்தது.

'டாடா சுமோ' முன்னிருக்கையில் அமர்ந்திருந்த ஆள் சொன்னான்,

“நீ இறங்கியிருக்கலாமில்லே. டக்குன்னு அந்தப் பொண்ணு கையைப் பிடிச்சி உள்ளே இழுத்துப் போட்டிருக்கலாம்”

மப்பில் மிதந்த உள்ளிருந்தவனின் குரல் வந்தது.

“இறங்கியிருப்பேன். பொண்ணோட நின்னவர் எனக்குத் தெரிஞ்சவர். மணவாள நகரில் மக்கள் சக்தி இயக்கக் கட்டிடத்தில்

அவரைச் சந்திச்சதுண்டு. எங்க ஊருக்கெல்லாம் வருவாரு. அவர் ஒரு சோஷியல் ஒர்க்கர்."

சரியாய் அமையவில்லையென்று அவர்கள் பேச்சு இருந்தது. குவாரி நிர்வாகிகளுக்குப் பலவகைகளிலும் சந்தர்ப்பத்தைச் சரியாய் அமைய வைப்பதற்கான வேலையை முடிக்கிற ஊழியக்காரர்கள் அவர்கள்.

-5-

தீக்குச்சி உரசி அடுப்புப் பற்றவைக்கப் போன பார்வதி பக்கத்தில் நிழலாடியதைக் கண்ணுற்றாள். கன்னங்கரிய நிழல். அவள் மேல் பாயக்காத்திருக்கும் நிழல். முன்பே வந்து போனவனது நிழல்.

இரவுமில்லாது, பகலுமில்லாது இரண்டும் முயங்கும் சாயந்தரம்; வீட்டினுள்ளும் இல்லாமல் வெளியேயுமில்லாமல் இரண்டுமான வாசல்நிலை. இவ்விதமான நேரத்தில் இவ்விதமான இடத்தில் மரணம் நிச்சயக்கப்பட்டிருக்கிறது என இரணியனுக்குச் சொல்லப்பட்டிருந்தது. இரணியவதை நடைபெற்றது போல ஒருவதை அங்கே அவளுக்கு அரங்கேறவிருந்தது. சாட்சியாக ஒரு ஈங்காக்கையும் அருகில்லை. ஆளரவமற்ற மத்தியானப் பின் பொழுதைத் தேர்வு செய்து வந்திருந்தான் அவன் மறுபடி.

மளிகைச் சாமான்கள், மற்றமற்ற பொருட்கள், வாங்கிவர மணவாள நகருக்கு சைக்கிளில் பறந்திருந்தான் சக்கணன். திரும்ப இரண்டு மணி நேரத்துக்கு மேலாகும். குவாரி மேற்பார்வையிட்ட மேஸ்திரி வெளியேறிப் போயிருந்தார். தனிமைக் குடிலும் அமைதியுமான தருணமும் கணித்து அந்த உருவம் நெருங்கியது. முதலில் அவளது இணக்கத்தைக் கேட்டது பார்வை.

ஆனால் அவன் எதிர்பார்த்திராத ஒன்று அப்போது நடந்தது. நெருப்புக் குச்சியை உரசிப் பற்றவைத்து, அவன் மேல் வீசுவது போல் விசிறி அணைத்தாள்.

"அந்தச் சோலியெல்லாம் இங்க வச்சிக்கிறக் கூடாது"

"நா என்ன வேத்து ஆளையா கேட்டேன்"

"அப்ப நா என்ன ஒன் பெண்டாட்டியா? நீ வெளிய போறியா, நா போகவா?"

குயுக்தியுடன் கேட்பாள். வெளியே போய் நின்று குரல் தந்தால் கூப்பிட்ட குரலுக்கு ஆயிரம் சனம் வந்து நிற்கும். குற்ற உறுத்தல் கொஞ்சமும் இல்லாத அந்த வாலிபன் வெளியேறிப் போனான்.

இதுபோல் பிழை செய்ய நுழையும் பொழுதுகளில் எப்படி வெளியேறுதல் என்பதை கால்கள் கற்றுத் தேர்ந்திருந்தன. மன்மதக் கலையினும் தேர்ந்ததொரு தப்பித்தல் கலையாய் அவனுக்கு வாய்த்திருக்கிறது.

அவன் வெளியேறிப் போக, சோசியர் சின்னையா வந்து சேர சரியாய் இருந்தது.

"கொஞ்சம் பிந்தீட்டீங்க"

"என்ன?" என ஏறிட்டார்.

"அந்தா போறானே அவந்தான்" கைகாட்டினாள்.

"இவனா?" முன்கூட்டித் தெரியும் போல் தொனி வெளிப்பட்டது.

"நேற்று இசக்கி முத்து ஐயா வந்திருந்தார்"

"எதுக்கு வந்தார்?"

நத்தம்பட்டி பேருந்து நிறுத்தத்தில் நடந்தது ஒன்னுவிடாமல் அப்போது பார்வதி ஒப்புவித்தாள். அவனைப் பற்றி குவாரி நிர்வாகிகளிடம் புகார் சொல்லிப் போகத்தான் வந்தவர், ஆனால் மேலிட நிர்வாகிகள் எவரும் தென்படக் காணோம்.

இனியும் இந்த விசயத்தை நீட்டிக்கத் தேவையில்லை என்பதாய் யோசிப்புடன் அவள் முகத்தையே பார்த்துக் கொண்டிருந்த சோசியர் பேசினார் "நாளைக்கு ஞாயித்துக்கிழமை, தோதாப் போச்சு"

பெரும்பாலும் ஞாயிறுகளில் குவாரியர்கள் தென்பட மாட்டார்கள். சமையல் வேலை சின்னதாய் இருக்கும்.

காலை பத்து மணிக்குத் தயாராய் இருக்கச் சொல்லிவிட்டு கிளம்பிப் போனார்.

-6-

மல்லிகா அக்கா, மாமா மலையப்பன் இவர்களிடம் சொல்லவிருக்கும் விசயம் முக்கியமானது.

"இங்கவா, நீயும் தான் இருக்கனும்" அக்காவை சோசியர் ஆறுமுகம் அழைத்தார்.

"நா எதுக்கு தம்பி, அதான் பெரியவுக இருக்காகள்ளே"

"வா, நீ இல்லாம என்ன பேசறது?"

மல்லிகா அக்காவுக்கு வீட்டோடு மாப்பிள்ளையாய் அமைந்தார் மலையப்பன். அப்படியொரு உழைப்பாளிச் சம்சாரி வீட்டோட கிடைப்பது அபூர்வம். காடுகரை, உழைப்பு, விவசாயம் என்று சுணக்கமில்லாமல் எல்லாவற்றையும் தோளில் எடுத்துப்போட்டுச் சுமக்கிறார். அவர் விருட்சம் என்றால், மல்லிகா ஆணிவேர்.

குளுதாடிக்கு கழுநீர் குடிக்க மாடு இழுத்துக்கொண்டு போனது; கழுநீத் தண்ணி குடிக்க முளைக்குச்சியில் கட்டிப் போட்டாள். இடுப்பில் சொருகியிருந்த சேலையைக் கீழே இழுத்து சுவரில் சாய்வாய் உட்கார்ந்தாள்.

நடந்ததைச் சோசியர் தம்பியும் பார்வதியும் சொல்லச் சொல்ல, தூரும் தோகையுமாய் 'மதமத'வென்றிருந்த கம்பம் புஞ்சை, மேல் மழை அற்று சன்னம் சன்னமாய் சுணங்கிப் போனது போல் எதிர் முகங்கள் சுருங்கின.

"பஸ்ஸுக்கு காத்திருந்த பொம்பிளைப் பிள்ளையை அப்படிக் கூப்பிட்டவனைச் சும்மாவா விட்டாங்க. அங்கனயே செருப்பெடுத்து வீசியிருக்க வேண்டாம்" மலையப்பன் கேட்டார்.

பார்வதி விவரித்தாள் "அந்த நேரத்தில பஸ் ஸ்டாப்பில ஒரு உசுப்பிராணியும் இல்லைங்க அய்யா, ராத்திரிப் பொழுதாம்"

மல்லிகா கொதிப்படைந்தாள் "யாரு அந்தப் பய?"

பதிலேதும் இல்லாமல் சோசியர் தம்பியும் பார்வதியும் மௌனமாயினர்.

மனத்திடம் கூடினவள் அக்கா; தொடங்கிய காரியத்தை முடிக்கும் மனத்திடம் தான், அய்யாவுக்குப் பிறகு கணவர் மலையப்பனுடன் சேர்ந்து இந்தப் பண்ணையை நிர்வகிக்க வைத்திருக்கிறது. பத்து ஏக்கருக்கு ஆத்தங்கரைத் தோட்டக் காடு, அஞ்சாறு ஏக்க மானாவாரிப் புஞ்சை. ஊருக்குள் நிமிர்ந்து நிற்பதற்குக் காரணம் இந்தத் தம்பதிகளின் கடுமையான உழைப்பு, தன்னம்பிக்கை, ஒத்துமை.

அவன் யார் என்று வெளிப்படுத்தினதும், அக்காவும், மாமாவும் எதுவும் பேச முடியாது மலைத்து நின்றார்கள். மல்லிகா நிலைகுத்திய பார்வையுடன் வெறித்துப் பார்த்தாள்.

"நம்ம குடும்பத்தில் இப்படியொரு பிறப்பா" தலை கவிழ்ந்த நிலையில் மலையப்பன் முணுமுணுத்தார்.

மேன்மையான குடும்பம்; ஒரு சொல் குடும்பம் அது. அமைதியான நீர்நிலையில் மலைப்பாறை உருண்டு விழுந்தது போல், குடும்ப மேன்மை, ஊர்க் குணவாகு எல்லாவற்றையும் அதலகுதலமாக்கிப் போட்டுவிட்டது குவாரி. ஒவ்வொருத்தரையும் இந்தக் குவாரி எந்த வகையாய்ப் பிசைந்து உருக்குலையச் செய்யுமென்பதற்கு உங்க பையன் சாட்சி என்றார் சோசியர் தம்பி. நாசகாரக் கூட்டத்துக்கு ஊழியம் செய்கிற கும்பலின் காரியங்களை, குண நசிவுகளை அக்காவுக்கும் மாமாவுக்கும் எந்த வார்த்தைகளால் புரியவைப்பது என தம்பிக்குத் தோணவில்லை.

குவாரி வருமுன் வார்த்தைகளிருந்தன. உறவுகள் இருந்தன. வார்த்தைகளில் மனிதர்களிருந்தார்கள். உபசரணையான சொற்களாய்த் தெரிந்தாலும், உண்மையான சொற்களின் கர்ப்பப்பையாய் இருந்தது நெஞ்சம். குலுங்கிக் குதித்த எரிமலைக் குழம்பில் பாசம், சிநேகம், பிரியம், காதல், சொந்தம், உறவு, நேர்மை, நாணயம் அனைத்துக் குணங்கள் எரிந்த சாம்பல் மிஞ்சியது.

“இன்ன நேரமின்னு இல்ல, வருவான் போவான். அதான் தெரியும். அடிமைச் சேவகம் செய்றான்ங்கிறது கேள்விப்பட்டது. இந்த ஊழியம் வேறயா”

வேதனையில் மலையப்பன் நிலைத்தார். வெக்கை கொட்டும் கணங்களால் அவ்விடம் நிறைந்தது.

மாமாவும் அக்காவும் கொண்ட மவுனம், அவர்கள் எதையொ கோர்த்துக் கொண்டிருப்பதாய் நினைக்க வைத்தது. மகனைப் பற்றிய சேதி இறுக்கம் கொள்ளச் செய்திருக்கிறது.

ஈரப்பதமான நிலத்தில் விதை பதிவாய்ப் போடவேண்டும். பார்வதி பேசினாள்

“நா அக்கா வயசு. என்னையக் கேக்குறான்”

பார்வதி ஒரு சுனாமி விதையை குடும்பத்துக்குள் நட்டுவிட்டுச் செல்கிறாள்; அது அவளுக்குத் தெரிந்திருக்க நியாயமில்லை.

அவர்கள் என்ன சொல்ல, செய்யப் போகிறார்கள் தெரியவில்லை. மாமாவோ அக்காவோ இனி என்ன செய்யக்கூடும்?

சொந்த ரத்தமென்று தெரிந்ததும், இதயத்தின் கதவுகளை சிலர் இறுகச்சாத்தி அடைத்துவிட்டுப் போக வாய்ப்புண்டு. பொதுவாகப்

பேசப்படும் நீதி, ரத்த உறவு என்று வருகையில், செல்லாக் காசாகிப் போன சாட்சியம் நிறைய உண்டு. உண்மையின் ஒளிக்கீற்று இருவரது இதயத்துள்ளும் அடிவரை பாய்ந்து ஓடுகிறது என்பதை முகத் தெளிச்சியில் காண முடிந்தது.

மாமாவின் இதயத்துக்குள்ளிருந்து விழி முனைவரை கதகதப்பு பரவுகிறது. கதகதப்பில் முகம் கந்தகமாய்க் கொதித்தது.

கட்டுத்தறியை அறுத்துக்கொண்டு ஓடும் மாடு போல், குறுக்கு ஒடிய அடிவாங்கி கதவைத் திறந்து அவன் ஓட வேண்டும். அவர்கள் யோசிப்பு நெடுந்தொலைவு ஓடியது.

பார்வதி பதனமாய் வெளிப்படுத்தினாள், “இனிமே குடில் பக்கம் அவன் வரப்பிடாது, வந்தா நா நின்னுருவேன்”.

மானத்துக்குக் கட்டுப்பட்டவர்கள் மலையப்பனும் மல்லிகாவும்.

யோசிப்பிலிருந்து விடுபட்டு தலை உயர்த்திப் பார்த்தபோது சோசியர் தம்பியும் அந்தப் பெண்ணும் வெளியேறிப் போய்க் கொண்டிருந்தனர்.

(செம்மலர், ஏப்ரல் 2021)

ஒரு ரயில் நிறையக் கதைகள்.

(சிறுவர் கதைக் கட்டுரை)

*கா*லை ஏழு இருபது மணி. மயிலாடுதுறை போகும் பயண கோவில்பட்டி ரயிலடியில் காத்திருந்தேன். தேர் நிற்கும் சந்தி – தேரடி; காரும் பேருந்துகளும் ஓய்வெடுத்துச் செல்லும் இடம் காரடி. நாக்குச் சுளகு எதை லகுவாய் புடைக்குமோ, அதை தம் பேச்சு மொழியாக்கிக் கொண்டனர் 'பாமர' மக்கள். 'வட்டார மொழி' என்று பேர் கொடுத்து, பேச்சுக்கு ஒன்னு, எழுத்துக்கு ஒன்னு என இருமொழி ஆக்கிவிட்டார்கள் படித்த 'மேன்' மக்கள்.

அடுத்து சாத்தூர் ரயிலடி வந்தது. பள்ளிப் பிள்ளைகள் ஆணும் பெண்ணும் மொதுமொதுவென ஏறினார்கள். எட்டாம் வகுப்பு வரை படிக்கும் 50 பேர் இருப்பார்கள். எல்லோரையும் ஒரே பெட்டியில் அடைத்து விடவேண்டும் என்று வாத்திச்சிகள் இரண்டு பேர், வாத்திமார் இருவர் முனைப்பாய் இருந்தனர். "நீ இங்கே உட்கார், நீ ஏன் அங்க போன" என்று அணைவாய்ச் சொல்லி ஒழுங்குபடுத்திக் கொண்டிருந்தனர். "ஏ மூதி, சிலுப்பட்டை, சித்திரைச் சுளி, பொடி மட்டை" போன்ற வார்த்தைகளைத் துப்பத் தெரியாத 'அப்புராணிகள்' அவர்கள்.

முன்பதிவு ரயில் இல்லை; மதியம் 2 மணிக்கு மயிலாடுதுறை சேர்ந்துவிடும். கூடுதலாய்ப் பல இடங்களிலும் நின்று நின்று ஓடும். தஞ்சாவூருக்குச் சுற்றுலா போகிறார்கள்.

ஆட்டம் பாட்டு, கதை, கும்மாளம் இல்லாத பொடிசுகள் பட்டாளம் எங்கேனும் உண்டா? சலாவத்தாய் உட்கார்ந்து போகலாமென்று முந்திய நிலையங்களில் அந்தப் பெட்டியில் ஏறி இருந்த சிலர் முகம் சுளித்தார்கள். சிலர் வேதநாயகம்பிள்ளை போல் சடைத்துக் கொண்டார்கள். காவி வேட்டி, சட்டை உடுத்திய ஒருவர், இதை

'செவ்வாடை' என்றும் சொல்லலாம். கழுத்தில் ருத்ராட்ச மாலை, நெற்றியில் ரத்தத் துளியாய் செந்துருக்கம். செந்துருக்கத்தைக் கொஞ்சம் மேலே இழுகி கோப்பாளம் போட்டிருந்தார். கண்கள் மூடித் தியானித்து வந்த அவர், முதலில் பிள்ளைகள் அந்தப் பெட்டியில் ஏறியதும் முகம் சுளித்தார். வாத்திமார்களைக் கோபித்தார். எரித்துச் சாம்பலாக்கி விடுவது போல, கண் 'ஜிவ் ஜிவ்வெனத்' தெறித்தது.

மெல்ல அவரிடம் எடுத்துச் சொன்னேன் "இது முன்பதிவு வண்டி அல்ல, யார் வேண்டுமென்றாலும் எங்கு வேண்டுமென்றாலும் ஏறலாம், கையில் டிக்கட் இருந்தால் போதும்".

நீ ஒன்னு சொல்லு, நான் ஒன்னு சொல்லு என்று பையன்களும் பெண் பிள்ளைகளும் ஆரம்பித்திருந்தார்கள். எனக்குத் தோன்றியது ரயிலை இழுத்துக்கொண்டு போனது நீராவி அல்ல, பிள்ளைகளின் குளுமையூட்டிய பேச்சு. அந்தப் பேச்சுக்கு முடிவிடம் பிள்ளைகள் போய் இறங்குகிற தஞ்சாவூர். இரவு அங்கு ஒரு அரசுப் பள்ளியில் தங்கி, திரும்பி வர ஏற்பாடு. மறுநாள் இதே வண்டி 11–மணிக்குத் தஞ்சையில் அவர்களை ஏற்றிக்கொள்ளும்.

பையன்கள், பிள்ளைகள் எல்லாரும் கதை சொல்லிகள். ஒருத்தர் கூட சோடை இல்லை. அய்ம்பது பிள்ளைகளில் 'சோடை' விழுந்த பிள்ளை ஒன்னு கூடத் தெரியவில்லை. அய்ம்பதும் ஓரொரு திறனை உரக்குழியாய்க் கொண்டிருந்தன. ஒவ்வொருவராய் முறைப்படுத்தி அழைத்தார்கள் ஆசிரியைகள். ஆசிரியர்கள் அதே பெட்டியில் பயணமாகும் மாணவச் செல்வங்களை மேய்த்துப் பத்திரமாய்க் கொண்டுவந்து சேர்க்கனுமே என்பதில் கருத்தாய் இருந்தனர்.

ஒரு தங்கச்சி பாட்டி வீட்டை தேடிப் போறா. எப்பவோ போய் வந்ததினால பாதை அரிச்சலாத் தான் ஞாபகம் இருந்தது. வழியில் ஒரு ரோஜா செடிகிட்டப் போய் "எம் பாட்டி வீட்டுக்குப் போற வழி இதுதானா"ன்னு கேட்குறா. "எனக்கு அஞ்சு குடம் தண்ணி எடுத்து ஊத்து" ரோஜா சொல்கிறது. அதுபடியே தண்ணி எடுத்து ஊத்திட்டு கேட்டா "எங்கன சொல்லு எம் பாட்டி வீடு?"

"பசு மாடு கிட்டப் போய்க் கேளு" ரோஜா கை காட்டியது.

பசு மாட்டுகிட்ட போயி நின்னா, "எங் கன்னுக் குட்டிய பக்கத்துல எடுத்துவிடு, பால் குடிக்க" என்றது பசு. அதன்படி இந்தப் பொண்ணு கன்னுக்குட்டியை எடுத்துப் பசுகிட்ட விட்டா. பசு சொல்லும் "அங்க எதுவும் தெரியாத மாதிரி படுத்துக் கிடக்குல்ல ஒரு அம்மிக்கல்லு, அது கிட்டப் போய் விசாரிச்சுக்கோ".

அம்மிக்கல்லுட்டப் போனா சின்னப் பொன்னு. அம்மி சொன்னது "குழவிக் கல்லை எடுத்து எம்மேல வை".

சரி வச்சாச்சு, தங்கச்சி அம்மிக்கல்லை ஏக்கத்தோட பாக்குறா; அது திசை காட்டினது "யானை கிட்டப் போய்க் கேளு". அதுக்கும் சரின்னுட்டு யானையிடம் போய் நின்னா. யானை பிளிறினது "என் குட்டி வெயிலில் கிடந்து காயுது. அதை நிழல்ல கட்டு". அப்படியே தங்கச்சி செய்தாள். யானை அங்கிட்டும் இங்கிட்டும் ஆடி அசைஞ்சி புளியமரத்துக் கிட்டப் போய்க் கேளுன்னது.

"புளிய மரமே புளியமரமே எம் பாட்டி வீடு எங்கே?"

புளியமரம் சொல்கிறது "நா தவிச்சுக் கிடக்கேன். பத்துக் குடம் தண்ணி எடுத்து ஊத்து".

பத்து குடம் தண்ணி எடுத்து ஊத்தி, முதுகு நிமிந்த தங்கச்சியின் தலையைத் தடவிவிட்டு "எம் மைனாக் குஞ்சே, இப்படியே நேரே போய் வலது பக்கம் வளைஞ்சின்னா, தெரு முகனையில் வீடு".

"என்ன அடையாளம்?"

"என்னைய மாதிரி ஒரு புளியமரம் நிக்கும், அதான் பாட்டி வீடு."

பாட்டி வீட்டுல போய் நின்னா.

"அட எம் பேத்தி!"

பாட்டி அப்படியே வாரியெடுத்துத் தூக்கி ஆரத்தி சுத்துற மாதிரி சுத்திக் கொஞ்சுனா. அன்னைக்கு ராத்திரி முழுசும் பாட்டியும் பேத்தியும் பேசித் தீரல.

மறுநாள் பேத்தி புறப்படுகையில் பாட்டி அன்போடு கேட்டாள் "ஒனக்கு தங்கக் கிண்ணம் வேணுமா, மண் கிண்ணம் வேணுமா?"

"மண் கிண்ணம் போதும்" என்கிறாள் பாட்டியிடம் தங்கச்சி. ஆனா பாட்டி தங்கக் கிண்ணம் கொடுத்தாள்.

"ஒனக்கு தங்கச் சங்கிலி வேணுமா பித்தளைச் சங்கிலி வேணுமா?" பாட்டி கேட்டாள்.

"எனக்கு பித்தளைச் சங்கிலி போதும்"

பாட்டி தங்கச்சங்கிலி மாட்டிவிட்டாள். பிறகு கேட்டா "உனக்குப் பட்டுப்பாவாடை சட்டை வேணுமா, பிய்ஞ்ச பழைய பாவாடை சட்டை வேணுமா"

“எனக்கு பிய்ஞ்சு பாவாடை சட்டையே போதும்”

“அட என் அறிவே”ன்னு பாட்டி முத்தம் கொஞ்சி, பேத்திய பட்டுப்பாவாடை சட்டை உடுத்தச் செய்து, கழுத்தில் தங்கச் சங்கிலி மாட்டி, கையில் தங்கக் கிண்ணம் கொடுத்து, “போய் வா கண்ணு“ன்னு வழி அனுப்பி வச்சா. வீட்டுக்கு வந்த தங்கச்சிய அக்கா கண்டதும் ரொம்ப மகுந்து போய்க் கேட்டாள் “இதெல்லாம் உனக்கு எப்படிக் கிடைச்சது ?”

தங்கச்சி தான் போன வழி ஒவ்வொன்னையும் சொல்லிக் கொண்டே வந்தாள். வழிகாட்டிய உசுப்பிராணிகளையும், பாட்டி வீட்டுக்குப் போகச் சொன்ன அடையாளங்களையும் ஒன்னுவிடாம சொன்னாள். அக்காவுக்குக் கேட்க கேட்க மனசுகுள்ள பொறாமை ஓடியது.

அக்காக்காரி அடுத்த நாள் புறப்பட்டாள். ரோஜாவிடம் போய் கேட்க ரோஜா ’அஸ்கு புஸ்கு’ன்னு கைவிரிக்க, பசுவிடம் போனவளை பசுமாடு ’தஸ்கு புஸ்கு’ன்னு இவளைத் தள்ளி விட்டுருச்சு, சாணியில போய் விழுந்தா. அம்மிக்கல்லு கிட்டப் போனா, அம்மி குழவிக்கல்லத் தூக்கி கால்ல போட்டுருச்சு. பெறகு யானை பக்கத்தில போன தும்பிக்கையை வீசி ஒரு போடு போட்டது; ஆறு கிட்ட போனா; ஆறு ’போ போ‘ன்னு விரட்டிருச்சி. புளியமரத்துக் கிட்ட போனா புளியமரம் விளாரை எடுத்து வீசிருச்சி. ஆறறிவுள்ள மனுசன் தந்திரத்தோடு வர்றாங்கிறது ஐந்தறிவு உயிர்களுக்கும் தெரிஞ்சிரும் போல. ஆனாலும் அக்காகாரி அசராம கடைசியா பாட்டி வீட்டைக் கண்டுபிடிச்சுப் போயிட்டா.

’இவ கோளாறா தான் வர்றான்னு பாட்டிக்குத் தெரிஞ்சி போச்சு’.

பாட்டி கேட்டா “உனக்கு தங்கக் கிண்ணம் வேணுமா மண் கிண்ணம் வேணுமா ?”

இவ சொன்னா “எனக்குத் தங்கக் கிண்னம் தான் வேணும் “.

ஆனா பாட்டி மண் கிண்ணம் கொடுத்தா. இப்படியே ஒவ்வொன்னா கேட்கக் கேட்கக் கடைசியில் இவளுக்குக் கிடைச்சது பித்தளைச் சங்கிலி, பிய்ஞ்ச பழைய பாவாடை சட்டை. பித்தளை சங்கிலி மாட்டி, மண் குடம் கொண்டுகிட்டு, கிழிந்த பாவடை சட்டை உடுத்தி பைத்தியக்காரியாட்டம் வந்து நின்னா அக்காக்காரி.

கதை முடிந்தது. தன் மதியத்தவனாய் லயித்துக் கேட்டுகொண்டிருந்த நான், விழித்துப் பார்த்த வேளை எதிரில் கோபாக்கினியாய் இருந்த

விசுவாமித்திரர் எழுந்து போயிருந்தார். அவர் வேறெங்கும் போகவில்லை. அடுத்த பெட்டிக்கு மாறிப் போய் உட்கார்ந்திருந்தார்.

கதை சொல்லிகளும் பாட்டுக்காரர்களும் நிறைந்த சொல்வனமாய் ரயில் பெட்டி! அடுத்த கதையை அஞ்சாம் வகுப்பு பாப்பா ஆரம்பித்தாள்:

ஒரு வனத்தில் எறும்பும் நரியும் சினேகமா இருந்துச்சு ரொம்ப நாள் சினேகிதங்க ஆனதால எறும்பு கேட்டது "நான் செத்துப்போயிட்டா நீ மொட்டை போடுவியா?"

அது போல நரி மொட்டை போட, "ஒனக்கு அழகான முடி இருக்குமேன்னு?" பக்கமா பறந்த கிளி கேட்க, கிளிக்கு ஒத்தக் கண்ணு போயிருச்சு.

"கிளியே கிளியே ஒன்னோட அழகான கண்ணு எங்க?" என்று கேட்ட யானைக்கு, கிளி இட்ட சாபத்தால தும்பிக்கை போயிருச்சு. "யானையே யானையே ஒனக்கு அழகான தும்பிக்கை உண்டே?" என்று ஆறு கேட்க "நீ ஒரு பொட்டுத் தண்ணீர் இல்லாமல் வத்திப் போவே"ன்னு யானை கோபமாக, ஆறு வற்றிப் போச்சு. அந்த நேரத்தில் ஒரு பொண்ணு குளிக்க வாறாள். "தளதளன்னு அலையடிக்கும் உன் தண்ணி எங்கேன்னு?"ஆத்தைக் கேட்க, "ஒனக்கு முடி கழிஞ்சி போகட்டும்" என்று ஆறு வசவு கொடுக்க, முடி இல்லாத மொட்டைத் தலையோட கண்ணீரும் கம்பலையுமா வீட்டுக்கு போனா. "ஒன்னோட ஆறடிக் கூந்தல் எங்கே காணோம்டி?" என்று அம்மா கேட்க, "உன் மூக்கு சப்பழிஞ்சி போக"ன்னு மகள் சொல்ல, அம்மாவுக்கு மூக்கு போயிருச்சி. ஒனக்கு அழகான மூக்கு இருக்குமே எங்க காணம்ன்னு என்று புருசன் கேட்க, புருசனுக்கு வேட்டி அவுந்து போச்சு.

ஆனந்தவல்லி கதை சொல்லி முடித்தாள். முடிக்கவும் மதுரை வந்து நின்றது ரயில். நான் இறங்க வேண்டிய ரயிலடி

கதைகளால் நிறைந்த பெட்டியைப் பார்த்தேன். இந்தப் பிள்ளைகள் தஞ்சையில் இறங்குகிற வேளையில் ரயில் என்னவாகியிருக்கும்? கதைகள், அழிப்பாங்கதைகள், பாடல்கள், கேலிப் பேச்சுக்களால் நிமிந்து போயிருக்கும். கொடுத்து வைத்த ரயில்.